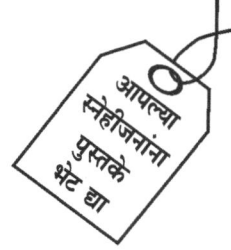

शेलका साज

शिवाजी सावंत

AA000911

मेहता पब्लिशिंग हाऊस

✆ +91 020-24476924 / 24460313

Email : production@mehtapublishinghouse.com

Website : www.mehtapublishinghouse.com

- *या पुस्तकातील लेखकाची मते, घटना, वर्णने ही त्या लेखकाची असून त्याच्याशी प्रकाशक सहमत असतीलच असे नाही.*

SHELKA SAJ by SHIVAJI SAWANT

शेलका साज : शिवाजी सावंत / ललित लेख

Email : author@mehtapublishinghouse.com

प्रकाशक : सुनील अनिल मेहता, मेहता पब्लिशिंग हाऊस,
१९४१, सदाशिव पेठ, माडीवाले कॉलनी, पुणे - ४११०३०.

मुखपृष्ठ : चंद्रमोहन कुलकर्णी

प्रकाशनकाल : जून, १९९४ / जानेवारी, १९९८ / ऑगस्ट, २००० /
मे, २००६ / पुनर्मुद्रण : जून, २०१६

P Book ISBN 9788177666953

E Book ISBN 9789386888655

E Books available on : play.google.com/store/books
www.amazon.in

चार 'शेलके' शब्द...

'शेलका साज'ची दुसरी आवृत्ती. पहिलीचं प्रकाशन नवचैतन्य प्रकाशन, मुंबई-१२ द्वारा झालं होतं. त्या प्रकाशनाचे संचालक श्री. शरद मराठे यांनी द्वितीय आवृत्ती प्रकाशनार्थ असमर्थता व्यक्त केल्यामुळं मेहता पब्लिशिंग हाऊसचे श्री. सुनील मेहता ही प्रकाशित करीत आहेत.

'शेलका साज' म्हणजे निवडक सुवर्णालंकार. माझ्या साहित्यिक यात्रेत 'मृत्युंजय', 'छावा' या प्रदीर्घ कादंबऱ्या व त्यांवर मीच लिहिलेली त्याच शीर्षकांची नाटकं जशी आहेत, 'लढत', 'संघर्ष' या चरितकहाण्या जशा आहेत, 'अशी मने, असे नमुने' हे जसे व्यक्तिरेखांकनाचे पुस्तक आहे, तसाच माझ्या ललितलेखांचा व व्यक्तिवेधादी लिखाणाचा हा संच : शेलका साज!

यातील कात्रणे पहिल्या आवृत्तीसाठी उपलब्ध केलेल्या श्री. शरद मराठे व सौ. सुप्रिया मराठे या साहित्यप्रेमी दांपत्याचा मी आजही आभारी आहे.

या द्वितीय आवृत्तीच्या निमित्ताने श्री. सुनील मेहता या तरुण व उत्साही प्रकाशकाचा अधिक संपर्क आला. त्यांचे पिताश्री कोल्हापूरच्या त्या वेळच्या अजबचे संचालक श्री. अनिल मेहता साहित्यलोभी मित्र. मी ज्या मेन राजाराम हायस्कूल, जुना राजवाडा या कोल्हापूरच्या संस्थेत दीड तप अध्यापनाचं काम केलं, त्या संस्थेसमोरच अजब पुस्तकालय आहे. अनिल-सुनील या पितापुत्रांनी 'मृत्युंजय', 'छावा'च्या अनेक प्रती कोल्हापूरकर साहित्यप्रेमींना पुरविल्या. काही वेळा तर माझ्या समक्षच.

श्री. सुनील मेहतांनी ही आवृत्ती त्यांच्या लौकिकाला साजेल, अशीच सिद्ध केली आहे.

यातील 'साज' या शब्दाला साजेलसं सार्थ मुखपृष्ठ चित्रकार श्री. चंद्रमोहन कुलकर्णी यांनी कुंचलामुखर केलं आहे. मुद्रक संगम प्रेस यांनी मुद्रण सुबक केलं आहे. या सर्वांचा मी मन:पूर्वक आभारी आहे.

हा शेलका साज वाचकांच्या हाती देताना नम्रपणे व मन:पूर्वक म्हणतो, त्यांनी मनाच्या शेलक्या रसिकतेनंच त्याचा साहित्यास्वाद घ्यावा. यातील 'शेलकं' असेल, ते 'आपलं' म्हणून स्वीकारावं, 'हलकं' असेल, ते अर्थातच 'माझं' मानून त्यागावं! तेच खरं आणि बरंही! कसं?

— शिवाजी सावंत

शुक्रवार,
दि.१४ नोव्हेंबर, १९९७
नानकजयंती

आभार

१) 'स्वरमाला' (वार्षिक)	संपादक- श्री. मुरारराव राणे, ४/३, पांडुरंगवाडी, गोरेगाव (पश्चिम), मुंबई - ४०००६३
२) दै. पुढारी (दिवाळी अंक)	संपादक - श्री. प्रतापसिंह जाधव, भाऊसिंगजी रस्ता, कोल्हापूर
३) दै. तरुण भारत, पुणे. (दिवाळी अंक)	संपादक - श्री. चं. पं. भिशीकर, नातूबाग, पुणे - ४११०३०
४) बहिणाबाई (वार्षिक)	संपादिका - सौ. वर्षा वसंतराव पाटील, ९२९, मंत्री हाउस, फर्गसन रस्ता, पुणे - ४११००४
५) 'लढत'	प्रकाशक - पद्मश्री विठ्ठलराव विखे-पाटील फाउंडेशन, प्रवरानगर, ता. श्रीरामपूर, जि. अहमदनगर.
६) सा. स्वराज्य	संस्थापक/संपादक - (स्व.) नानासाहेब परुळेकर, ५९५, बुधवार पेठ, पुणे - ४११००२

अनुक्रमणिका

शिवकालीन मावळा

आज जीवन प्रचंड गतिमान झालंय. आजच्या काळात इतिहासाच्या गोष्टी कशाला? काय उपयोग त्यांचा? असा एक सूर अनेक लोकांत आढळतो. उदाहरणादाखल अमेरिका, फ्रान्स, जर्मनी, जपान, इंग्लंड आदी देशांची 'वैज्ञानिक प्रगती' पुढे केली जाते. त्या राष्ट्रांनीच मात्र आधुनिक विज्ञान राबवून आपला गौरवशाली इतिहास जिवापाड जपला आहे, याकडे सोयीस्कर दुर्लक्ष केलं जातं.

का अभ्यासायचा इतिहास? कारण काळ कधीच जुना होत नसतो. मानवी देहात वाहणारं रक्त कधीच जुनं होत नसतं. काळ आणि मानवी रक्त बदलत जरूर असतं. हा बदल 'सर्वकल्याणाच्या' रोखानं झाला, तर त्यातून सबळ असं राष्ट्र निर्माण होतं. नाही तर माणसांचा कळप एवढंच त्याचं रूप राहतं. तसं ते राहता कामा नये. जगाच्या झपाट्यानं बदलत्या काळात तर ते देशाच्या दृष्टीनंच उपयोगी नाही. आपली आजवरची कल्पना आहे, की इंग्रजांचा इतिहास म्हणजे गव्हर्नर - व्हाइसरॉयांचा

इतिहास. मोगलांचा इतिहास म्हणजे बाबर, अकबर, औरंगजेबाचा इतिहास. मराठ्यांचा इतिहास म्हणजे शिवाजी, संभाजी, बाजीराव, माधवराव यांचा इतिहास.

सर्वार्थानं ते बरोबर आहे का? यापेक्षा वेगळ्या दृष्टीनं आता तर्कशुद्धरीतीनं इतिहास बघायला नको का? इतिहासातील नेतृत्वाची व्यक्ती ही एकटी नेता कधीच नसते. ते शक्यच नसतं. प्रचंड माणूसबळ त्याच्या पाठीशी पडद्याआड राबलेलं असतं.

म्हणूनच 'मावळा' या शब्दाला महाराष्ट्राच्या इतिहासात फार मोलाचं स्थान आहे. आज मराठी मुलखातील खेड्यापाड्यांचं रूप पाऽर पालटून गेलं आहे. तीनशे वर्षांपूर्वी आजच्या खेड्यांतून धावतात तशा 'एष्ट्या' नव्हत्या, विजेचे दिवे नव्हते. दवाखाने, पाण्याचे नळ नव्हते किंवा शाळाही नव्हत्या. घोडदळांचे गर्जत येणारे छापे, लढायांची धामधुमी यांनी जीवन अस्थिर होतं. सातशे वर्षांचं परकीय मोगलांचं गुलामी जोखड फेकून देण्यासाठी आपला देश खडबडून जागा झाला होता. त्यातील महाराष्ट्राची भागीदारी तर सुवर्णाक्षरांनी लिहावी अशी आहे.

छत्रपती शिवाजी महाराजांच्या म्होरकेपणाखाली महाराष्ट्राचं माणूस एकवट होऊन, तळहातावर गर्दन पेलून उभं ठाकलं. महाराजांची उणीपुरी हयात पन्नास वर्षांची झाली. त्यांतील सोळा वर्षं बालपणाचीच गेली. बाकी राहिलेल्या चौतीस वर्षांत महाराजांनी जगाला थक्क करणारे असंख्य पराक्रम गाजविले. तोरणागड जिंकला. शिरवळचा सुभानमंगळ हा हातून निसटलेला किल्ला पुन्हा कब्ज केला. प्रतापगडच्या पायथ्याशी अफजलचा वध करून त्याला अफाट फौजेसह शिकस्त दिली. पुण्याच्या लालमहालात छापा घालून शास्ताखानाची बोटं कापली. सिद्दी जौहरचा पन्हाळगडाला पडलेला जीवघेणा वेढा पडत्या पावसात हुन्नरानं व हिमती - हिकमतीनं फोडला. आग्र्याच्या कैदेतून औरंगजेबशहाच्या हातावर तुरी ठेवीत सहीसलामत सुटका करून घेतली. सातशे वर्षांनंतर मराठी मुलखात रायगडावर बत्तीस मणांचं सोनेरी सिंहासन उभं केलं. कर्नाटकावर स्वारी करून तंजावर जिंजीपासून मद्रासलगतच्या पेड्डापोलम या गावापर्यंत नवं राज्य उठविलं. हे सारं शिवाजी महाराजांनी अवघ्या चौतीस वर्षांत केलं.

या त्यांच्या पुरुषार्थाच्या वीरगंगेत असंख्य सामान्य मराठी माणसांच्या कित्येक ओंजळी आहेत. हे सारं शिवाजी महाराजांनी ज्यांच्या बळावर, इमानी चाकरीवर, नेक स्वभावाच्या पाठिंब्यावर, बलिदानावर केलं, तो सामान्य माणूसच त्या काळात 'मावळा' म्हणून ओळखला जायचा. दूरदृष्टीचा कदरदान व सावध असा नेता छत्रपती शिवाजीराजांच्या रूपानं आणि इमानदार, निधडा व कष्टाळू असा अनुयायी मावळ्यांच्या रूपानं तीनशे वर्षांपूर्वी एकत्र मिळाला म्हणूनच महाराष्ट्राचा इतिहास गौरवशाली झाला आहे.

'मावळा' हा शब्द 'मावळ'पासून निर्माण झाला आहे. कोकणात राहतो तो 'कोकणा', 'देशावर राहतो तो 'देसुरा', घाटावर राहतो तो 'घाटोळा', तसा 'मावळ प्रांतात' राहतो तो 'मावळा'. शिवाजी महाराजांच्या काळात पुण्याच्या पश्चिमेस धरून 'बारा मावळ' हा एक सलग मुलूखपट्टा होता. 'मावळतीला' असल्यामुळं या भागाला 'मावळ' हे नाव पडलं. साधारण सध्याच्या महालाएवढ्या आकाराचं एक अशी बारा मावळं पुणे प्रांतात होती. कर्यातमावळ, गुंजणमावळ, पवनमावळ, अंदरमावळ, हिरडसमावळ अशी त्यांची त्या-त्या मावळातून वाहणाऱ्या गुंजवणी, पवना, आंद्रा अशा नद्यांवरून पडलेली नावं होती. प्रथम प्रथम 'मावळ' हा शब्द या बारा मावळांतील लढवय्या व कष्टकरी कुणब्यांना उद्देशून वापरला गेला. नंतर शिवाजी महाराजांच्या घोडदौडीबरोबर हा शब्द महाराष्ट्रभर फिरला. जे जे म्हणून भगव्या झेंड्याखाली लढण्यासाठी शिवाजीराजांच्या पाठीशी एकवटले, ते ते सारे 'मावळे'च झाले.

अशा या मावळ्याचा त्या काळी पेहेराव कसा होता, राहणीमान काय होतं, खाण्याचा थाळा कशा प्रकारचा होता, बोली भाषा कोणत्या ढंगाची होती, रीतिरिवाज कशा प्रकारचे होते हे पाहणं अत्यंत अगत्याचं आहे. तो हत्यारं कोणती वागवीत होता, सण कोणते व कसे साजरे करीत होता, त्याच्या लढाईचं तंत्र कोणतं हे समजून घेतल्याशिवाय शिवकालीन रोजचं जीवन नीट डोळ्यांसमोर कधीच येणार नाही. इतिहासाचा झळझळीत काळ समजणार नाही.

शिवाजीराजांना प्राणप्रिय असलेल्या या मावळ्याचा पेहराव अगदी साधा होता. कमरेला आवळलेला, पिंढऱ्यांवर दाटणारा चुणीदार मांडचोळणा, छातीवर बंद आवळलेली-हाताच्या भुजांपर्यंत वर सरकवलेली बाराबंदी, डुयीला कंगणी, तिकोनी किंवा पिळाची यांपैकी एक लालरंगी पगडी, मनगटात चांदीचं कडं व काळ्या दोऱ्याचा गोफ. कमरेभोवती फिरलेला व बगलेला गाठ दिलेला सफेद कापडी शेला. डुयीच्या पगडीवरून कानशिलं झाकीत हनुवटीखाली गाठ दिलेला 'पगडपोस' (एक फडकं), पायी जाड तळाच्या मावळी पायताण, पाठीला बांधलेली भरघेराची काळीशार ढाल, कमरेला म्यानबंद तलवार व हाती उंच दंडावर केवड्याच्या पानासारखं लखलखीत पातं मिरवणारा भाला असा या शिपाईगड्याचा पेहराव असायचा.

ओठांवर भरदार मिशांचे कंगोल व कानांच्या पाळ्यांपर्यंत उतरलेले कानकल्ले, यामुळं याचं रुपडं पुरुषी व दणकट दिसायचं. ज्याला 'मावळबोली' म्हणत, ती याची बोलीचालीची भाषा होती. ही भाषा डोंगरकड्यांवरून उड्या घेत, खळाळत येणाऱ्या रानझऱ्यासारखी होती. काहीशी राकट व रांगडी अशी. 'नाही' या शब्दाला 'न्हाई', महाराज या शब्दासाठी 'म्हाराज', 'देव' या शब्दासाठी 'द्येव'. हमला,

खबर, फर्मान, फत्ते, रसद, पिछाट असे शब्द या मावळबोलीत असायचे. अशा प्रकारची ही फव्वाऱ्याची भाषा होती. आणि ती तशी का नसावी? तव्यासारखी भराची छाती असलेल्या मर्दाची भाषा फव्वाऱ्याचीच असणार! 'घोडा' या शब्दासाठी मावळा 'जनावर' हा शब्द वापरायचा. तलवारीसाठी 'हत्यार'. प्रदेशासाठी 'मुलूख' व हल्ल्यासाठी 'छापा' असे शब्द त्याच्या बोलीत यायचे. छत्रपती शिवाजी महाराजांना मावळे मायेनं व इमानाच्या भावनेनं 'धनी' म्हणायचे. कुठल्यातरी मावळ्याला महाराजांनी नावानं साद घातली की तातडीनं तो 'जी' म्हणून त्यांना अंगभूत नम्रपणे दाद द्यायचा. शिवाजीराजे समोर दिसताच कमरेत झुकून तीन वेळा छातीकडं हात नेत मावळा आपल्या धन्याला तत्पर मुजरा करून त्यांचा आदर राखायचा. ती त्याची 'लाचारी' मुळीच नव्हती- त्याचा तो 'स्वभावच' होता.

केंबळी छपराची झोपडी हे याचं घर. अशा दहा-वीस झोपड्यांच्या वस्तीला 'वाडी' म्हटलं जायचं. पाच-पन्नास झोपड्यांच्या वस्तीला 'मजरे', शे-शंभर झोपड्यांच्या वस्तीला 'बुद्रुक' व पाचएकशे झोपड्या एकत्र झाल्या, की त्या वस्तीला 'खुर्द' म्हटलं जायचं.

मावळ्याच्या खाण्याचा थाळासुद्धा मोजक्या पदार्थांचा असायचा. नागली, सावा, जोंधळा हीच मुख्य पिकं असल्यामुळं चार-दोन भाकऱ्या, त्यावर लसूण मिरचीचा खरडा किंवा कांदा... बस्स! एवढ्यावर हा शिपाईगडी तब्येत सांभाळून शेकडो मैलांची घोडदौड एका दमानं करायचा. त्याचा सर्वांत महत्त्वाचा अन्नपदार्थ होता तो, पहाडी छाताडातला उदंड व अशरण असा, गगनभेदी आत्मविश्वास!

बेंदर किंवा पोळा, होळीची पुनव व दसरा हे याचे लाडके सण होते. बेंदराला व होळी पुनवेला मावळ्याच्या केंबळी झोपडीत पक्वान्न म्हणून पुरणाची पोळी हटकून केली जायची. लग्नाच्या समारंभाला व दसऱ्याच्या सणाला मात्र हटकून बकरी पडायची. दसरा हा मावळ्याचा सर्वांत लाडका सण होता. या दिवशी घटात बसलेले देव उठायचे. नवरात्रात देवांच्यासमोर पूजलेली तलवारी, भाले, बोथाट्या, विटे अशी हत्यारं मावळे भक्तिभावानं नमस्कार करून उचलायचे. नवे कपडे पांघरायचे आणि सांज धरून खुर्द-बुद्रुकाच्या वेशीवरच्या 'दसरामाळावर' वाजत गाजत गावदेवाची पालखी घेऊन जायचे. दसरामाळावर चिवाट्यांच्या आखाड्यात आपट्याच्या डहाळ्या 'सोनं' म्हणून रचून ठेवलेल्या असायच्या. गावचा मानकरी म्होरक्या हातात नंगी हत्यारं घेऊन 'हर हर म्हादेव!' म्हणत आखाड्यावर हत्याराचा वार उतरवायचा. एकदा का आखाडा फुटला की मावळे त्या आपट्याच्या पानांचं 'रानसोनं' लुटायला त्यावर तुटून पडायचे. संध्याकाळभर हे रानसोनं गावकऱ्यांत एकमेकांना 'सोनं घ्या, सोन्यावानी ऱ्हावा, आमचं सोनं सांडू नगा-आम्हासंगं तंडू नगा!' म्हणत वाटलं जायचं.

दुसऱ्या दिवशी मावळागडी आपला राहता गाव, शेतीवाडी सोडून मुलूखगिरीला बाहेर पडायचा. शिबंदी शिबंदी एकजमाव होत होत छत्रपती शिवाजी महाराजांची प्रचंड फौज खडी ठाकायची. या वेळी दूरदूरचे पावणेरावळे भेटायचे. खांदाभेट देत-घेत एकमेकांची 'खुशाली' विचारली जायची. महाराज स्वारीच्या सोयीप्रमाणं फौजेच्या फळ्या पाडायचे. त्यांचे सेनापती नेमून द्यायचे. मग चौवाटा 'हर हर म्हादेव' चा कल्लोळ उठवत महाराष्ट्राचा हा रखवालदार मावळागडी आपली दौलत वाढीला लावण्यासाठी दौडायचा. आपली बायका-पोरं, जमीन-जुमला, गाव-वाडी, कशाचं म्हणून भान काही राहायचं नाही त्याला. तो आपल्या 'धन्याचा' ईमानाचा नुसता नोकर असायचा. शिपाईगडी असायचा-केवळ 'मावळा' असायचा.

मावळ्यांच्या लढाईचं तंत्र चित्त्या वाघाच्या झडपेगत होतं. गनीम बेसावध ठेवून वावटळीसारखे मावळे घोडे फेकीत त्याच्यावर चालून जायचे. तो अधिक ताकदवान असेल तर मावळ्यांचा मोरक्या आपल्या हातच्या तलवारीनं शिंगाड्यांना परतीची सांकेतिक इशारत मारायचा. शिंगाडे रणशिंगावर एका ठरीव लयीची कातरी ललकारी उठवून द्यायचे आणि लढत लढत पुन्हा सारे काढत्या पायांनी एकजमाव होऊन हां हां म्हणता आल्यासारखे रानवाऱ्यागत क्षणात निघूनही जायचे. कधी कधी हे छापे ऐन मध्यरात्रीचे घातले जात. महाराष्ट्राच्या डोंगरदऱ्यांचा आसरा घेऊन कधी कधी मावळे आपल्या फौजेच्या दोन-तीन फळ्या करून त्यातील एक शत्रूच्या तळावर धाडीत. ही गेलेली फळी आवेशानं हल्ला केल्याचं सोंग आणी. एकाएकी आपण भिऊन पळतो आहोत असा 'बहाणा' करून ती फळी माघार घेई. शत्रू मोठ्या चिडीने त्यांच्या पाठलागावर पडे. झुलवीत झुलवीत मावळ्यांची ती फळी शत्रूच्या सैन्याला आपल्या साथीदारांच्या फळ्यापर्यंत आणून सोडी. मग डोंगरदऱ्यांचा आसरा घेऊन दबा धरलेले राखीव व ताजेतवाने मावळे 'हर हर म्हादेव!' च्या किलकाऱ्या घुमवीत शत्रूवर तुटून पडत. भांबावलेल्या शत्रूला कुठं पळावं तेच सुचेनासं होऊन जाई. मोगल आपल्या फौजेत हत्ती-उंटासारखी मंद चालीची जनावरं वापरीत, अवजड तोफांचे तोफखाने जवळ बाळगीत. त्यामुळे त्यांची या डोंगराळ मुलखातील हालचाल जलद गतीनं होत नसे. याचा पुरता फायदा मावळ्यांनी सदैव उठविला होता.

मावळी जवान तलवारीचे आणि पट्ट्यांचे हात फिरवण्यात वाकबगार असे. सफाईनं पट्टा फिरवणाऱ्याला 'पट्टाईत' म्हणत. अचूक निशाणी साधून भाला फेकणाऱ्याला 'भालाईत', कसल्याही नाठाळ घोड्यावर मांड जमवून त्याला ताबडवणाऱ्याला 'घोडाईत', तलवारीपेक्षा डाव्या हाताची ढाल सफाईनं फिरवून प्रतिस्पर्ध्याचे वार झेलीत, स्वतःचा दम रोखून लढणाऱ्याला 'ढालाईत' म्हटलं जाई. बोथाटी, विटा, तीरकमान अशी हत्यारं मावळे कौशल्यानं हाताळीत असत.

एखाद्या मावळ्यानं आपल्या तलवारीचा वापर करून शंभर शत्रू यमसदनाला पाठविले, की त्याच्या तलवारीच्या मुठीवर सर्वांसमक्ष लोहारामार्फत घणानं एक ठोका दिला जाई. हा ठोका 'मानाचा' म्हणून मावळे अभिमानानं मिरवत. लग्नाच्या सोयरिकी जमवताना ''तुम्ही किती 'ठोक्याचे' मानकरी?'' असा प्रश्न पाहुण्यांना विचारला जाई. जितके अधिक ठोके तितका त्याचा मान मोठा!

प्रत्येक मोठ्या मोहिमेनंतर शिवाजी महाराज मावळ्यांचा 'जखम दरबार' भरवत. ज्यानं ज्यानं मोहिमेत मर्दुमकी गाजवली असेल, त्याला त्याला त्याच्या पराक्रमाचा वकूब बघून महाराज बक्षिसी देत. कुणाला मंदिल, कुणाला तोडा, कुणाला घोडा बक्ष करून सर्वांची मानमरातबात कदर केली जाई.

शिवाजी महाराज नेहमी म्हणत, 'ये राज्य व्हावे ये तो श्रींचे मनी फार आहे' याचा अर्थ असा होता की, हे राज्य एकट्या शिवाजी शहाजी भोसले या माणसाचं राज्य नाही. ते जगदंबेचं, देवाधर्माचं व अठरापगड गोरगरीब लोकांचं राज्य आहे. म्हणूनच महाराजांना अनेकांनी सार्थपणे 'लोककल्याण' राजा म्हटलं आहे.

शिवाजीराजांचं हे श्रींचं राज्य उभं करण्यात अक्षरश: हजारो मावळवीरांनी आपल्या जिवाची कुरवंडी केली आहे. बाजी पासलकर, तानाजी मालुसरा, रामजी पांगेरा, कोंडाची फर्जंद, जिवा महाला, शिवा काशिद, मदारी मेहतर, बहिर्जी नाईक, विश्वास मुखेखोरेकर, नागोजी जेधे, बाजी व फुलाजी प्रभू, मुरारराव देशपांडे अशी असंख्य माणसं इतिहासाला माहीत आहेत. पण कित्येक मावळवीरांची नावं अद्याप इतिहासाला सापडलीच नाहीत. इतिहासाची माहिती करून घेताना शिवप्रभूंच्या अचाट पराक्रमानं आपले जोडलेले हात कपाळाला भिडतात, तसेच ते मावळ्यांच्या बलिदानासाठीही भिडले पाहिजेत. 'शिवाजीराजे' नि:संशय सह्याद्रीच्या उंचच उंच कड्यासारखे आहेत. मावळे या कड्याच्या भोवती दाटलेल्या रंगबिरंगी ढगांसारखे होते, हे नजरेआड होता कामा नये. कारण 'मावळा' हा शब्द महाराष्ट्राच्या इतिहासात फार फार मोलाचा आहे.

साहित्यअश्वत्थ : कुसुमाग्रज!

इये मराठीचिये नगरीतील थोर भागवत सारस्वत म्हणजे ज्ञानदेव. त्यांच्यानंतर त्यांच्याबाबत संतकवींनी 'ज्यांच्या अंगणात सोन्याचा पिंपळ आहे असा संतश्रेष्ठ' असे त्यांचे सार्थ वर्णन केले आहे. आजही मराठी साहित्याच्या वाटिकेत असा एक वयसंपन्न, सुवर्णी अश्वत्थवृक्ष मावळतीच्या सूर्यकिरणांत तळपत उभा आहे.

'गर्जून गर्जून' आता शांतचित्त झालेला तो शब्दप्रभू आपल्या चंदेरी केसावळी- वर सार्थकाचे निरामयी हात फिरवीत कमालीचा सखोल व जीवनाचा पार तळवट गाठणारा आत्मलक्षी झाला आहे. किती-तरी उन्हाळे, पावसाळे या चंदेरी केशभारावरून वाहून गेले आहेत. भोवतीच्या समकालीन साहित्यिकांच्या, कलाकारांच्या, राजकारण्यांच्या, समाज- सेवकांच्या फुललेल्या, जागलेल्या कितीतरी पिढ्या या सरस्वतीपुत्रानं पाहिलेल्या आहेत. या साहित्यश्रेष्ठींचं ऐंशीचा उंबरठा ओलांडून पक्व होणं म्हणजे टिक्कीवरच्या हापूस आंब्यानं झाडावरच सूर्यरस शोषत शोषत

शेंदरी होणं आहे. हा सारस्वत कोण, हा भाग्यशाली साहित्ययात्री कोण हे त्यांच्या असंख्य चाहत्यांनी व मर्मज्ञ जाणत्यांनी एव्हाना अचूक ओळखलंच असेल. आजच्या मराठी साहित्यातील तो सोनपिंपळ म्हणजे, तो सुवर्णी अश्वत्थ म्हणजे, तो सोनपावलांचा औदुंबर म्हणजे तुम्हा-आम्हा सर्वांचे अत्यंत प्रिय, नाशिककर तात्यासाहेब ऊर्फ वि. वा. शिरवाडकर ऊर्फ कवी कुसुमाग्रज!

काही काही माणसांबद्दल आपण आठवायला लागतो, की ही व्यक्ती आपणाला पहिल्यांदा केव्हा भेटली ते. मात्र अशी एखादीच व्यक्ती असते, की ती प्रत्यक्ष केव्हा भेटली यापेक्षा अधिक तिचे विचार आपल्या आयुष्यात पहिल्यांदा केव्हा भेटले, हेच प्रकर्षानं सर्वप्रथम डोळ्यांसमोर येतं. असंख्य मराठी माणसांना ज्यांच्याबाबत नेमकं असंच वाटत आलं आहे, त्या दुर्मीळ भाग्यवंतांपैकी अग्रस्थानावरचे आहेत तात्यासाहेब. त्यांचं नाव जरी ऐकलं, तरी त्यांची कुठली ना कुठली काव्यपंक्ती अग्निबाणासारखी सर्रकन् डोळ्यांसमोरून सरकून जाते. मला तर त्यांच्या नावाबरोबर

"खिसा ओतून त्या रित्या ओंजळीत, चालू लागे तो दीनबंधू वाट
आणि धनिकांची वाहने पथात, जात होती ती आपुल्या मदात."

या रामनवमीच्या दिवशी रामदर्शनाला गेलेल्या एका गिरणी कामगाराने मंदिराच्या दारातील भिकाऱ्याच्या ओंजळीत रित्या केलेल्या आपल्या पगाराच्या सक्रिय कणवेचे अत्यंत प्रत्ययकारी दर्शन घडविणाऱ्या पंक्ती आठवतात. एखाद्या कसदार चित्रकारानं कुंचल्याच्या चारच फटकाऱ्यांत सागरकिनारा आणि सूर्य धरून अवघा निसर्ग साकारावा तसंच हे काव्यचित्र नाही का? कुसुमाग्रजांची कुणाशीही प्रथम ओळख होते, ती ही अशी त्यांच्या कवितेच्या ओळीतून, त्यांना प्रत्यक्ष न बघताच! तशा जीवनात 'ओळखी' अनेक असतात; पण ही असते ती 'ओळख' म्हणजे अस्तित्वाची अस्तित्वाशी. तिला कुठल्याही मध्यस्थांची गरज लागत नाही. कसल्याही भुलावणीची जरूरत पडत नाही, म्हणूनच तर ती अजोड मोलाची असते. शाश्वत असते. मागे एकदा अनंत काणेकरांनी लिहिलेला 'न पाहिलेला ताजमहाल' हा अप्रतिम लघुनिबंध वाचला होता. मिश्कील व चेष्टेखोर काणेकरांचा त्या लघुनिबंधात असा दावा होता, की आपण बालपणी मनात कल्पनेनं पाहिलेला ताजमहाल भव्य होता. मात्र त्या मानानं प्रत्यक्षातला कितीतरी लहानखुरा व नुसताच सुंदर वाटला. तात्यासाहेबांना मी पुण्यात कॉन्टिनेन्टलमध्ये अनंतरावांच्यासह प्रथम प्रथम पाहिलं, तेव्हा मात्र मला अगदी अनंत काणेकरांच्या उलटा प्रत्यय आला. हा 'ताजमहाल' कल्पनेतल्याहून प्रत्यक्षात कितीतरी भव्य, ऋजू व उदात्त होता. पिकल्या तोरंजनासारखी तजेलदार अंगकांती फार थोड्यांना लाभते. तात्यासाहेबांना ती लाभली आहे. मनाच्या सत्त्वशील, साधनामय परिपक्वतेचं ते परावर्तित होऊन उमटलेलं तेज असतं. ज्यांनी बडोद्याच्या

सयाजीराव गायकवाड महाराजांना पाहिलंय, त्यांनी त्यांच्या दिसण्याचं नेमकं असंच वर्णन केलं आहे. मी तजेल कांतीसाठी तात्यासाहेबांसारखी आणखी एक व्यक्ती पाहिली, ती म्हणजे दिल्लीचे भूतपूर्व महापौर लाला हंसराज गुप्ता होत. अशीच कधीतरी अनंतरावांनी कॉन्टिनेन्टलमध्ये पुण्यात आम्हा दोघांची ओळख करून दिली होती त्या वेळी. आजही मला तो दिवस व ती भेट स्पष्ट आठवते. ज्यांनी आपल्या हसण्या-बोलण्यात, बसण्या -उठण्यात, वागण्यात केवळ कवीच वेठीला धरला आहे असे पहिल्या दर्जाचे कितीतरी कवी हिंदीत आहेत. ते पटकन कवी म्हणून ओळखूही येतात. सुदैवानं मराठीत जवळजवळ नाहीतच. तात्यासाहेबांचं खास वैशिष्ट्य हेच आहे, की ते असे चेहराभर 'काव्य' माखलेले कवी दिसत नाहीत. कुणी ओळख करून दिल्याशिवाय ते कुसुमाग्रजच आहेत हे पटत नाही. असते जन्मले जर तात्यासाहेब समर्थ रामदासांच्या काळात, तर त्यांनी कल्याणस्वामींच्या खांद्यावर चक्क हात टाकला असता! नाट्य असो वा साहित्यसंमेलन असो, कुठल्याही भरगच्च मेळाव्यात ते त्यांच्याबरोबर तडक फिरायला निघून गेले असते! तात्पर्य, तात्यासाहेब दिसायला मुरलेले तत्त्वज्ञ. त्यांच्या डोळ्यांवरच्या चश्म्याची नाजूक सोनेरी फ्रेम तर त्यांच्या अंगकांतीला बिलगूनच सोनवाणाची झाली आहे असं वाटतं. आधुनिक मॅनिला शर्ट, पँटमुळे तर काहीसे प्राध्यापकांसारखे दिसणारे; पण असायला मात्र हाडाचे कवी, जन्मजात नाळेनं मानवतावादी कवी असे आहेत.

पहिल्या भेटीतच आमचा पूर्वपरिचय असल्यासारख्या मनमोकळ्या गप्पा झाल्याचं आजही आठवतं. त्यानंतर तात्यासाहेबांची आणि माझी भेट झाली ती कोल्हापुरात. त्या वेळी ते नाट्यसंमेलनासाठी कोल्हापुरात आले होते. अत्यंत घरगुती आग्रहानं पाहुणचारासाठी 'हात ओले करायला' माझ्याकडे आपण अवश्य यावं असं त्यांना नाशिकच्या पत्त्यावर पत्र टाकलं होतं. ते मिळण्यापूर्वीच ते नाशकाबाहेर पडले होते. कोल्हापुरात त्यांना नाट्यसंमेलनासाठी सजलेल्या भोसले नाट्यगृहात गाठून याची आठवण करून दिली. विचारलं, "तुमचं उत्तर नाही, त्यामुळं मी गोंधळलोय. तुम्ही जेवायला घरी येताय ना? पत्रात तेच लिहिलं होतं."

"तुमचं पत्र मिळालं नाही म्हणून कुठं बिघडलं? येणारच आहे मी जेवायला. तुमच्या लग्नानंतरची फिस्ट आहे ती. उद्या एक कार्यक्रम न्यू हायस्कूलवर आहे. तिथून परस्परच जाऊ तुमच्या घरी." तात्यासाहेबांनी काही विशेष बिघडलं नाही अशा थाटात आपलं नेहमीचं फोलार हास्य मुखडाभर खुलविलं.

आमचा जेवणाचा कार्यक्रम ठरला. सुदैवाने त्याच वेळी माझे सासरे श्री. राजाभाऊ कामतेकरही पुण्याहून आले होते. त्यांची 'संध्या थिएटर्स' ही गाजलेली नाट्यसंस्था असल्यामुळे तर ते फारच खूश झाले होते.

दुसऱ्या दिवशी मी एका रिक्षात न्यू हायस्कूलच्या फाटकासमोर करंजीच्या

एका डेरेदार झाडाखाली थांबलो. आत हायस्कूलच्या सभागृहात कार्यक्रम संपायला आला होता. गर्दी असल्यामुळे आत जाऊन त्या रंगल्या कार्यक्रमाचा क्षणभर का होईना, रसभंग करणं मनाला पटेना. मी एका शिपायाच्या कानात गुपचूप निरोप ठेवून सरळ फाटकाबाहेर येऊन झाडाखाली रिक्षासह थांबलो होतो.

कार्यक्रम संपला. मी सांगितलेल्या शिपायानं चपळाईनं तात्यासाहेबांच्यापर्यंत निरोप पोहोचवला. तिथला चहा कौशल्यानं टाळून ते माणसांच्या तांड्यातून फाटकापर्यंत आले. तिथं चार-पाच गाड्या उभ्या होत्या. त्यातील एक कोल्हापूरचे प्रसिद्ध उद्योगपती व न्यू हायस्कूलचे सर्वेसर्वा श्री. मदनमोहन लोहियाशेठ यांची गाडी होती. मुख्याध्यापक तिच्याकडे हात करून तिच्यात बसायची तात्यासाहेबांना विनंती करीत असावेत. ते मात्र इकडं तिकडं कुणाला तरी शोधत असावेत. बहुधा मलाच. आपल्या हातातील लहानसर ॲटॅची मला बघताच उंचावून तात्यासाहेबांनी खूण केली. मी झटकन पुढं झालो. क्षणातच भोवतीचा तांडा सोडून ''चला शिवाजीराव'' म्हणत ते माझा हात धरून रिक्षाकडं चालू लागले. मी त्यांच्या हातातील ॲटॅची घ्यायचा दोन-तीन वेळा प्रयत्न केला. त्यांनी ती चालता चालताच अशी आलटून पालटून हाताळली, की तोवर रिक्षा आली! आम्ही झर्रकन जवळच असलेल्या माझ्या रंकाळ्याकाठच्या घरी आलो. घरी जेवणाची तयारी झालीच होती.

या भेटीच्या निमित्तानं मीच काय, कुणाही साहित्यिकानं जीवनभरासाठी सततचे लक्षात ठेवावे असे तात्यासाहेबांच्या स्वभावातील दोन-तीन बारकावे दिसून आले. अगदी सहज नकळत ते प्रकट झाले होते. त्याचं असं झालं, माझी पत्नी पूर्वाश्रमाची कुंदा कामतेकर ही एस.पी. कॉलेजची विद्यार्थिनी, तात्यासाहेबांच्या काव्याची ती निस्सीम भक्त. मोठ्या अपूर्वाईनं आज तिने आपले वडील व आवडते कवी आलेत म्हणून गोडधोडाचं जेवण केलं होतं. तिघांसाठी बाहेरच्या सोप्यात बैठकीचे पाट मांडून त्यासमोर ताटासाठीही पाट ठेवून तिनं त्याभोवती कौतुकानं सुरेख रांगोळी फिरवली होती. जमेल तसा आतिथ्याचा साज उठविला होता. आमची जेवणं सुरू झाली. माझ्या सासऱ्यांची 'संध्या थिएटर्स' ही नाट्यकंपनी असल्यामुळे आमच्या त्या नाटकावरच गप्पा सुरू झाल्या. पत्नी वाढत होती. आज तिनं सगळं कौशल्य पणाला लावून बासुंदीचा बेत (बिनसाखरेचा) केला होता. बोलण्याच्या नादात आमच्या ते लक्षातही आलं नाही. तात्यासाहेबांनी बोलता बोलता दोन-तीन चमचे बासुंदी चाखली होती. पाहुणचार कुठंच कमी पडू नये म्हणून पत्नीनं आणखी एक पळीभर त्यांच्या कटोऱ्यात वाढली होती.

मला गोड फारसं आवडत नाही. जेवण संपता संपता मीही बासुंदीचा कटोरा हाती घेऊन चाखला आणि जसा काही तीनताड् उडालोच. नेहमीच्या खाक्यानं

ओरडलोच, ''अगं बासुंदीत साखरच नाही!'' तिनं असा काही चेहरा केला नि ती साखर आणायला आत पळाली. नंतर मी बासुंदी घेतलीच नाही, पण ती चाखणाऱ्या तात्यासाहेबांकडं कितीतरी वेळ आदरानं बघतच राहिलो. साखर नाही याचा उल्लेख त्यांनी जेवण होईपर्यंत केला नव्हता.

ही घटना तशी साधीच आहे, पण मराठी साहित्याच्या इतिहासात एक मैलाचा टप्पा ठरलेल्या कलाकृतीला ती साक्षीदार आहे म्हणून माझ्या लक्षात आजवर राहिली आहे. जेवणानंतर त्या दिवशी तात्यासाहेब रंकाळ्याकाठच्या माझ्या त्या घरी कॉटवर रेलून आरामात बसले. सरबत झाल्यावर त्यांनी मला व सासरेबुवांना आपल्या 'नटसम्राट' या रसवंत कलाकृतीचं कथानक तोंडीच ऐकवलं. त्यांच्या नेहमीच्या गप्पांच्या पद्धतीनं त्यांनी नायक 'बेलवलकर' आमच्यासमोर शिल्पाकृतीसारखा उभा केला. नाटक तसं पुरतं अजून कागदावर उतरवून व्हायचं होतं. ते कथानक ऐकताना मी तर भारावून गेलो होतो. सहज म्हणालो, ''तात्यासाहेब, हे नाटक चांगलंच धरणार.''

''बघू.'' म्हणून आणखी काही गप्पा मारून तात्यासाहेब जायला उठले. कोल्हापुरातला माझा हा निवास पार गावाबाहेर होता. आम्ही जवळच्या चौकात आलो. मी म्हणालो, ''आता तुम्ही जाणार कसे स्टेशनजवळच्या लॉजवर?'' ते हसतच उत्तरले, ''अंतर कापणारं कोणतंही वाहन चालेल.'' तात्यासाहेब कवीच्या तिरकस थाटात म्हणाले.

''मग आणू का एखादा ट्रक?'' मीही खट्याळपणे डिवचलं. एवढ्यात एक रिक्षा आली. आम्ही एकमेकांचा निरोप घेतला. तात्यासाहेब संध्याकाळी भोसले नाट्यगृहात संपन्न होणाऱ्या नाट्यसंमेलनासाठी निघून गेले. पुढं हे नटसम्राट रंगमंचावर आलं. पहिल्या फेरीत त्यानं म्हणावं तसं यश साधलं नाही. लवकरच त्यानं आपलं अमृतमाधुर्य सिद्ध केलं.

यापुढची आमची भेट झाली ती तात्यासाहेबांच्या लाडक्या नगरीत.. नाशकात. त्या वेळी मी 'छावा' नुकतीच लिहायला घेतली होती. संभाजीराजांवरील या ऐतिहासिक कथावस्तूसाठी मला प्रवास करायचा होता, तो साल्हेर-मुल्हेर व रामसेज अशा किल्ल्यांच्या परिसराचा. त्यासाठी मी कोल्हापुराहून नाशिकला गेलो होतो. तात्यासाहेब तेव्हा शिवाजीपथावर राहत असत. ऐन थंडीच्या त्या दिवसांत एका सकाळी मी त्यांच्या निवासाचा दरवाजा ठोठावला. त्या वेळी सौ. वहिनी होत्या. त्यांनीच दार उघडलं. विचारलं, ''कोण पाहिजे? काय काम आहे?''

''तात्यासाहेब आहेत का? भेटायचंय.'' मी उत्तरलो. माझा निळा ब्लेझर, डोकीवरची बॅरट कॅप, खाकी पँट बघून त्या बऱ्याचशा बुचकळ्यात पडल्या. त्यांना वाटलं, कुणीतरी पोलीस किंवा फॉरेस्ट अधिकारी आला असावा! काहीतरी

उद्घाटन, पी.एस.आय. ट्रेनिंग कोर्समधलं भाषण असा उद्योग असावा. त्या चटकन म्हणाल्या, "रात्री दोन वाजता आलेत मुंबईहून. अद्याप उठलेले नाहीत. दुपारी याल?"

मी बाहेरच घोटाळत म्हणालो, "ठीक आहे. दुपारी काही येता येणार नाही मला. त्यांना उठल्यावर सांगा, कोल्हापुराहून सावंत आले होते... शिवाजी सावंत. चलतो मी." मी जायला वळलो, फाटकापर्यंत गेलोही. मागून वहिनींचे शब्द आले, "अहो, सावंत म्हणजे मृत्युंजयचेच ना? थांबा. आत या. मी उठवते यांना!" मी हसलो. त्यांच्या जाणत्या रसिकतेवर खूश झालो. आत जाऊन बसलो. थोड्या वेळात

तिमिरातुनि आलो मी
तेजोमय मार्ग जरी
तिमिराचे ओझे हे वाहत
अद्याप शिरी

असं लिहिणारे कविश्रेष्ठ अर्धवट झोपाळलेल्या मुद्रेनं पट्ट्यापट्ट्याच्या नाईटड्रेसमध्ये बाहेर आले. हसतच त्यांनी माझी, "केव्हा आलात नाशकात?" अशी सुरुवात करून प्रवासाची सर्व विचारणा केली. आमच्या चहा घेत घेत गप्पा झाल्या. थंडी असल्यामुळे कविवर्यांनी सिगारेट शिलगावली. पाकीट माझ्यासमोर धरलं. मी क्षणभर घोटाळलो. "घ्या." म्हणत त्यांनी माझा संकोच तोडला. मला साल्हेर-मुल्हेर या किल्ल्यांच्या परिसरात 'छाव्या'च्या प्रारंभाचं लिखाण करायचं होतं. अत्यंत आदरानं त्या भल्या, गरत्या सकाळी मी मराठीच्या महासारस्वताला, की ज्यानं माझ्या जन्मापूर्वीच दहा वर्षं अगोदर स्वत:साठी व ते जेवढ्या आपल्यासारख्या असंख्यांसाठी केव्हाच लिहून ठेवलं होतं की...

शोधू द्या मार्ग मला
माझ्या प्रिय आकाशी
रुद्ध कसा राहिल हा
गगनाचा रहिवाशी

सादर सादर वंदन केलं आणि माझा 'छावा' या कादंबरीसाठी नाशिक भागातील प्रवास सुरू केला.

यानंतर तात्यासाहेब कधी कॉन्टिनेन्टलच्या वाढदिवसानिमित्त पुण्यात, तर कधी अशाच कुठल्यातरी कार्यक्रमासाठी नाशकात भेटत आले आहेत. अलीकडच्या काळातील त्यांची लक्षात राहावी अशी भेट झाली, ती माझ्या आजारपणात पुण्यात घडलेली. १९७९ साली पुण्यात मला एक प्राणघातक स्कूटर अपघात झाला. त्या

वेळी तात्यासाहेब आठवणीनं विजयानगर कॉलनीतील 'योगक्षेम' या इमारतीत भेटायला आले होते. अत्यंत आत्मीय आस्थेनं त्यांनी माझ्या तब्येतीची विचारणा केली. अर्धा-एक तास शेजारी बसून आपल्या उबदार धीराच्या बोलीत दिलासा दिला. या भेटीनंतर जेव्हा मी नाशिकला गेलो, तेव्हा तेव्हा हटकून त्यांची भेट घेऊनच परतलो.

गेल्या मार्चमध्ये मालेगावात माझी एक तीन दिवसांची व्याख्यानमाला झाली. त्या व्यासपीठावरून पंच्याहत्तर वर्षे पार करणाऱ्या कवी कुसुमाग्रजांना अमृत महोत्सवी शुभकांक्षा व्यक्त करताना माझ्या डोळ्यांसमोर वारंवार वसंतातल्या धडधडीत सूर्यकिरणात अंगभर न्हाऊन निघणारा एक सोन्याचा पिंपळ सतत तळपत होता. आजही हा लेख लिहिताना तोच सोनपिंपळ डोळ्यांसमोर आहे तसाच आहे. 'कुसुमाग्रज' हा मराठी काव्याच्या शिवारातला द्राक्षाच्या बागायतीचा डाग आहे. या द्राक्षबागेतील सगळेच वाण एकाच लेखात चाखता येणार नाहीत. फक्त एक धावता फेरफटका मात्र या कसदार शब्दकिसानाच्या बागायती आणि जिरायतेतून करता येईल. जाता जाता असा फटका मारताना कसकसले अमृताचे व सोन्याचे वाण हाताशी लागतात ते बघण्यासारखे आहेत.

'जीवनलहरी' या आपल्या पहिल्याच काव्यसंग्रहाच्या प्रस्तावनेत १९३३ साली कुसुमाग्रज म्हणतात- 'ध्रुवमंडळ नावाच्या एका छोट्या संस्थेची आम्ही स्थापना केली. १९३१ ते १९३३ सालातील ही गोष्ट. एका झरोकेवजा खोलीत एकत्र येऊन आम्ही एकमेकांच्या लिखाणाचा व वाङ्मयातील वादग्रस्त प्रसंगांचा यथाशक्ती परामर्श घेत असू.'

आज बारकाव्यानं आपण तपासून पाहिलं, तर या 'ध्रुवमंडळातील' 'मंडळ' जाऊन एकमात्र 'ध्रुव' केव्हाच मराठी काव्याच्या अढळपदावर जाऊन बसला आहे असं दिसेल. त्या वेळच्या गोदावरीकाठचा 'झरोका' आज 'गेट वे ऑफ इंडिया' झाला आहे. 'जीवनलहरी' हा काव्यसंग्रह कुसुमाग्रजांच्या ऐन नव्हाळीत फुललेल्या काव्यप्रतिभेच्या झुंबरासारखाच आहे. कुठच्या कुठे पल्ला मारून हा कवी जशी काही नक्षत्रेच खुडून आणतो आहे. मुख्य म्हणजे हा प्रवास एकाकी आहे. नुकताच 'रविकिरण मंडळाचा' बहर ओसरलेला आहे. जीवनलहरीतील एक-एक काव्यझपाटा अर्थासह सभोवताल पटवून देणारा आहे.

उदाहरणार्थ -

जीवन हे समरांगण
ज्ञाते म्हणतात परी-
अगतिक हे लढणारे
नाही शस्त्रास्त्र करी

राहुनी अदृश्य अरी
घालितसे घाव शिरी
आणि तहाची आशा
नाही तिळमात्र उरी!

१९३३ सालच्या नि:शस्त्रपणे लढणाऱ्या, म. गांधींच्या नेतृत्वासाठी असहकार पुकारणाऱ्या भारतीय जनतेचे याहून दुसरे सार्थ वर्णन करता येईल का?

आपल्यातील दुर्दम्य आशावादाची कवी कुसुमाग्रजांनी आपल्या काव्यदिग्विजयात सतत कशी विमुक्त उधळण केलेली आढळते. ते म्हणतात -

आता जाणार पुढे
रुद्ध न होणार गती
मरणांची रहदारी
जरी हो मार्गावरती

असेच आपल्या 'क्रांतीचा जयजयकार' या प्रकटनात ते म्हणतात -

पदोपदी पसरुन निखारे आपुल्याच हाती
होऊनिया बेहोश धावलो ध्येयपथावरती
कधि न थांबलो विश्रांतीस्तव, पाहिले न मागे
बांधु न शकले प्रीतीचे वा कीर्तीचे धागे
एकच तारा समोर आणिक पायतळी अंगार
गर्जा जयजयकार, क्रांतीचा गर्जा जयजयकार

मानवाच्या अदम्य इच्छाशक्तीचे जसे कुसुमाग्रजांना काव्याचे एक बाळकडूच मिळाले आहे. आपल्या 'कोलंबसाचे गर्वगीत' या कवितेत मानवी इच्छाशक्तीबद्दल ते सहज म्हणून जातात -

चला उभारा शुभ्र शिडे ती गर्वाने वरती
कथा या खुळ्या सागराला
'अनंत आमुची ध्येयासक्ती, अनंत अन् आशा
किनारा तुला पामराला!'

जसे गोमंतकाचे कवी बा. भ. बोरकर यांनी 'दिव्यत्वाची जेथ प्रचिती' या कवितेत अनामिक दिव्य पुरुषांची महती सार्थपणे पटविली आहे, तशी कुसुमाग्रजांनी आपल्या जीवनलहरीतही ती उभी केली आहे. ते म्हणतात -

घेऊनिया ओंजळीत
निजी वनजल ज्यांनी
अभिसिंचन केलेले
मानवतेच्या चरणी
ते जगले, जीवन ते
जिंकुनिया मरणाने
क्षणभंगुर शरिराला
आणतात अमरपणा

जशी बंगालीत आशय, अभिव्यक्ती, शब्दलालित्य, काव्यसौंदर्य यांसाठी रवींद्रांची 'गीतांजली' ख्यातकीर्त आहे, तशीच कुसुमाग्रजांची 'जीवनलहरी' ही काव्यरचना मराठीत केवळ अजोड आणि अमर आहे. मानवतेच्या वेदनेने सतत पिळवटून येणारे कुसुमाग्रज १९३३ सालीच म्हणून गेले आहेत -

पडलेले मानव हे
चिखलापरि पायदळी
जगताच्या जुलुमाचे
सत्तेचे दीन बळी
क्रांतीच्या रविकिरणी
याच कर्दमामधुनी
मोहरेल मुक्तीचे
मंगल आरक्त कमल!

नाशिक ऊर्फ गुलशनाबादसारख्या पुरातन भागात राहिल्यामुळे असेल, पण तसे कुसुमाग्रजांचे मराठमोळ्या इतिहासावरचे प्रेम जे काव्यात प्रकटले आहे, ते जाणत्याशिवाय पटकन कुणाच्या ध्यानी यायचे नाही. 'सात' या आपल्या कवितेत त्यांनी वेडात दौडलेल्या सात मराठमोळ्या वीरांचं अत्यंत रेखीव वर्णन केलं आहे. या सात वीरांच्या त्वेषपूर्ण बलिदानाचा एकामागून एक कल्पनांचा गोफ त्यांनी कसा गुंफला आहे ते बघण्यासारखं आहे. ते लिहितात -

उसळले धुळीचे मेघ सात निमिषात
कोसळल्या उल्का जळत सात दरियात
खग सात जळाले अभिमानी वणव्यात

दुसऱ्या 'आग्ऱ्याच्या किल्ल्यात' या कवितेत औरंगजेबाच्या दरबारातील संतप्त शिवरायांचं किती वेधक व हुबेहूब वर्णन कुसुमाग्रजांनी केलं आहे. ते लिहितात -

या स्तंभातुनि असेल घुमली
ती शिववाणी
या दगडांवर असेल थिजले
त्या शब्दांतील अभिमानाचे
जळते पाणी

आग्र्यात औरंगजेबाच्या मगरूर तख्ताकडं शिवरायांनी तडक पाठ फिरवली तेव्हा औरंगजेबाला काय वाटलं असेल याचं इतकं अचूक वर्णन कुसुमाग्रजांनी केलं आहे, की ज्याच्या तोंडी मराठी भाषा आहे, तो कुणीही 'वा! वाह! वाह!' असंच म्हणेल. ते या प्रसंगी म्हणतात -

- माळ करांतिल या तख्तावर
असेल तुटली
काच बिलोरी ऐश्वर्याची
पोलादाच्या त्या तुकड्यावर इथेच फुटली!!

अशा तेजवंत संस्कारांचे स्वाभिमानी कुसुमाग्रज भोवतीचा भ्रष्टाचार, जुलूम, अन्याय यांनी कधी कधी कमालीचे खट्टू होताना दिसतात. लिहून जातात -

धुके निराशेचे
हे बसले मनि घर
करुनि आक्रोशत जगण्याचे
वैफल्यच फिरफिरुनी! - प्रखर सूर्यताप अता
दावित ही वास्तवता!
- घटकाभर दावुनी पथ
मावळला चंद्र अता
उरेल नच सांगाती
रस्ता हा होय रिता!

त्यांचं नैराश्य मात्र क्षणकाळाचं असतं. नेहमीसाठी त्यांची अष्टदशकोत्तरीय अमृतमहोत्सवी कविता कशी अदम्य आशावादानं, उत्साहानं व गगनभेदी प्रेरणेनं भरलेली आहे. ते केव्हाचे म्हणून गेलेले आहेत -

माझे घर सापडले
माझा ध्रुव आढळला
सुफलित हो आज जिणे

दुःखभाव मावळला!
- तुकयाची मधु कविता
तरली पण कालनदी!

गेल्या ५५ वर्षांहून अधिक काळ तात्यासाहेबांचा साहित्यप्रवास चालू आहे. त्यात जान्हवी, वैष्णव, सतारीचे बोल, फुलवाती, कल्पनेच्या तीरावर, काही वृद्ध व काही तरुण अशा कथा-कादंबऱ्याही त्यांनी लिहिलेल्या आहेत; पण काव्यानंतर त्यांचा खरा प्रांत म्हणजे नाटक. या नाटकांत त्यांचे भाग्यशाली ठरलेले नाटक आहे ते 'नटसम्राट!' पूर्वीच्या ऑथेल्लो, मॅकबेथ, दूरचे दिवे, कौंतेय, दुसरा पेशवा, वैजयंती, देवाचे घर, दिवाणी दावा व नाटक बसते आहे, या नाटकांच्या उपद्व्यापांचा गाळीव अर्कच जसा त्यांच्या 'नटसम्राट' या नाट्य-लिखाणात उतरला आहे. नटसम्राट म्हणजे कुसुमाग्रजीय नाट्यसंहितेतील 'दि बेस्ट' होय. नाटककार म्हणून कुसुमाग्रजांच्या शैलीचा ऊहापोह हा पूर्णतः वेगळा विषय आहे.

त्यांची ऑथेल्लो, मॅकबेथ, कौंतेय ही नाटके त्यांच्या मूलभूत मानवतावादी विचारबैठकीतून साकारलेली व अभिजात काव्यमय संवादशैली घेऊन फुललेली अशी आहेत. रंगमंच, अभिनय, कुशल संवादफेक, सूचकता या सर्वांचीच ती मुळातच एक खास अपेक्षा ठेवतात. 'नटसम्राट'सुद्धा जेव्हा डॉ. श्रीराम लागू त्या कथाविश्वात संशोधनाचा व कमालीच्या एकरूप जिद्दीचा पलिता हाती घेऊन घुसले, तेव्हाच उभे करू शकले. उदाहरणार्थ, 'घर देता का घर, एका वादळाला,' या प्रसंगी याचा प्रत्यय प्रकर्षानं येतो. लेखक व नाट्यकलाकार यांचा असा हातचं काही बाकी न राखता जेव्हा एकरूपसा मनोमिलाफ होतो, तेव्हा तेव्हा अजोड असा नाट्यानंद रसिकांना प्राप्त होतो. एकूणच मराठी रंगभूमीच्या प्रवासातील 'नटसम्राट' हा एक वैभवशाली व मैलाचा टप्पा ठरला आहे.

'आहे आणि नाही' या नावाचं एक लघुनिबंधाचं पुस्तकही कुसुमाग्रजांनी लिहिलं आहे. काव्य, नाटक, कथा, कादंबरी असो वा ललितनिबंध असो, कुसुमाग्रजांच्या निरीक्षणात एक अत्यंत कल्पक चित्रकार व कुणालाही त्यांच्या ठायीचा तत्त्वज्ञ स्पष्ट दिसेल. त्यांच्यातल्या या तत्त्वमनाचा टीपकागद मात्र अधिक स्पष्टपणे दिसतो, तो त्यांच्या काव्यातच. हे मात्र बरीक खरंच आहे. शब्दचित्र आणि तेही कवितेच्या मर्यादित क्षेत्रात रेखाटणं हे सोपं नाही. तात्यासाहेबांच्या अनेक कविता तो काव्यविषय कसा चटकन डोळ्यांसमोर चित्रवत उभाच करतात. 'अहिनकुल' ही कविता हे त्याचे एक लक्षणीय व उत्कृष्ट उदाहरण. या कवितेत त्यांनी अहि म्हणजे नागासाठी उपमारूपी वापरलेल्या प्रतिमा केवढ्या बोलक्या आहेत, जशा 'ज्वालामुखी, प्रमदेचे गर्भरेशमी वस्त्र, अग्नीचा ओघळ, यमाची

कनकाची कट्यार, कालीमातेच्या हातातील प्रलयनृत्य करताना खाली पडलेले कंकण, संगीतातील मल्हार रागाची तान, विजेचे व दर्याचे गांभीर्य आणि सर्वांत शेवटी मृत्यूचा महान मानकरी.' या प्रतिमा कवितेतून एका मागोमाग सळसळत पुढे येऊ लागल्या, की एक कणीदार, डौलदार, भयावह असा प्रत्ययकारी प्रत्यक्ष नागच डोळ्यांसमोर उभा राहतो. अशा नागासमोर त्याचा शतजन्मीचा वैरी मुंगूस (नकुल) आलेला बघताच नागाची जी स्थिती झाली आहे, तिचं थोडक्यात आकर्षक वर्णन कुसुमाग्रजांनी 'अहिनकुल' मध्ये शानदारपणे केलं आहे.

थबकलाच जागी सर्प घालुनी वळसा,
रिपु समोर येता सोडुनि अन् आडोसा
भूमीस मारुनी मागे तीव्र तडाखा,
घे फणा उभारून मरणाचा कानोसा!

नाट्यक्षेत्रात तात्यासाहेबांनी खूप विचारांती नटसम्राट या नाटकाची संहिता लिहून जसा एक चमत्कार केला आहे, तसाच काव्याच्या त्यांच्या लाडक्या क्षेत्रात त्यांनी एका अमर, अजोड अशा केवळ 'एक जन्मा' म्हणता येईल अशा एका काव्याने करून ठेवला आहे. असे काव्य मराठीखेरीज अन्य कुठल्या भाषेत असेल की नाही, अगदी इंग्लिशमध्येसुद्धा याची मला आजही शंका आहे. (म्हणून तर तात्यासाहेबांच्यासारखे कवी ज्या भाषेत आहेत त्या मराठीचा सदैव रास्त अभिमान प्रत्येकालाच वाटला पाहिजे.)

ती शब्दांच्या अर्थाने चित्र रेखाटण्यात कमालीची यशस्वी ठरलेली, आशयाचा पार तळ गाठत जसे काही ब्रह्मांडच कवेत घेऊ बघणारी, विलक्षण प्रत्ययकारी, शब्दलालित्यपूर्ण, सदा टवटवीत अशी अमर कविता म्हणजे- 'पृथ्वीचे प्रेमगीत'

युगामागुनी चालली रे युगे ही
करावी किती भास्करा वंचना?
किती काळ कक्षेत धावू तुझ्या मी
कितीदा करू प्रीतिची याचना?

ही कविता कुणीतरी अल्बर्ट आइनस्टाइनला भाषांतरित करून सांगितली असती तर तो कवीला भेटायला तडक नाशकालाच आला असता. पृथ्वी ही सूर्यमालेतील सूर्यकेंद्रापासून निर्माण झालेली सदस्या आहे, हे वैज्ञानिक सत्य आहे. ती युगानुयुगे सूर्याभोवती फिरते आहे. सूर्य तिचा 'प्रियकर' मात्र काही तिला भेटत नाही, यासाठी तिच्या प्रणयव्याकूळ अंतरंगातून फुटणारे उसासे म्हणजे 'ज्वालामुखी' व सलणारं अंतरंग म्हणजे 'भूकंप' ही कल्पनाच केवढीतरी भव्य आहे. ती

विश्ववाङ्मयात नि:संशय खूप वरच्या पट्टीच्या जागेवर शोभण्यासारखी आहे.

या अमर कवितेत काव्यनव्हाळीच्या दिवसात असलेले कवी कुसुमाग्रज काव्याच्या सोळा शृंगारांनी कसे फुलून उठले आहेत. पृथ्वीची विरहवेदना मांडताना ते म्हणतात -

'हे भास्करा, तू युगानुयुगे माझी वंचना म्हणजे फसवणूक का चालविली आहेस?'

पृथ्वी पहिल्या कालखंडात केवळ एक तप्त गोळा होती. नंतर निवून निवून ती थंड झाली. तिच्यात लाव्हारस निर्माण झाला. या वैज्ञानिक सत्याला कुसुमाग्रजांनी केवढे देखणं काव्यरूप दिलं आहे. ते म्हणतात -

नव्हाळीतले ना उमाळे, उसासे
न ती आग अंगात आता उरे
विझोनी अता यौवनाच्या मशाली
उरी राहिले काजळी कोपरे!

जशी पृथ्वी सूर्याभोवती फिरते आहे, तसाच तिच्यासाठी वेडा झालेला चंद्र मात्र तिच्याभोवती फिरतो आहे. चंद्राचं हे तपाचरण पृथ्वीला व्यर्थ वाटतं आहे. लक्षात घ्यावंसं वाटत नाही. हा भावार्थ उठविताना कवी कुसुमाग्रज म्हणतात-

तुवा सांडलेले कुठे अंतराळात
वेचुनिया दिव्य तेज:कण
मला मोहवाया बघे हा सुधांशु
तपाचार स्वीकारूनी दारुण.

चंद्राप्रमाणेच रोज पहाटेला पिसारा उभारून दाराशी येणारा 'शुक्र', ऋषींच्या कुळातला संन्यस्त 'ध्रुव' आणि पिसाटासारखा केस पिंजारलेला, क्वचित दिसणारा 'धूमकेतू' या सर्वांना निकालात काढताना पृथ्वीशी पूर्णतया एकरूप होऊन हा अत्यंत तरल संवेदनाक्षम झालेला कविवर्य म्हणतो -

परि भव्य ते तेज पाहून पूजून
घेऊ गळ्याशी कसे काजवे?
नको क्षुद्र शृंगार तो दुर्बलांचा
तुझी दूरता त्याहुनी साहवे!

या कवितेत शेवटच्या कडव्यात जो भाव कुसुमाग्रजांच्या लेखणीतून सहजपणे उतरला आहे, तो त्यांच्या पुढील मानवतावादी काव्यजीवनाच्या वाटचालीची नांदीच ठरला आहे. ही अप्रतिम कविता संपवताना ते म्हणून गेले आहेत-

अमर्याद मित्रा, तुझी थोरवी अन्
मला ज्ञात मी एक धूलीकण
अलंकारण्याला परी पाय तूझे
'धुळीचेच' आहे मला 'भूषण'!!

या कवितेत पृथ्वीच्या रूपानं स्वत:कडे घेतलेला सानपणा हा कविश्रेष्ठ कुसुमाग्रजांनीही आपल्या जिंदगीत कमालीच्या मूक संयमीपणे सदैव पाळलेला दिसेल. फार थोड्यांच्याच ध्यानी येईल की जो पाळला तो मात्र तशाच दिव्यत्वाची पूजा करताना. 'सूर्यफूल' या त्यांच्या अशाच एका लक्षणीय कवितेतही हा सार्थ सानपणा ते जोपासताना दिसतात. सूर्यफुलाला मधे घेऊन ते म्हणतात-

भूवर मी तो व्योमी
तो अपार पामर मी
सर्वंकष दृष्टिस त्या
दिसणारही मी नाही

या अजोड रचनेमुळं त्यांनी मूकपणं स्वीकारलेलं 'सानपण' केव्हाच 'महान' होऊन गेलं आहे. आपल्याबरोबर मराठीला व महाराष्ट्रालाही महान करून गेलं आहे.

आदरणीय ती. तात्यासाहेब, मराठीतील महासारस्वत, कविश्रेष्ठ कुसुमाग्रजांचं 'सूर्यप्रेम' हा संपूर्णत: वेगळ्या संबंधाचाच विषय आहे. ती त्यांच्या व्यक्तिमत्त्वाची एक खास नाजूक, छुपी 'ललाटखूण' आहे. त्यांच्या काव्यातून, साहित्यातून, नाटकातून हे सूर्यप्रेम जागजागी सहजपणे येऊन जातं. खरं तर माणूस म्हणून त्यांच्या जगण्याचीच ती एकमेव खूण आहे! त्यांच्या मानवतावादी विचारसरणीची पाळंमुळं कितीतरी धुमारे फोडत या सूर्यप्रेमामुळंच रुजली आहेत. त्यांचे एका नाटकातील-

सर्वात्मका, सर्वेश्वरा, गंगाधरा, शिवशंकरा
जे जे जगी जगते तया, माझे म्हणा करुणाकरा

हे पद ज्ञानेश्वरांच्या 'पसायदानाशी' जवळचं नातं सांगणारं नाही का? या पदात तर ते प्रलयाची देवता असलेल्या साक्षात शिवालासुद्धा आळवून म्हणताहेत की- 'आदित्य- ह्या तिमिरात व्हा'

तात्यासाहेबांचं सूर्यप्रेम हे असं जन्मजात श्वासाबरोबरचं त्याहून अधिक पूर्वसंचिताबरोबर आलेलं आदित्यप्रेम आहे. जाणीवपूर्वक म्हणूनच मी लेखाच्या प्रारंभी त्यांना ज्ञानियांच्या अंगणातील सोनपिंपळ म्हटलं आहे. गेल्या ८० वर्षांत कितीतरी नवथर, सोनेरी कल्पनांची पालवी या अश्वत्थ वृक्षावर लवलवून गेली आहे. आज अमृतमहोत्सवही पार करून ८५ च्या दालनात पदार्पण केलेल्या

सोनपिंपळाची सळसळ कमालीची 'भैरवरूप' झाली आहे. त्यांची कसली म्हणून कुणाकडूनही आज अपेक्षा नाही.

यासाठीच नाशिकच्या परिसरात गेलो की एका आत्मओढीनं पाय त्यांच्या दर्शनासाठी त्यांच्या निवासाकडं आपोआपच वळतात. घरात चहा करायला कुणी नसताना तात्यासाहेब गुपचूप आत जाऊन एका हाती चहाचा ट्रे व दुसऱ्या हाती बिस्किटांची प्लेट घेऊन एखाद्या कौटुंबिक जिव्हाळ्याच्या नाटकातील तत्पर सेवकासारखे प्रवेशतात. सारेच चकित होतात- (मी शरमिंदा.) चहाचा घोट घेताना तर पापणी पाणथरते-कारण मराठीच्या या महासारस्वतानं मी 'साखरसम्राट रुग्ण' (मधुमेही) आहे हे बारकाव्यानं ध्यानात ठेवून माझ्याच तेवढ्या कपात साखर घातलेली नसते! त्यांचा हा सूक्ष्म भावगोडवा कसा विसरावा?

"तात्यासाहेब तुमच्या हस्ते पुण्यात एक प्रकाशन करायचा विचार आहे." सोबतचे प्रकाशक मित्र आग्रहानं म्हणतात.

"दोन वर्षं झाली मी व्यासपीठ-संन्यास घेतलाय!" तात्यासाहेब हसतच प्रस्ताव परतवतात. "शिवाजीराव, युगंधराच्या आकृतिबंधासाठी का थांबलाय? मृत्युंजयाचाच का नाही घेत? तो योग्य आहे त्या कथावस्तूला" - तात्यासाहेब आपणहून कौल दिल्यासारखे बोलतात.

मी तोच आकृतिबंध 'प्रसादफुल' म्हणून स्वीकारून त्यांचा निरोप घेतो.

त्यांचे निकोप, निर्लेप अमृतपणच मराठी भाषेला ललामभूत ठरणारे आहे. मराठी साहित्याच्या प्रांगणातील हा सोनपिंपळ शतकमहोत्सवी वर्षात प्रवेशेल, त्या वेळी त्यांच्या हृदयात जागलेला ऋग्वेद व जीवनदायी आदित्य सर्वांनाच त्यांच्याच खास शैलीत रसाळपणे समजावून देवो!! आदरणीय ती. तात्यासाहेब- 'आप जियो हजारो साल- साल के दिन हो लाखो-लाख!!'

छत्रपती शिवरायांचे गूढरम्य मनफूल

भारताच्या इतिहासातील मध्ययुगीन कालखंडातील दोन व्यक्तित्वे आकलून घेण्यास अवघड आहेत. एक छ. शिवाजी महाराज व दुसरा औरंगजेब! औरंगजेबाचं अंतरंग गूढ, किचकट आहे. शिवाजीराजांचं अंतरंग 'गूढरम्य' आहे. काही ऐतिहासिक सत्यांच्या आधारानेच याचा माग घ्यायचा आहे.

आपण इतिहासात हे वाचलं आहे की शिवाजीराजांच्या पूजेत एक 'स्फटिक शिवलिंग' होतं. राजे त्या स्फटिक शिवपिंडीची नित्यनेमानं, बेलपत्रांची ओंजळ अर्पून पूजा करीत असत. आज हे स्फटिक शिवलिंग प्रतापगडावर भवानीच्या मंदिरात आहे. हे शिवलिंग मला शिवाजीराजांच्या व्यक्तित्वात जे जे 'शिव' म्हणजे पावन-मंगल होतं, त्याचं प्रतीक वाटतं.

औरंगजेब आपली राजहवस राबविण्यासाठी धर्माला अतिकौशल्यानं फक्त वापरीत होता. शिवाजीराजे आपल्या 'श्रीं' चं राज्य उभं करण्यासाठी धर्माला अर्थ देत चालले होते. दोघांच्या मूळ

विचारप्रवाहांतच दोन ध्रुवांचं अंतर आहे. एकाला आपल्या भवतीच्या साऱ्या पावन, प्रेरक शक्तींना आवाहन घालीत पिचलेल्या, मरगळलेल्या, मरू घातलेल्या जनगंगेच्या जीवनात अर्थ भरावयाचा आहे, तर दुसऱ्याला एका हातात धर्माचं किताब व दुसऱ्या हातात नंगं हत्यार घेऊन त्याच जनगंगेला धूळदोस्त करावयाचं आहे. दोन विभिन्न प्रवृत्ती-प्रवाहांचे हे दोन समर्थ पुरुष म्हणूनच शांत, त्रयस्थपणे समजून घेतले पाहिजेत.

अंती अंती औरंगजेबाचे सरदार त्याला गडकोट जिंकल्याची नुस्ती खोटी पत्रे पाठवू लागले. त्याची मुले बेदिल झाली. या वेळी शिवाजीराजे ह्यात नव्हते. संभाजीराजांचा निर्घृण वध करण्यात आला होता. मराठ्यांची राजधानी 'रायगड' झुल्फिकारखानानं पाडली होती. वारस राजा राजाराम परागंदा होऊन जिंजीस गेला होता. मराठ्यांचा मानबिंदू ठरलेली राणी येसूबाई आपल्या शाहू या वारसपुत्रासह औरंगजेबाच्या गोटात कैदी म्हणून दाखल झाली होती. तरीही औरंगजेबाला मराठ्यांचं राज्य पाडता आलं नाही. संताजी-धनाजींच्या रूपानं सामान्य माणूस इथलं सारं 'पावन व मंगल' ते ते रक्षावं म्हणून पेटून उभा राहिला. का उभा राहिला? कुठून त्याला एवढं बळ लाभलं?

कारण शिवाजीराजांची सारी साधनं 'नेक' होती. त्यांची माणसं मोबदल्यासाठी लढत नव्हती. कडं, शिरपेच, पेहराव मिळेल यासाठी खर्ची पडत नव्हती. प्रत्येक गडकोटावर शिवाजीराजांनी आग्रहपूर्वक शिवालये उभारून घेतली होती. उभ्या सह्याद्रीच्या कड्यांकडेच शिवाजीराजे ती एक पावन 'शिवपिंड' आहे या दृष्टीने बघत होते.

म्हणूनच शिवाजीराजे नित्यनेमानं स्फटिक शिवलिंगाची पूजा करीत हे चित्र डोळ्यांसमोर आणताना त्यांच्या जीवनयज्ञातील लढाया, त्यांच्या सनावळ्या, सारं बाजूला सारून बघताना त्या प्रतीकरूप स्फटिकासमोर अंगावर शेला पांघरून बसलेल्या राजांचं रूप आपणाला काही वेगळंच दर्शन घडवेल. कसलं वेगळं दर्शन? आपण इतिहासात वाचलं ते स्फटिक शिवलिंग आजही उपलब्ध आहे. पण दुसरं याहून रसरशीत स्फटिक शिवलिंग होतं ते निघून गेलं. कुठलं ते? साक्षात राजांच्या मनाचं!

स्फटिक शिवलिंग हे 'प्रतीकरूप' होतं. खरे, स्फटिकासारखे साफ, स्वच्छ, झगझगीत शिवलिंग होतं, ते म्हणजे शिवाजीराजांचं शिवविलयी मन. दररोज प्रतीकरूप स्फटिकासमोर बसून बेलपत्रांची ओंजळ त्यावर अर्पून राजे डोळे मिटून आपल्यातील या तेजवान शिवपिंडीची पूजा बांधीत. शिवाजीराजांचं प्रत्येक कृत्य इतिहासाला दिपवून गेलं आहे त्याचं कारणच हे. असा पुरुष शतकातून एखादाच जन्मत असतो.

श्रीकृष्णाच्या वर्णनात अशा गूढरम्य गोष्टी आहेत. तो ‘पावा’ वाजवीत असे, घोड्यांचा खरारा करीत असे, भोजनानंतर आपल्या उदरातील अन्नावर संस्कार व्हावा म्हणून एक विशिष्ट मंत्र म्हणत असे.

श्रीकृष्णानंतर फक्त शिवाजीराजांच्यातच अशी गूढरम्य ठिकाणं सापडतात. राजे भवानीआईचा पोत नाचवीत असत. जगदीश्वर मंदिरातील काकड आरतीबरोबर ‘जगदंब जगदंब’ म्हणून उठत व दोन्ही गुलाबी तळहातांचं दर्शन घेत. स्नान वगैरे आटोपून स्फटिक शिवलिंगाची पूजा करीत.

या पूजेत शिवाजीराजांच्या सुप्त मनाचे धागे खोलवर रुजले आहेत. ज्याला नियतीचं चक्रच, पाय भक्कम रोवून उलटं फिरवावयाचं आहे; त्याला चराचरात वावरणाऱ्या ‘सत् शक्तींना’ आवाहन घालावंच लागतं. यासाठीच राजे आई भवानीचा गोंधळ घालतात, पोत नाचवितात, भंडाऱ्यानं मळवट भरून घेतात, देवीची प्रतिष्ठापना करताना तिच्या पालखीला आपला उजवा खांदा देतात, ठिकठिकाणी मारुतीच्या घुमट्या उठविल्या जातात. सामान्यातले ‘शिव’ असे मिळेल त्या क्षणाने व कणाने फुलवून घेतो म्हणूनच तो सार्थ अर्थाने ‘शिवाजी’ ठरतो. युगप्रवर्तक होतो.

औरंगजेबही रोजाना ‘फज्र की, सब्र की’ अशी पाच वेळा नमाज पढत होता. मक्केकडं मुखडा करून कुराण पठण करीत होता. स्वहस्ते टोप्या शिवून त्या विकून त्या पैशांची खैरात करीत होता. (त्याही पैशांचा हिशेब ठेवायला मात्र तो विसरत नव्हता.) दिवसभर तसबीहची म्हणजे जपाची माळ ओढणं हा तर त्याचा वृद्धत्वातील लाडका ‘छंद’ होता. त्या माळेतील मण्याबरोबर आपल्या मनातील एका एका कुटिल बेतांचे आरे तो सतत फिरवीत होता. क्षणाक्षणानं कुराणापासून दूर जात होता.

जगातील कुठल्याही धर्मनिरपेक्ष माणसानं केवळ प्रतीके म्हणून शिवाजीराजांची गळ्यातील कवड्यांची माळ व स्फटिक शिवलिंग या दोन वस्तू व औरंगजेबाची प्रतीकरूपं म्हणून तसहबीची माळ व सुई-दोरा या दोन वस्तू समोर ठेवाव्यात. औरंगजेब काय ‘टाचीत व ओढत’ चालला होता हे त्याला आपोआप कळेल. शिवाजीराजे काहीतरी अर्पण करताहेत, होमून टाकताहेत हेही त्याला समजू शकेल.

हेच कारण आहे की आज औरंगजेबाची ती माळही कुठे अस्तित्वात उरली नाही वा जगाच्या पाठीवर त्याची म्हणून एक वानगीदाखल प्रतिमाही शिल्लक राहिली नाही.

आजच्या अश्रद्ध, विफल व नैराश्याने जर्जर झालेल्या विज्ञानाच्या उदंड माजलेल्या, चंगळवादी समृद्धीने गोंधळलेल्या काळात शिवाजीराजे समजून घ्यायला

पाहिजेत ते नेमक्या याच सखोल अर्थानं. एवढं समाजपरिवर्तन करणारा, एवढे देदीप्यमान विक्रम उभे करणारा, एखाद्या समाजाची शेकडो वर्षांसाठी देठासकट जाणीवच घुसळून काढणारा हा महामानव खऱ्या अर्थानं कुठल्या कोंदणात बंदिस्त बसलेला असतो याचा शोधबोध घेणं खरं तर अगत्याचं आहे.

त्यासाठी आणखी काही गूढ ठिकाणांचा इथे फक्त उल्लेख करणार आहे. प्रत्येकानं आपल्या कुवतीनं त्या-त्या ठिकाणचं शिवाजीराजांचं मनफूल केवढं गूढरम्य असेल याचा फक्त अंदाज बांधावा.

राजांना समुद्रावर 'पालाण' घालावयाचं होतं. म्हणजे बळकट आरमार उभं करावयाचं होतं. त्यासाठी त्यांनी कुरटे या मालवणजवळील बेटावर 'सागरपूजन' केलं. बेटावर सिंधुदुर्ग हा जलकोट बांधला. हे एक ऐतिहासिक सत्य आहे. त्यातील 'सागरपूजन' हा शब्द व विधी लक्षात ठेवण्याजोगा आहे.

त्याचबरोबर हरिहरला राजे 'समुद्रस्नानाला' जात असा उल्लेख आहे. (असा उल्लेख कुठेही औरंगजेबाच्या चरित्रात नाही.) 'सागर' ही 'जलदेवता' म्हणून तिचं पूजन करून त्या देवतेची खणानारळांनी ओटी भरणारे राजे त्याच जलदेवतेच्या मांडीवर मनसोक्त डुंबतात, तेव्हा ते तिचे केवढे सार्थ पुत्र शोभतात! जे जे भव्य आहे, चैतन्यमय आहे, प्रवाही आहे त्याची शिवाजीराजांना सहज, अंगभूत ओढ होती. पुण्यातील लालमहालाच्या सफेलीतून (गच्चीतून) सूर्यदर्शन घेणारे राजे, कविभूषणचं रसबाळे काव्य ऐकताना सोनमोहरांची उधळण करणारे राजे, मथुरेत श्रीकृष्णाच्या जन्मस्थानाचं दर्शन घेणारे राजे ही त्यांची रूपं किती 'शिव' गोष्टींशी नातं सांगणारी होती याची साक्ष देण्यास पुरेशी आहेत.

छत्रपती शिवाजी महाराजांच्या व्यक्तित्वाचे असे असंख्य पैलू आहेत. त्यातील मला नेहमीच चिंतन करायला लावणारा पैलू म्हणजे राजांचं आकाशस्थ चंद्राशी निगडित असलेले मनफूल!

'प्रतिपदेच्या चंद्रासारखी कलेकलेनं वाढणाऱ्या राज्याची मुद्रा' शिवाजीराजे हेतुत: घोषित करतात. होळी-पुनवेला राजगड-रायगडावरील दूधदाट चांदणं अंगावर घेत, होळी चौकातील पेटता हुडवा फोडून निखाऱ्यातून मानाचा नारळ बाहेर काढणाऱ्या होळकर खेळ्यांना सोन्याचं कडं चंद्राच्या साक्षीनं बहाल करतात. केदारेश्वराच्या मूर्तीमागं चंद्र, सूर्याची प्रतीकं शिलावटाकडून खोदवून घेतात. चैत्री पुनवेच्या आभाळातून चंद्ररस पाझरणाऱ्या रात्री राजांना तिरुवनमलईच्या निळ्या गर्द डोंगरावर आपलं शिरकमल श्रीशैलमल्लिकार्जुनच्या मंदिरातील पावन शिवलिंगावर अर्पावंसं वाटतं. त्यानंतर दोनच वर्षांनंतर महाराज रायगडावर आपला देह ठेवतात, तेही नेमक्या त्याच दिवशी. ३ एप्रिल १६८० ला महाराजांचं रायगडावर शुभ झालं, तो दिवस चैत्री पुनवेचा होता.

इतिहासातील या घटना शांत मनी तपासताना शिवाजीराजांचं आभाळातील चंद्राशी निगडित असलेलं मनफूल जाणवल्याखेरीज राहत नाही. ज्योतिर्विज्ञान सांगतं, की 'चंद्र' हा कल्पनाशक्तीचा कारक ग्रह आहे. शिवाजीराजांची तोरणा कब्ज करण्यापासून तो दक्षिण दिग्विजय करण्यापर्यंतच्या कालखंडातील जीवनाची वाटचाल व तिच्यामध्ये येणारे अफझल-भेट, जौहर वेढा, शाहिस्तेखानाच्या गोटावरील छापा, पुरंधर तह, आग्रा भेट, सुटका, राज्याभिषेक या प्रत्येक महत्त्वपूर्ण प्रसंगात राजांची जी थक्क करून सोडणारी तरल कल्पनाशक्ती दिसते, ती त्यांच्यावरील चंद्रभावानं असेल का? हा प्रश्नच केवळ उपस्थित करून सोडायचा. त्याचा जवाब कुणालाही देता येणार नाही. कारण कुठल्याही बखरीत, यादीत, पत्रव्यवहारात, रुमालात या प्रश्नाचं उत्तर मिळणं शक्यच नाही. ते ज्याचं त्यानं शोधावयाचं आहे आणि असतं.

समर्थांनी शिवरायांचं एके ठिकाणी, 'हृदयस्थ झाला नारायण प्रेरणा केली!' असं यथार्थ वर्णन केलं आहे. नारायणच हृत्कमलात वस्तीला उतरल्याशिवाय- 'ऐसे कार्य होणे नाही!''

शिवाजीराजांना आपल्या 'शिवाबावनी व शिवराजभूषण' या काव्यखंडात कविश्रेष्ठ भूषण त्रिपाठी वारंवार 'सर्जा सूर्य' म्हणतो. प्रत्यक्ष शिवाजीराजांच्या मनाचा 'चंद्रकांत मणी' मात्र मावळी आभाळातील शांत-सुंदर चंद्राशी सांगड ठेवून पाझरत असतो हे केवढं नाट्यमय आहे.

■

■
ऐतिहासिक
ललितलेखन :
एक विचार

शून्यातून एक नवे सामर्थ्यशाली साम्राज्य रेखणाऱ्या, त्याकरिता इथल्या सामान्य माणसाला जीवन-मरणासाठी एक जागता मानबिंदू उपलब्ध करून देणाऱ्या, मरगळलेल्या इथल्या श्रांत, भ्रांत अस्मितेला जीवनसन्मुख होणारी चेतना देणाऱ्या, युगप्रवर्तक क्रांतदर्शी शिवाजीराजांच्या व्यक्तित्वाचे आकलन करून घेणे हे प्रत्येक भारतीयाचे कर्तव्य आहे. या आकलनाचे दोन ठसठशीत मार्ग आज वाचकांसमोर उपलब्ध आहेत. एक राजांच्या चरित्रग्रंथांचा व दुसरा ललित साहित्याचा. आजकाल या दोन्ही मार्गांची अकारण जुगलबंदी लावण्यात येत आहे. एक ठरीव घोष कानी पडताना दिसतो आहे. 'इतिहास काय म्हणतो तेवढेच बघा.' पण सलग एकसूत्री इतिहासच जिथे हातात नाही, तिथे काय करायचे? हे मात्र कुणीच सांगत नाही.

आज बहुसंख्य चिकित्सकांनी ललित साहित्याबद्दल एक सोयीचा अपसमज करून घेतला आहे. ललित लेखक हा खाटकासारखा हाती एक धारदार सापता

घेऊनच लिहायला बसलेला असतो. समोर येईल त्या इतिहासपुरुषाचा खिमा करून त्यावर शब्दांचा व कल्पनांचा गरम मसाला शिवरून आणि त्याचा थाळा वाचकांसमोर मांडून तो विचारू पाहतो की, 'काय, आहे की नाही झणझणीत?' अशा आशयाचा हा अपसमज आहे.

समाजजीवनाच्या झपाट्याने पालटणाऱ्या या संक्रमणशील काळात ही दृष्टी आता वेळीच बदलायला हवी.

आजच्या ललितलेखकाला उपलब्ध इतिहासाच्या सांगाड्यात अत्यंत भानपूर्वक जिवंतपणा व प्राण भरावा लागेल. जिथे जिथे इतिहास ओठ मिटून मुग्ध आहे, तिथे तिथे तो सावधपणे सांधावा लागेल. बोलका करावा लागेल. ऐतिहासिक ललितलेखन इथून पुढच्या काळात चरित्रग्रंथांच्या पाया-चौथऱ्यावरच उभे राहणार आहे, हे शांतपणे समजून घेतले पाहिजे. ते तसे समजून घेताना वाचकांकडून एका डोळस जाणिवेची आज सर्वाधिक अपेक्षा आहे.

चरित्रग्रंथ घटना, स्थल, काल, परिस्थिती यांच्या पुरावानिष्ठ उपलब्ध नोंदी गुंफत जाणार आहेत. ललितलेखन मात्र त्या-त्या घटनेशी निगडित व्यक्तीच्या मानसिक प्रक्रिया, कालाचे तात्कालिक आव्हान, घटना, घटनांचे परस्पर संलग्न असलेले कार्यकारणसंबंध, त्यांचे परिणाम या सर्वांत नांदणाऱ्या मानवी हर्षामर्ष यांचे आकलन, विकलन करून दाखविणार आहे. तसेच ते दाखवायला हवेत.

आग्रा भेट :

या दृष्टीने 'आग्रा भेट' हा शिवाजीराजांच्या जीवनदौडीतील 'पुनर्जन्म' वाटावा असा ऐतिहासिक महत्त्वाचा समरप्रसंग कसा दिसतो? खास करून ललितलेखकाचे मन या प्रसंगाचा कोणत्या दिशेने कानोसा घेऊ बघते हे पाहणे मोलाचे आहे.

आग्र्यात औरंगजेबाचा बेत निर्विवादपणे राजांची 'कत्तल करावी' असाच होता. राजांना तो कळलाही होता. तो कळल्यानंतर औरंगजेबाच्या 'योजनेला' राजांनी तिचा अंदाज घेऊन कोणती 'प्रतियोजना' बांधली? तीही कुठल्या स्थितीत हे महत्त्वाचे ठरते.

औरंगजेबाने राजांना अटक केली, पहारे बसविले, पण महत्त्वाची बाब म्हणजे नऊ वर्षे उमरीच्या संभाजीराजांना त्याने मोकळे सोडले होते, ते का? काय हेतू असावा औरंगजेबाचा यात? ही शत्रूच्या पुत्रावर दाखविलेली दया होती की काय? नाही! मग औरंगजेब असा का वागला?

यासाठी आपल्या योजनेप्रमाणे 'शिवाजीराजांची कत्तल केल्यानंतर औरंगजेब संभाजीराजाचं काय करणार होता?' हा महत्त्वाचा सवाल आहे. हा प्रश्न आज कुणीच विचारात घेत नाही.

औरंगजेबाला 'बाप-बेटे' दोघेही मारायचे नव्हते. एकाला मारायचे होते व दुसऱ्याला वापरायचे होते. शिवाजीराजांची 'विठ्ठलदासाच्या हवेलीत कत्तल' केल्यानंतर औरंगजेब आग्र्यात दवंडी पिटणार होता. 'दखखनी सेवा बेमारीसे गुजर गया.' हे कामही तो रामसिंगालाच करायला लावणार होता. उत्तरेकडील आपल्याभोवतीचे राजकारण उरकताच मग तो दखखनेत उतरणार होता तो संभाजीराजे ही मराठ्यांची 'दौलत' आपल्या शेजारी हत्तीवरच्या हौद्यात घेऊन! औरंगजेबाला शिवाजीराजे 'मारायचे' होते. संभाजीराजे 'वापरायचे' होते. दखखनेत येऊन तो पुन्हा दवंडी पिटायला मोकळा होता की, 'तमाम रियाया को जाहीर हो की तुम्हारे राजासाहब की अमानत लेकर हुजुरे आका अलमगीर दखखन पधारे है!'

पुढे हेच तंत्र वापरून औरंगजेबाने राजा जयवंतसिंगांनंतर त्याची जोधपूरची गादी घशात घातली व संभाजीराजांचा पुत्र शाहू यालाही निस्तेज करून टाकले. ही घटना नीट अभ्यासली तरच औरंगजेबाची आग्र्यातील 'योजना' नीट समजू शकते. ही 'योजना' नीट समजली, तरच शिवाजीराजांनी एकाकी, स्वत:शीच मूकपणे बांधलेली 'प्रतियोजना' उकलू शकते व ती उकलताना अटकेत, एकट्यांनी ती राजांनी बांधलेली आहे व यशस्वीपणे राबविली आहे हे 'सत्य' पारखताना आदरानं मन भरून येतं. शिवशक्तीपुढं मस्तक नत होतं.

'आग्र्याहून शिवाजीराजे सहीसलामत सुटले' एवढाच आपला आकलनाचा, आजवरचा लाडका सिद्धान्त आहे. आजच्या ललित लेखकाला हे आवर्जून म्हणायचे आहे, की औरंगजेबाचा बेत पारखून राजे एकटे नव्हे, संभाजीराजांसह सलामत सुटले. आपल्या सर्व माणसांसह व जनावरांसह सुटले हे तर त्यांचे खास शिवपण.

'आपली कत्तल केल्यानंतर आपल्या मुलाचे बादशहा काय करणार आहे?' हा विचार राजांच्या मनात आला असेल की नसेल? (या वेळी संभाजीराजे हे एकुलते एक पुत्र वा वारस भोसल्यांच्या कुटुंबात होते.) हा विचार आल्यानंतर राजांनी 'तोड' म्हणून जी प्रतियोजना बांधली, त्यात प्रामुख्याचा विचार 'संभाजीराजांचा' त्यांनी केला होता. 'एक वेळ आम्ही खर्ची पडलो तरी बेहत्तर, पण आमचे पुत्र सलामत सुटले पाहिजेतच.' या प्रमुख सूत्रावर शिवाजीराजांनी आग्र्यातील पलायनाचे तपशील मांडले आहेत. म्हणूनच अनेक नाटकांतून आपण बघतो तसे शिवाजी व संभाजीराजे एकाच वेळी कोठीतून पेटाऱ्यात बसून पळून गेले या आवडत्या व रोमांचक चित्राला तपासून घेणे क्रमप्राप्त ठरते. इतिहासात उल्लेख आढळतो, की 'तिसऱ्या प्रहरी आमची वाट बघा,' असा संभाजीराजांना राजांनी कानमंत्र देऊन 'कुंभारवाडीतील' एका कुंभाराच्या घरची जागा नेमून दिली होती. (हा कुंभारही मूळचा दक्षिणेतील होता. त्याला राजांच्या माणसांनी पूर्वीच गळाला लावून ठेवले होते.)

राजे कोठीतून 'एकटे' बाहेर पडले, ते पेटाऱ्यात भोयी म्हणून पेटाऱ्याबरोबर की ज्या हिरोजी फर्जंदला आपल्या जागी झोपविले त्याचाच पेहराव घेऊन 'हिरोजी' म्हणून? (कारण हिरोजी हा शहाजीराजांचा दासीपुत्र होता. त्याचा चेहरा-मोहरा राजांसारखा होता. तो राजांच्या 'बदली' बनावट राजे म्हणून मंचकावर लेटला होता.) यापैकी कुठल्या युक्तीने राजे कोठीबाहेर पडले, की पहारेकऱ्यांना लाचलुचपत देऊन राजरोस बाहेर पडले हे महत्त्वाचे नाही. ते बाहेर पडण्यापूर्वी त्यांनी आग्ऱ्याच्या वेशीजवळ कुंभारवाडीत संभाजीराजांना थांबविले होते. काही भलेबुरे होऊन राजे सुटू शकले नसते तर? राजांची जोडून दिलेली माणसे संभाजीराजांना त्या दिवशी आग्ऱ्यातून बाहेर काढणारच होती. मराठी मुलखात प्राण बाजीस लावून पोचती करणार होती.

औरंगजेबाला राजांना मारायचे होते व त्यांच्या पुत्राला पंखाखाली घ्यायचे होते. राजांना स्वत:ला सुटायचे होतेच; पण ते नाहीच जमले तर संभाजीराजांना तरी नक्की आग्ऱ्याबाहेर काढायचे होते. जे सर्वसामान्यांना कधीच सुचणारे नसते, तेच काळाचे आव्हान पेलून उभे ठाकणाऱ्या राष्ट्रपुरुषाला सुचत असते. म्हणूनच तर तो 'जननेता' असतो.

'प्रतिशिवाजी'चा वापर :

कठीण प्रसंगात छत्रपतींनी आपल्या जागी 'प्रतिशिवाजी' वापरले असे किमान दोन तरी प्रसंग इतिहासात स्पष्ट नोंदले आहेत. 'प्रति-प्रतिमा' वापरणारे शिवाजीराजे हे भारतातील पहिलेच व्यक्तिमत्त्व आहे. जगाच्या इतिहासात हे तंत्र हिटलरने वापरले आहे. हिटलर महाराजांनंतरचा आहे. हे सारे बारकाव्याने तपासून पाहिले, की छत्रपतींच्या बुद्धीची झेप खरोखरच आभाळाला पालाण घालणारी होती हे पटू लागते. जौहरचा वेढा फोडताना शिवा न्हावी (काशिद) व आग्ऱ्यात हिरोजी फर्जंद यांनी छत्रपतींचे सोंग बेमालूम वठविले होते.

सेनेतील कठोर शिस्त :

रोमचा इतिहास सांगतो, की ज्युलिअस सीझर हा जगद्विख्यात सेनानी सैनिकी शासनात एवढा दक्ष होता, की कुठल्याही स्वारीवर निघण्यापूर्वी तो आपल्या विराट सेनेची कारकुनापर्यंत झडती घेत असे. सैनिकांनी स्वारीला निघताना जवळ घेतलेल्या सामग्रीची नोंद करीत असे. सैनिकांनी स्वारीहून परतल्यावर त्या नोंदीबरहुकूम प्रत्येक सैनिकाची चीजवस्तू फेरतपासात पडताळून घेतली जाई. अगदी हेच तंत्र शिवाजी महाराजांनी आपल्या सैनिकी शासनाबाबत कटाक्षाने राबविलेले होते. महाराजांच्या सैन्याचेही जामदारामार्फत झाडे होत. घेतल्या चिजांचे तपशील फेरिस्तात नोंदले जात. मनात आणले म्हणून कुठल्याही सैनिकाला

स्वारी-शिकारीत 'हात मारण्याची' संधी ढिलेपणी दिली जात नव्हती. स्वारीत मर्दानगी दाखविलेल्या मावळ्यांसाठी महाराज स्वतंत्र 'जखम दरबार' भरवीत. प्रत्येकाच्या पराक्रमाची सर्वांसमक्ष मानमरातबात कदर केली जाई. अंगच्या पुरुषार्थाला प्रकटपणे सन्मानपूर्वक प्रोत्साहन दिले जाई. महाराजांनी काही ज्युलिअस सीझरचे चरित्र अभ्यासले नव्हते. त्यांना हा विचार कसा स्फुरला हे एक आश्चर्य आहे. त्यातच त्यांचे युगपुरुषत्व आहे.

अलौकिक जीवनदृष्टी :

एक सेनानी म्हणून महाराजांच्या रणनीतितलं सर्वांत देखणं, त्यांच्या 'शिवपणात' शिरपेचासारखं शोभून दिसणारं वैशिष्ट्य आगळंच आहे. महाराजांनी आपल्या फौजेतील धारकऱ्यांसाठी स्पष्ट फर्मान काढलं होतं. 'दौडीत बाया-बापड्या त्यावर हात न टाकणे. या बाबीने गैरबाका बर्ताव जाहलियास हात कलम केले जातील. चिजवस्तू जे लागेल ते बाजारी रोख रुका देऊन खरिदणे. कुणब्यांना नाडावया समंध नाही.'

शिवाजी महाराज तीनशे वर्षांच्या कालखंडाला वाकुल्या दावीत आजही ताजे टवटवीत असे जनमानसात टिकून आहेत, त्याचे कारण त्यांची ही अशी अलौकिक जीवनदृष्टी हे आहे.

भारतात फिरणाऱ्या असंख्य युरोपियन प्रवाशांनी महाराजांची हानिबाल, अलेक्झांडर, सेरिटोरिअस, सीझर, नेपोलियन या विख्यात सेनानींशी तुलना केली आहे. नि:संशय हे पुरुष विक्रमी होते. धडाडीचे होते; पण यातील कुणीही आपल्या सैनिकांना असे फर्मान दिल्याचे नमूद नाही. उलट काहींच्या सैनिकांनी स्त्रियांची शहारे आणणारी विटंबना केली आहे. शिवाजी महाराजांचे जगाच्या इतिहासात ध्रुवताऱ्यासारखे ठसठशीत तळपणारे आगळेपण आहे ते इथं. म्हणूनच शिवरायांना अन्य कुणाची उपमा देववत नाही.

छत्रपतींचे हेर :

युद्धे दोन बाबींवर यशस्वी होत असतात. एक रसद-पुरवठ्यावर आणि दुसरी हेरगिरीवर. छत्रपतींनी या दोन्ही बाबी दक्षतेनं सांभाळल्या होत्या. महाराजांचं 'जासुदखातं' हा तर स्वतंत्र प्रबंधाचा विषय ठरावा. या खात्याच्या बांधणीत छत्रपतींनी कमालीची दूरदृष्टी व सावधपण राखलं होतं. या खात्याच्या बांधणीचे पायाभूत असे तत्त्वच हे आहे, की 'एक वेळ शत्रुगोटाची खबर नाही मिळाली तरी परवडेल, पण आपल्या गोटाची खबर शत्रूला कधीच मिळता कामा नये!' यासाठी या खात्याच्या उभारणीत महाराजांनी जाणीवपूर्वक महाराष्ट्रातील सर्वांत नेक, इमानदार व कडवी अशी 'रामोशी' जमात हाताशी धरली. बहिर्जी नाईक, विश्वास नानाजी मुसेखोरेकर,

कर्माजी ही सारी रामोशी मंडळी आहेत. मान तुटली तरी जबान खुलणार नाही अशा बाण्याची!

निसर्ग राबविला :

आपल्या रणनीतिसाठी महाराजांनी राबविला तो शेकडो वर्षं मूक असलेला महाराष्ट्राच्या डोंगरदऱ्यांचा निसर्ग. हे डोंगरदरे ध्यानी घेऊनच त्यांनी धावणीसाठी जवळ केलं ते एकच जनावर, घोडा. 'गनिमी कावा' हे युद्धतंत्र छत्रपतींना अचानक साक्षात्कार होऊन स्फुरलेलं नाही. जीवनात येणाऱ्या नाना बिकट सत्यांनी ते छत्रपतींच्या मनात क्रमश: साकारत गेलं आहे.

युद्ध ही बाब दोन सैन्यांच्या कुरघोडीची असते. त्यात आपली प्रजा बळी पडू नये यासाठी तर महाराजांनी केवढी डोळस दक्षता घेतली आहे. ते केवळ सेनापती नव्हते, तर 'छत्रपती' होते. प्रजेवर समर्थ 'छत्र' धरणं हे त्यांना जन्माने लाभलेलं ऋण होतं. यासाठीच ते प्रजेला पत्रांनी कळवितात, 'गनीम धावून येताच त्याची धावणीची वाट चुकवून डोंगर दरियास असरियास पलोनु जाणे! धावणी निघोन जाता जागचे जागी येऊन ठाण होणे!' हाती शस्त्रे नसलेल्या, घोडे नसलेल्या निर्बल प्रजेला याहून वेगळा सल्ला काय देणार?

शिवाजी महाराज शास्ताखानाच्या सैन्याचाच बैलांच्या शिंगांना पलोते बांधून 'कात्रज' करतात असे नाही, तर हा 'कात्रज' निरनिराळ्या ढंगांनी शिवचरित्रात प्रकट होत असतो.

अपयशालाही पलटी :

पडत्या क्षणाला शरणागत हा रणनीतिचा एक बिकट व अत्यंत महत्त्वाचा भाग आहे. ब्रिटिश युद्धनीतिने तर याला सदैव फार महत्त्वाचे मानले आहे. छत्रपतींनी मिर्झा राजासमोर सरळ शरणागत स्वीकारली. आपली प्रजा राखली. या वेळी आलेल्या अपयशाला पुढं यशाची पलटी दिली.

राज्याभिषेक पूर्ण होईपर्यंत पेडगावाला असलेल्या औरंगच्या दख्खन सुभेदाराला-बहादूरखानाला-किमती नजराणे पाठवून मृदंगलेपन करून स्वस्थ ठेवलं. राज्याभिषेक संपताच सर्वांत प्रथम लुटीला घेतला तो त्याचाच बहादूरगड!

असं केवळ अनेक सलग प्रसंगांतील बारकावे टिपूनही शिवाजीराजांसारखं आभाळव्यापी व्यक्तित्व सघनपणे उभं राहीलच असं नाही. त्यासाठी त्यांच्या चरित्रातील कधी कधी दोन परस्परभिन्न घटना डोळ्यांसमोर आणून मगच त्या राजमनाचा समग्र शोधबोध घ्यावा लागेल.

भरल्या आग्रा दरबाराला 'ये हम कभी नही बर्दाश्त कर सकते रामसिंग' असं त्वेषानं म्हणत बादशहाला तडक पाठ दाखवून बाहेर पडलेले शिवाजीराजे आता

वाचकांना सुपरिचित आहेत. 'जिथं उभा केलं, ती आमची जागा नव्हे,' असा या प्रसंगी राजांचा दावा आहे. हा प्रसंग घडून गेल्यानंतर पुढं बऱ्याच वर्षांनी राजे वाई प्रांतातून दौडत असताना रामजी पांगेरा या आपल्या एका किल्लेदाराच्या 'कोरजाई' या वाडीत आले. 'कोरजाई' दहा-वीस झोपड्यांची एक मामुली वाडी होती. रामजी पांगेरा नाशिकच्या भागात एक किल्ला लढविताना स्वराज्याच्या रक्षणासाठी कामी आला होता. राजे त्या जाणिवेने रामजींच्या वाडीत प्रवेशले. रामजीच्या बापानं झोपडीसमोरच्या शेण-सारवणाच्या ओट्यावर कांबळं अंथरलं. हा सर्जा राजा त्या ओट्यावरच्या घोंगडीवर बसला. रामजींच्या बापानं दिलेली गूळपाणी त्यानं प्रेमानं स्वीकारलं. रामजींच्या दोन्ही मुलांना लष्करात भरती करून घेतलं.

शिवाजीराजे या लोकविलक्षण व्यक्तित्वातील 'आग्रा दरबार व कोरजाई' ही दोन्ही चित्रं एकत्र आणून बघावीत. काय दिसतं? शाही थाटाच्या दरबारातील जागा राजे सूर्यपेट डोळ्यांनी नाकारतात, रामजीच्या खोपटातील ओटा भोसलाई विनयभावानं स्वीकारतात. यातील राजाचं व्यक्तिमत्त्व एकच आहे. प्रकटन वेगळं आहे. आग्ऱ्यातील स्थान नाकारणं भोवतीच्या माणसांवर ठसून गेलं व कोरजाईतील जागा स्वीकारणंही मनामनावर ठसून गेलं. मला तर आग्रा दरबारातील प्रसंगापेक्षा कोरजाईतील प्रसंग फार फार मोलाचा वाटतो. राजांच्या अधिक जवळ नेणारा वाटतो.

चंद्र आणि शिवमन :

असाच विचार करताना आकाशस्थ चंद्राचा राजांच्या मनफुलावर किती खोलवर ठसा असेल असाही एक विचार ललितलेखकाच्या मनात तरळून जातो. राजांची मुद्रा "प्रतिपच्चंद्ररेखेव" म्हणजे प्रतिपदेच्या चंद्रासारखी कलेकलेनं वृद्धिंगत होत जाणार अशा आशयाची आहे. केदारेश्वराच्या मूर्तिमागे राजाचे कसबी शिलावट चंद्र-सूर्याची प्रतीकं खोदायला विसरत नाहीत. कर्नाटक दिग्विजयप्रसंगी तिरुवनमलई येथे श्रीशैलमल्लिकार्जुन येथील निळ्या निळ्या डोंगरमाथ्यावर चैत्री पुनवेच्या फुललेल्या चंद्राच्या वर्षावात राजांचं मन उचंबळून येतं. त्यांच्यातील आजवर दबलेला योगी उफाळून वर येतो. हाती नंगी तेग पेलून राजे आपलं शिरकमलच श्रीशैलाच्या पावन पिंडीवर अर्पायला एका अनाकलनीय, गूढ ओढीनं सरसावून जातात. ही घटना १६७८ मधील. बरोबर दोन वर्षांनी ३ एप्रिल १६८० रोजी त्याच चैत्री पुनवेला 'हनुमान जयंती'च्या दिवशी राजे आपला देहसंभार आभाळाच्या झोळीत त्यागून मोकळे होतात. या घटना बघताना 'शिवमनाचा आकाशस्थ चंद्राशी काही नातेबंध आहे का?' हा गूढ व अत्यंत मूलगामी प्रश्न उभा ठाकतो व तो संबंध असेलच तर उकलून दाखविण्यासाठी ललितलेखकाचीच तो मागणी करतो.

जगदंबा- शिवाजी :

दुसरा विचार जगदंबेबाबतचा. 'ये राज्य व्हावे ये तो श्रींचे मनी फार आहे.' - असे राजे आपल्या पत्रात म्हणतात. 'श्री' कोण? ती जगत्तारक जगदंबा भवानीच. मग या जगदंबेशी राजांचं देहमनातीत, त्या पलीकडचं असं कसलं नातं आहे? मी एवढी चरित्रे वाचली; पण अपवादानेसुद्धा एकाही चरित्रग्रंथात- 'शिवाजी-जगदंबा' असं स्वतंत्र प्रकरण मला आढळलं नाही. शिवाजीराजे समजून घेताना या 'श्री' ला कसलं महत्त्व आहे की नाही? कुठल्या बखरीत राजांच्या या 'श्री'चा संदर्भ मिळणार?

दाही दिशांवर पालाण घालण्याची जिद्द उरात बाळगणारा हा राजा आई भवानीच्या भुत्याचा वेष परिधान करतो व मांडलेल्या गोंधळ-चौकासमोर हाती पाजळता पोत घेऊन तो मिटल्या डोळ्यांनी नाचवितो तो का? शेवटी अंतसमयी या भवानी-योग्याच्या तोंडून सुटलेले शब्दही या संदर्भात विचार करायला लावणारे आहेत. 'ये तो मृत्युलोक. राम-कृष्ण आले गेले. कित्येक आले नि गेले. आता अवघे बाहेर बसा. आम्ही 'श्री' चे ध्यान करतो!' असे राजे म्हणाल्याचे काही बखरींनी नोंदवून ठेवले आहे. म्हणजे हा राजा 'श्री' चे राज्य उठवितो, त्यासाठी खपतो, गोंधळात तिचा पोत मानानं नाचवितो व अंती तिचंच 'ध्यान' धरतो. आजवर आम्हाला माहीत आहे ते एकच, की राजे हे जिजाऊचे सुपुत्र. राजे हे 'भवानीचे सुपुत्र' म्हणून आपण कधी तपासणार आहोत का, असा प्रश्न ललितसाहित्य उभा करू इच्छित आहे. त्यासाठी आधुनिक संकल्पनांच्या पट्ट्या वापरून कधीच चालणार नाही. जगदंबा ही दगडाची घडाई होती. देवी वगैरे झूट ही पळवाट शोधता येणार नाही.

राजे स्वराज्याच्या महायज्ञाच्या कामी खर्ची पडणाऱ्या मावळ्यांच्या पाठीवर थाप देणार, तो जगला वाचला तर त्याच्या मनगटात सोनकडं भरणार हे आम्हाला नवं वाटत नाही. राजे मुक्या जनावरांशी कसं वागत असतील? मांड घेण्यापूर्वी, ज्या जनावरावर बैठक घ्यायची ते जनावर शिवनेत्रांना फक्त 'जनावरच' दिसत असेल काय? की ते 'सवारीचं जनावर' राजांना इमानी रूपात देवदर्शन घडवीत असेल? रिकीब भरण्यापूर्वी क्षणमात्र त्याच्या पाठवानला स्पर्शून राजांच्या हाताची बोटं एका सखोल संवेदनेनं त्यांच्या छातीला जाऊन भिडत असतील काय? पालखीत बैठक घेण्यापूर्वी डुयीवरचा टोप पालखीच्या डंबरीला थडकू नये म्हणून क्षणात राजांची गर्दन किती चलाखीनं तिरकी होत असेल? त्याच पालखीत बसल्यावर गढचढीला त्यांच्या हाताची भक्कम मूठ लोंबत्या राजगोंड्याभोवती लपेटली जात असेल. गावोगावच्या मंदिरात प्रवेश करण्यापूर्वी प्रथम पायरीला

झुकत्या राजांची बोटं स्पर्श करीत असतील. उंबरठा ओलांडताना कमरेची म्यानबंद 'धोप' म्हणजे सरळ तलवार त्या उंबरठ्याला तटू नये म्हणून डाव्या हातानं मुठीवर दाब देऊन अगदी सवयीनं सहज असं तिचं भुईकडचं टोक राजे उचलून घेत असतील. मंदिर आवारातील घंटेला टोल देताना उठविलेल्या गर्दनीबरोबर त्यांच्या केसरी टोपातील मोतलडी ओळंबत असतील, कानातील सोनचौकडे डुलत असतील. घंटेच्या टोलांतून उठणारी स्पंदने आणि त्या मोतलडी व चौकडे यांचाही एक गूढरम्य अबोल संवाद झडत असेल! पुजाऱ्यानं तळहातांवर सोडलेलं तीर्थजल ओठांआड करण्यापूर्वी राजे ते भक्तिभावे प्रथम भाळाशी नेत असतील. तीर्थ ओठांआड करताच ओले तळहात त्यांच्या मिटल्या पापण्यांना पुन्हा भिडत असतील आणि कुणी सांगावं, अशा क्षणालाच एखाद्या प्राणघातकी संकटाबाहेर सलामत सुटणारी अजब तोडही त्यांना सुचली असेल! मोहिमेसाठी कूच होण्यापूर्वी तळहातावर दह्याच्या दाट कवड्या सोडणाऱ्या जिजाऊच त्यांना साक्षात जगदंबेसारख्या कधीतरी भासल्या असतील. आपल्या कल्पनेनंच त्यांनी आऊसाहेबांना जगदंबेसारखे आणखी सहा हात जोडून पाहिले असतील. भुत्या म्हणून जगदंबेचा पाजळलेला पोत उजवीकडून उजवीकडे असा मिटल्या डोळ्यांनी नाचविताना राजांना आपल्या देहामनाचाच एक पेटता पोत झाल्याचा भास झाला असेल. आपल्याच वाटणाऱ्या माणसांनी त्यांना कैकवार अग्निदाह दिला असेल, पण ऋतुपरत्वे फुलणाऱ्या रानफुलांनी राजांना दौडीच्या मार्गात अबोध मन:शांती रुजू केली असेल, शाळूच्या दिवसांत पोसल्या शिवाराच्या बांधावरच्या आंब्याच्या गचपणात घुमणाऱ्या कवड्यानं राजांच्या मनी तरल संवेदना उठवली असेल. गडागडांच्या माथ्यावर, निशाण चौथऱ्यावर फडफडणाऱ्या जरीपटक्याची सळसळ राजांच्या रक्ताच्या दर्यात खळबळ माजवून गेली असेल. ऐन दौडीत मध्यान्ह समयाला, कुठल्यातरी वाडीमजल्याच्या शिवारातील बांधाजवळ दमगीर घोडा थोपवून त्यांनी कुणा कुणब्याची न्याहरीची चटणी-भाकर हाताचा थाळा करून त्यावरच घेऊन आपलं अन्नग्रहणाचं 'यज्ञकर्म' पार पाडलं असेल, कुठल्यातरी गाववेशीवर भरल्या चुड्यांच्या कुणबी सुवासिनीनं राजांच्या भगव्या मोजड्यांवर पाण्याची शीगभरली कळशी पसरविली असेल. ओलेती बोटं राजांच्या निमुळत्या पापण्यांना भिडवून ती 'पाठच्या भावाचा' भाव त्यांना सांगून गेली असेल. ज्याचा गौळवाडा मातबरीचा आहे, त्यानं पहिल्या चिकाचा दाट खरवस राजांच्या गुलाबी तळहातावर मावळी मायेनं कधी अर्पण केला असेल की नसेल?

शिवाजीराजांसारख्या वीजप्रतापी महापुरुषाच्या जीवनदौडीत असे अक्षरश: लाखो क्षण असतात, कुठल्याही बखरींनी ते कधीच नोंदवून ठेवलेले नसतात. तिथं ते कधी शोधायचेच नसतात. त्यातील वानगीदाखल काहीच वर दिले आहेत. अशा

वेळी करायचे तरी काय? ललित-लेखक 'व्यक्ती-रेखा' 'सजीव' वा 'जिवंत' करतो म्हणजे तरी नेमकं काय करतो? तो असे क्षणच जिवंत करतो. त्याला खरे आव्हान असते ते अशा अगणित क्षणांचेच. वरील चित्रांतील एकही चित्र वाचकांनी मनोमन स्वत:समोर उभे करून बघावे. त्याने इतिहासाला 'बाध' नावाची 'व्याधी' होते काय याचा पडताळा घ्यावा. आपणच शांत मनी त्याचा निवाडा द्यावा.

इतिहासातल्या ललित साहित्यातून उभ्या राहणाऱ्या व्यक्तिरेखा यापुढे अशा ठसठशीत असतील. वाचकांनी त्यासाठी मनाची योग्य ती कसणूक करून ठेवली पाहिजे. एकट्या नेपोलियनवर दोन लाखांवर ललित पुस्तके प्रकाशित होतात. शिवछत्रपतींवरच्या अशा पुस्तकांची संख्या पंचविसांवर जात नाही. काय मराठी प्रतिभा आटली आहे की छत्रपतींची विक्रमगाथाच तोटकी आहे? राजांच्या जीवनावरील उपलब्ध साहित्य-संपदा हिंदीतून अन्य प्रांतियांच्या समोर जायला हवी. राजांचे सत्य व आभाळव्यापी रूप मनामनात रुजले पाहिजे. महाराष्ट्राचा विराट समाजपुरुष, जनतेने, समाजधुरीण, शिक्षणतज्ज्ञ, शिवप्रेमी व ही इथून तिथवर पसरलेली अठरापगड जनगंगा हे करते काय, तेवढंच पाहायचं!

■

■

महाभारत :
जीवनाचा आरसा

या देशानं मोगलांच्या खैबर खिंडीतील आक्रमणांपासून क्रमश: एक एक गोष्ट पद्धतशीर गमावली आहे. इथली भूमी प्रथम गमावली, मग स्त्रिया, मग संपत्ती, मग निसर्गसंपत्ती. पाठोपाठ स्वाभिमान. धर्मशाळेसारख्या झालेल्या या देशात गमावण्यासारख्या दोन मोलाच्या वस्तू अद्याप बाकी आहेत. एक रामायण व दुसरे महाभारत! प्रस्तुत लेखात रामायण थोडा वेळ बाजूला ठेवायचं आहे. बघायचं आहे महाभारत. कारण महाभारतासारखा, भारतीयच नव्हे, तर एकूणच मानवी 'जीवनाला' आरसा दाखवील असा दुसरा ग्रंथ जगात नाही. मी 'जीवनाला' म्हणतो, एखाद्या 'माणसाला' नव्हे. कसं दाखवतं महाभारत समग्र जीवनाला आरसा, तेच बघायचं आहे. ते बघताना प्रथम आणखी एक ध्यानात ठेवायला हवं. हा आरसाही 'सर्व काळासाठी' आहे. तो कधीच धूळकट होणारा नाही. 'पुराणातील वांगी पुराणात राहू द्या,' असं आपण सहज म्हणतो आणि ते खरंही आहे. मात्र महाभारत 'पुराण'

नाही. ते एक सखोल असं जीवनभाष्य आहे. कसं?

काय नाही महाभारतात? अगदी सगळं आहे. इथं नानाविध जीवनरूपांत वावरणारी स्त्री आहे. पतिव्रता, पतिता, कठोर माता, वत्सल माता, मत्सरी पत्नी, प्रेमळ पत्नी, आज्ञाधारक कन्या, अवज्ञा करणारी कन्या... किती मोरपिसासारखी असंख्य रूपे आहेत स्त्रीची महाभारतात! पुरुषाचे तर नाना भावाविष्कार महाभारताच्या पानापानावर विखुरले आहेत. इथं पंचमहाभूतांची थक्क करणारी वर्णनं आहेत, तर किडामुंगीपासून अगदी उच्चैःश्रवा घोड्यापर्यंत प्राणिजीवन आहे. कैक शस्त्रं, अनेक अस्त्रं, कैक नगरं, अनेक खाद्यप्रकार, अनेक वस्त्रं आहेत. अगदी तृतीयपंथीय माणसाबद्दलसुद्धा महाभारतात पान लावलं आहे. व्यास या महाभारताच्या रचनाकारानं सगळं जग उष्टं केलं आहे, असं म्हणतात, ते शब्दशः खरं आहे. व्यासोच्छिष्टम् जगत् सर्वम् हे शब्दशः खरं आहे.

नुकत्याच घडलेल्या जगाला धक्का देणाऱ्या 'ट्यूब बेबी'ची कथा फिकी पडावी अशी कित्येक ऋषींची जन्मकथा आहे.

मानवी स्वभावापुरतं महाभारत जीवनाला आरसा कसं दाखवितं, हे बघण्यासारखं आहे.

हेच बघा, की श्रीकृष्ण हे महाभारताला व्यापून टाकणारं एक विभूतिमत्त्व! त्या व्यक्तिमत्त्वात किती म्हणून खिळ्या महाभारतकारांनी करून ठेवाव्या! शेवटच्या युद्धापूर्वी या यादवराजाला भेटायला व मदत मागायला दुर्योधन व अर्जुन गेले. याला उठल्याबरोबर समोर दुर्योधन दिसला. यानं त्याचं कुशल विचारून प्रश्न केला- 'मदत पाहिजे म्हणतोस? माग काय हवं? एकीकडं मी व दुसरीकडं यादवांचं प्रचंड सैन्य. मीही येणार तो निःशस्त्र. काय पाहिजे तुला? निःशस्त्र मी, की सशस्त्र प्रचंड यादव सैन्य?'

दुर्योधन नेमका इथं फसला. कसा? तर त्यानं 'सशस्त्र' यादव सैन्य स्वीकारलं म्हणून मुळीच नव्हे. वर वर बघताना-वाचताना कुणालाही तसंच वाटतं; पण यादव सैन्य स्वीकारतानाच त्यानं म्हणायला पाहिजे होतं, 'ठीक आहे, तू जा एकटा पांडवांकडं; पण निःशस्त्र नव्हे- सशस्त्र!'

असं का म्हणायला पाहिजे होतं त्यानं? तर श्रीकृष्ण 'निःशस्त्र' युद्धात उतरणं हेच दुर्योधनाला संपूर्ण नडलं आहे! महाभारत बारकाव्यानं वाचणाऱ्याला कळेल, की भीम, धर्म अशा अनेक वीरांच्या रथावरचे 'सारथी' युद्धात वेळोवेळी कोसळल्याची वर्णने आहेत; पण अर्जुनाचा सारथी असलेल्या श्रीकृष्णाला पुऱ्या अठरा दिवसांत एवढ्या बाणवर्षावात बाणाचा एक साधा ओरखडासुद्धा नाही! हा काय चमत्कार आहे? तो चमत्कार मुळीच नाही. ती 'कृष्णमखखी' आहे. कोणती? तर त्या काळच्या युद्धनियमाप्रमाणं सारथ्यानं सारथ्याशी, योद्ध्यानं सारथ्याशी युद्ध केलं तर

चालत होतं. किंबहुना तेच करणं पराक्रमाचं मानलं जात होतं; पण 'नि:शस्त्राशी' युद्ध करणं केवळ निषिद्ध मानलं जात होतं.

स्वत:ला 'नि:शस्त्र' घोषित करून चाणाक्ष श्रीकृष्णानं आपल्याला युद्धनियमांच्या अटळ चौकटीत पद्धतशीर सुखरूप करून घेतलं आहे! नि:शस्त्र असल्यामुळं श्रीकृष्ण अर्जुनाचा रथ अरोध असा युद्धभूमीवर निर्धास्त कुठंही घुसवू शकतो आहे. जाणत्या वाचकाला लक्षात येईल, की अठरा अक्षौहिणी सशस्त्र, बलदंड सैनिकांच्या रटरटत्या, चित्रथरारक संग्रामात एकटा श्रीकृष्णच काय तो नि:शस्त्र आहे! एकदम सुखरूप आहे. तेही युद्धनियमांना धरून!

'व्यास' ही व्यक्ती होती, की ते एक 'पीठ' होतं असा प्रश्न महाभारत वाचताना पडतो. ते काही असो; पण महाभारत वाचताना या 'व्यासपीठातील' अनेक रचनाकारांनी समाजजीवनाचं किती बारकाव्यानं निरीक्षण केलं होतं हे बघण्यासारखं आहे.

या दृष्टीनं 'अर्जुन-द्रौपदी' यांचा एक संवादच पुरेसा बोलका आहे. अर्जुनाचा श्रीकृष्णभगिनी सुभद्रेशी विवाह झाल्यावर द्रौपदी आक्षेपाच्या सुरात त्याला एकदम म्हणते आहे, 'तुमचा सुभद्रेशी विवाह झाला आणि मी मात्र तुम्हाला पूर्वीसारखी प्रिय राहिले नाही. अलीकडे प्रेम कमी झालंय तुमचं माझ्यावरचं.'

तेव्हा अर्जुन मिस्कीलपणे हसत तिला उत्तरतो, 'हे बघ प्रिये, आमच्यासारख्या धनुर्वीरांची मनं ही गवताच्या मोळ्या असतात! कितीही करकचून 'पहिला' कट त्यांना घातलेला असला तरी 'दुसरा' कट घालताच साहजिकच पहिला ढिला पडतो!!'

मला वाटत नाही इतकं चपखल उत्तर बहुपत्नीत्वाच्या समर्थनाचं दुसरं कुठलं असू शकेल. (अर्थात आजच्या काळात अर्जुनाचं असलं तरी हे उत्तर केवळ 'कालबाह्य' आहे हे सावध वाचकांनी ध्यानी ठेवावं. नाहीतर फट् म्हणता ब्रह्महत्या, तीही महाभारतासारख्या ग्रंथाचा दाखला देऊन व्हायची!)

आपल्या प्राचीन ग्रंथांत ज्ञानाचं एवढं प्रचंड भांडार पडलं आहे, की जगाकडं केवळ 'ज्ञानासाठी' तोंड वासून बघायचं खरं तर आपल्याला कारण नाही. अगदी डार्विनचा विश्वविख्यात 'उत्क्रांतिवादाचा' सिद्धान्त चर्चेला घेतला तरी त्याचं सूत्र आपल्या दशावतारांच्या संकल्पनेत व्यवस्थित सामावलेलंच दिसेल. 'मत्स्य' हा पाण्यातील पहिला अवतार. 'कूर्म' हा पाणी व जमीन यांवर वावरणारा अवतार. 'वराह' हा केवळ जमिनीवर वावरणारा अवतार. 'नरसिंह' हा अर्धा प्राणी आणि अर्धा नर या रूपात आदिमानवाची आठवण करून देणारा अवतार. 'श्रीकृष्ण-राम' हे पूर्णरूप अवतार. या दृष्टीनं आज 'कलंकी' या अवताराचीही जाणतेपणानं विचार करायची पाळी आली आहे. 'जल' हे एक प्रभावी पंचमहाभूत आहे. त्याची फोडच

मुळी 'जायते यस्मात् च लियते यस्मिन्' अशी आहे! जीव ज्यापासून जन्मतो व ज्यात लय पावतो ते जल. या अर्थाने दशावतारांतील प्रलयावतार कलंकीचा विचार करणं अपरिहार्य आहे. (त्यावर युरोपातच निर्लेपपणे मंथन होईल. मग ते 'शिक्का मोर्तबानं' आलेलं 'फॉरेन रिटर्न्ड' सत्य आम्हाला विचार करायला लावेल!)

आजच बारकाव्यानं विचार करणाऱ्या माणसाच्या हे लक्षात येईल, की न्यूयॉर्क, मॉस्को, लंडन, पॅरिस, पेकिंग, मुंबई, कलकत्ता, टोकियो ही 'जलाकाठी' वसलेली शहरे फार झपाट्याने वाढताहेत. पसरायला वाव नसल्यानं गगनचुंबी इमारतीच्या रूपानं ती 'वर' चढताहेत. अगदी नकळत, नाइलाजाने का होईना प्रचंड मानवांसह झपाट्यानं जलाकाठी एकवटत आहेत. परिणामी वस्तुमानातील पृथ्वीचे संतुलन नकळत बिघडत चालले आहे. जलाकाठी जीव एकवटताहेत.

हे फार खोलवरचं चिंतन आहे पण अगदी साध्या दैनंदिन बाबतींतही महाभारत जीवनाला कसं आरसा दाखवतं हे पानापानावर विखुरलेलं आहे. इथं असा विषय नाही, की ज्यावर 'सर्चलाइट' फेकलेला नाही. आज एकूणच माणूस ज्ञानापेक्षा अन्नाच्या मागं धावण्यात गुरफटला आहे. 'जगायचं' ते का? हा मूळ प्रश्न कुणी विचारात घ्यायलाच तयार नाही. फक्त 'जगायचं' एवढंच मानून प्रत्येक माणूस- प्रत्येक कृत्य करायला लागला, की तो 'मानवप्राण्यांचा' एक प्रचंड 'कळप' होतो. राष्ट्रसमाज वगैरे काही नाही आणि 'कळपा'च्या जीवनाचे अटळ परिणाम प्रत्येकालाच भोगावे लागतात.

एकूणच भारताच्या सध्याच्या स्थितीत त्याला अटळपणे रामायण व महाभारत या 'त्रिकालाबाधित' आरशात डोकावूनच पुढची वाटचाल करावी लागेल.

अस्पृश्यांचा आधारवड

अशाच एका सकाळी कोल्हापूर-जवळच्या रजपूतवाडी कँपात शाहू महाराज फेरफटका मारत होते. हा भाग 'सोनतळी' या नावाने मशहूर आहे. त्या काळात सोनतळीला जातिवंत घोड्यांची पैदास व निगा करणारी जंगी राजपागा होती. आपल्या दरबारच्या अनेक सल्लागार व सेवकांबरोबर अनेक विषयांवर महाराज गप्पा मारीत, निरनिराळ्या जातींची जनावरे न्याहाळत चालले होते.

बोलता बोलता विषय महाराजांच्या हरिजन उद्धाराच्या कार्यावर आला. महाराजांबरोबर असलेल्या एका विद्वान व विलक्षण गृहस्थांना मनोमन महाराजांचे अस्पृश्योद्धाराचे कार्य पटत नव्हते. ते गृहस्थ थोडेसे बिचकतच महाराजांना म्हणाले, ''महाराज, कोल्हापूरच्या सर्व रयतेकडून कररूपाने पैसा सरकारी खजिन्यात भरणा होतो. त्यातील बराचसा भाग अस्पृश्यांसाठी खर्ची पडतो. या सर्व पैशांवर सर्व रयतेचा अधिकार असताना तो मोठ्या प्रमाणात फक्त अस्पृश्यांसाठी खर्च करणे आपणाला

गैर नाही का वाटत?''

महाराज हसून त्या गृहस्थाकडे बघत म्हणाले, ''हुशार हाईस. जरा कळ काढ. थोड्या वेळानं काय ते बोल.''

महाराजांनी आपल्या राजपागेच्या प्रमुख सैसला बोलावून घेतलं आणि त्याला हुकूम दिला, ''ही ठाणबंद घोडी खुली करून मैदानावर घे. पागेच्या कोठीची चंदीची दोन पोती काढून ती त्यांच्यासमोर खुलेपणी जाजमावर ओत.''

राजहुकमाची जारीनं तामिली झाली. खुल्या मैदानावर मोकळी घोडी चंदीच्या ढिगाला दाटीगर्दी करीत भिडली. जी जनावरं ताकदवान होती, ती मुस्काटं घुसवीत पुढं झाली. त्यांनी आपसूकच चंदीभोवती एक बंदिस्त कडंच करून टाकलं! जी कमजोर, अशक्त घोडी होती, ती चंदीच्या आशेनं त्या कड्याभोवती नुसती घुटमळू लागली! पुढं घुसण्यासाठी त्यांनी मुस्काटं कड्यात घुसवायचा प्रयत्न केला, की बळजोर घोडी त्यांची टापांनी थोबाडं शेकटू लागली. बडे चंदी मजेत खाऊ लागले, तर छोटे, दुबळे टापांचा मारा खाऊ लागले.

महाराज अस्पृश्योद्धाराबाबत त्या सद्गृहस्थाकडं बघत म्हणाले, ''समोरचं हे दृश्य बघून काही कळलं का तुला? बघ, बळजोर होते त्यांनी चंदी फस्त केली. दुबळ्यांनी काय करावं? जन्मभर लाथाच खाव्यात काय?''

एका प्रात्यक्षिकाद्वारे शाहू महाराजांनी केलेलं सामाजिक वेदनेवरचं हे अचूक भाष्य आजही बोलकं वाटत नाही काय?

बऱ्याचशा लोकांचा सोयीस्कर अपसमज आहे, की शाहूमहाराज जातीयवादी होते; पण या विलक्षण प्रतिभेच्या माणसानं ज्या कल्पकतेनं आपल्या हाती असलेला राजदंड राबविला, ते पारखून पाहिलं की निर्लेप निर्णयावर यावे लागते, की शाहू महाराजांना जातिभेद मान्य नव्हता.

जे मागास आहेत, अस्पृश्य आहेत त्यांना मानानं जीवन जगता आलं पाहिजे हा त्यांचा डोळस आग्रह होता. त्यासाठी भोवती राजाऐश्वर्य असतानाही त्यांनी स्वत: सखोल चिंतन करून तयार केलेलं एक सुजाण, दूरदृष्टीचं व्यावहारिक तत्त्वज्ञानही त्यांच्यापाशी होतं.

शाहूमहाराजांनी राज्यसूत्रे हाती घेतली आणि त्यांना आपल्या संस्थानात गावोगावी होणारा अस्पृश्यांचा छळ प्रत्यक्ष दिसू लागला. त्यासाठी निष्क्रिय शासनव्यवस्था हे कारणही त्यांच्या ध्यानी आलं. अस्पृश्यांना त्या काळी गावकामगारांकडं रोज हजेरी द्यावी लागे. त्यांना इतरांप्रमाणे हवी तेथे मोलमजुरी करता येत नव्हती. हा ढळढळीत अन्याय होता. शाहूमहाराजांनी राजहुकमाद्वारे या अन्यायकारक हजेरीची पद्धत बंद केली.

अस्पृश्यांना सरकारी कामकाजासाठी हुकूम काढून वेठीला धरण्याची पद्धत

होती. राजर्षींनी ही पद्धत तर तत्काळ उखडून काढली.

त्या काळी अस्पृश्यांना शिवणं हे अमंगळ व पाप मानलं जाई. 'सारी माणसं एक आहेत. केवळ जन्मानं कुणी उच्च वा नीच नाही', हे तर राजांना पटलेलं तत्त्वज्ञान होतं. हे नुसतं पटून मिटणारं सत्य नव्हतं. त्यासाठी शक्य ते ते करण्याचं महाराजांनी मनोमन पक्कं ठरवून टाकलं होतं. महाराष्ट्राच्या थोर संतपरंपरेनं 'अस्पृश्यता हा सामाजिक कलंक आहे', हे कानीकपाळी गर्जून सांगितलं होतं. ज्या गादीचा वारस म्हणून शाहूराजे अधिकारारूढ झाले होते, ती गादी तर थोर शककर्ते छत्रपती शिवाजीराजांचीच गादी होती. शिवाजीमहाराजांनी आपलं हे सिंहासन महार, मांग, धनगर, न्हावी, रामोशी, चांभार यांसारख्या नेकीच्या अनेक मागास जमातींच्या अभंग पाठबळावरच उभं केलं होतं.

शिवाजीराजांनंतर या मागास जमाती कालौघात टिकतील की नाही असा प्रश्न निर्माण झाला. एक दीर्घ कालखंड अस्पृश्यांना अनुल्लेखाच्या, निर्दय दमनाच्या, अवमानाच्या खोल गर्तेत गाडून टाकतो की काय असा समय आला. या एवढ्या विशाल जनसमूहाच्या वेदना झंकारून उठल्या, त्या जोतिराव फुले यांच्या लिखाणातून व वक्तव्यांतून. जोतिरावांनंतर ही सामाजिक वेदना स्फोटून उठली ती राजर्षी शाहूंच्या मनात. एकीकडे हा 'राजा' होता व दुसरीकडे 'ऋषी' होता.

या अनुषंगाने राजर्षींनी टाकलेली भक्कम पावलं जरूर तपासून घेण्यासारखी आहेत.

'सोनतळी' या महाराजांच्या लाडक्या कँपावर महाराजांचा फार मोठा नोकरवर्ग होता. त्यातील असंख्यांची भरती राजांनी जाणीवपूर्वक अस्पृश्य समाजातून केली होती. इतर नोकरवर्ग मात्र त्यांना समानतेनं वागवायला मनोमन राजी नव्हता. एकदा एका अस्पृश्य स्त्रीने, नजर चुकवून या कँपावरील हौदावरून पाण्याची घागर भरून घेतली. हां हां म्हणता ही वार्ता कँपभर पसरली. दोन्ही वर्गांत कडाक्याचं भांडण झालं. महाराजांना ही वार्ता समजली. घोडागाडी घेऊन ते तडक सोनतळीवर आले. कुणाशीच काही न बोलता हौदाजवळ जाऊन ओंजळीनं त्यातील पाणी पिऊ लागले. ही बातमी कँपभर पसरली. एक एक करता सर्व नोकरवर्ग हौदाभोवती एकवटला. त्या सर्वांकडे बघून महाराज एवढंच बोलले, 'गड्यांनो, मला काही हौदाचं पाणी विटाळलेलं वाटलं नाही. आता हे पाणी प्यायल्यानं मीच विटाळलो असेल तर वाळीत टाका की मला.'

महाराजांना अशा क्षणैक घडणाऱ्या प्रसंगांतून होणारं सामाजिक परिवर्तन समाधान देणारं नव्हतं. त्यांना अस्पृश्यता समूळ नष्ट करायची होती. ती केवळ इतरांना सांगून होणार नव्हती. राजानंच अस्पृश्यांना मानाची वागणूक देणं आवश्यक आहे हे त्यांना मनोमन चांगलं पटून चुकलं होतं.

आपली ज्येष्ठ कन्या राधाबाईसाहेब यांच्या विवाहाच्या मिरवणुकीत घोडागाडी हाकण्याचा मान राजर्षींनी अस्पृश्यांना मुद्दाम दिला. महारांना कमरेला तलवार लटकावून 'शिलेदारी' थाटात फिरण्याची परवानगी देणारा हा भारतातील पहिला संस्थानिक. गावोगाव 'बलुतेदारीच्या' नावाखाली महार-मांगांना हलकीसलकी कामं करणं भाग पाडलं जाई. महाराजांनी ही बलुते पद्धतच बंद करून टाकली.

केवळ चाकरीच्या चाकोरीत राहिले तर मागासवर्गीय कधीच पुढे येणार नाहीत हे जाणलेल्या राजर्षींचा आग्रह होता की त्यांनी शिक्षण, व्यापारउदीम, कारखानदारी व शेती या वाटा चोखाळाव्यात. त्यांनी अस्पृश्यांपैकी लक्ष्मण मास्तर व गणपत पवार यांना शिवणयंत्रं खरेदी करून दिली; पण त्यांच्याकडं कपडे कोण टाकणार? मग महाराजांनी आपली राजवस्त्रेच त्यांच्याकडे शिवण्यासाठी देऊन टाकली.

कोल्हापूरच्या प्रसिद्ध नगरपालिका चौकात राजर्षींनी स्वखर्चानं 'गंगाराम कांबळे' याला एक हॉटेल काढून दिलं. रोज भवानीच्या मंदिरातून दर्शन करून येताना राजांची घोडागाडी या चौकात थांबे. गंगारामला हाकारून महाराज म्हणत, 'गंगाराम, लई ब्येस चहा करतोस गड्या. आण बघू आम्हासाठी.'

प्रत्यक्ष राजा एका चौकात अस्पृश्याच्या हातचा चहा पितो आहे हे दृश्य कोल्हापूरच्या जनतेनं याचि डोळा पाहिलं आहे. परिणामी गंगाराम अस्पृश्य आहे हेच लोक विसरले. अखिल भारतात असंख्य संस्थानांपैकी असा कुणी होता काय त्या वेळी?

अस्पृश्यांना पैलवानी कलेत उतरायला लावून त्यांना 'जाठ पैलवान' ही उपाधि शाहूराजांनी दिली होती. चांभारांना 'सरदार' व भंग्यांना 'पंडित' या उपाधी देणारे राजर्षी काळाला किती फरफटून ओढत नेण्याची जबरदस्त महत्त्वाकांक्षा बाळगून होते हे स्पष्ट होते.

महाराज दलितांचे खरेखुरे कैवारी होते. केवळ उपाध्यांनी अस्पृश्यांना मान मिळणार नाही, तर शिक्षणाचं जबरदस्त दालन त्यांना खुलं केलं पाहिजे. यासाठी त्यांनी पावलं टाकली. कोल्हापुरात जी असंख्य जमातींची वसतिगृहे त्यांनी उठविली, त्या प्रत्येक वसतिगृहाला अट घालण्यात आली होती- 'प्रत्येक वसतिगृहात अस्पृश्य विद्यार्थ्यांना प्रवेश दिलाच पाहिजे.' पुढं महाराजांना कळून चुकलं, की केवळ दोन-चार मुलांना असा प्रवेश देऊन प्रश्न सुटत नाही. तेव्हा त्यांनी त्यांची स्वतंत्र वसतिगृहं निर्माण केली. 'मिस क्लार्क' या आंग्लदेशीय महिलेला असलेला दलितांबद्दलचा कळवळा पाहून तिच्या नावे महाराजांनी दलितांसाठी 'मिस क्लार्क वसतिगृह' उठवलं. आजही हे वसतिगृह अनेक अस्पृश्य विद्यार्थ्यांचा आसरा बनलं आहे. याच तत्त्वावर महाराजांनी नागपूर, अमरावती या भागातही अस्पृश्य विद्यार्थ्यांसाठी वसतिगृहं निर्माण केली.

आपल्या राज्यातील स्पृश्य व अस्पृश्यांच्या वेगवेगळ्या शाळा बंद करून राजर्षींनी स्पृश्यास्पृश्य अशा एकत्र शाळेचं दालन भारतात पहिल्यानं खुलं केलं. आपल्या शिक्षण खात्यालाच त्यांनी सूचना दिल्या, की 'माझ्या राज्यात यापुढं कुठल्याही शाळेत अस्पृश्यता पाळली जाणार नाही. सर्व जातिधर्माच्या विद्यार्थ्यांना एकत्रच बसविलं जावं. अस्पृश्य विद्यार्थ्यांसाठी शिक्षकांनी ममतेनं वागावं, त्यांना चांगलं मार्गदर्शन देऊन त्यांच्या बौद्धिक प्रगतीसाठी झटावं, ज्यांना या सूचना मान्य नसतील त्यांनी दीड महिन्यांत नोकरीचा राजीनामा द्यावा.'

अशा काटेकोर सूचना सरकारी दवाखान्यातील नर्सेस व डॉक्टर्सनाही राजांनी दिल्या होत्या. रुग्ण असलेल्या अस्पृश्यांची कोणतीही हेळसांड होऊ नये हाच त्यामागील हेतू होता.

शिक्षणापाठोपाठ आपल्या राज्यात नोकऱ्या देण्याचेही धोरण शाहूराजांनी अवलंबिलं. पन्नास टक्के नोकऱ्या अस्पृश्यांसाठी राखून ठेवणारा परतंत्र भारतातील शाहू हा एकमेव राजा होता. तलाठी, शिक्षक अशा समाजाशी दैनंदिन संपर्क येणाऱ्या जागेवर राजांनी अस्पृश्यच घेतले.

१९२० साली माणगाव या शाहूमहाराजांच्या संस्थानातील गावी अस्पृश्यता परिषद भरली होती. राजर्षी शाहू तिचे अध्यक्ष होते. या परिषदेला त्यांनी सन्मानानं डॉ. बाबासाहेब आंबेडकर यांना बोलावलं होतं. या परिषदेच्या अध्यक्षस्थानावरून शाहूमहाराज जाहीरपणे म्हणाले, 'राजकारण व अस्पृश्यता यांचा संबंधच काय? अस्पृश्यांना माणसासारखं वागविल्याशिवाय कसलं राजकारण? ज्यांना राजकारण करायचं असेल त्यांनी इतर देशाप्रमाणे या देशात माणुसकीचे सर्व अधिकार अस्पृश्यांना दिले पाहिजेत.'

डॉ. आंबेडकरांबद्दल या परिषदेतच राजर्षींनी गौरवपूर्ण व द्रष्टे उद्गार काढले. ते म्हणाले, ''माझ्या हरिजन बंधूंनो, बाबासाहेबांच्या रूपानं तुमचा पहिला नेता तुमच्यातूनच उदयास येतो आहे. त्यांच्या पाठीशी उभे राहा.''

शाहूमहाराजांच्या खासगी मुदपाकखान्यात खाना पकविण्यासाठी चाकरीला असलेला एक महार आचारी, राजांच्या निधनाची वार्ता ऐकून एवढा शोकाकुल झाला, की त्याला वेडच लागलं. या एका घटनेतच शाहूराजा हा दीनदलितांचा केवढा डोंगराएवढा आधार होता, आधारवड होता याचं सार लपलं आहे.

■

खंतेतून उफाळलेला रुद्रपुरुष

छत्रपती शिवाजीराजांची आग्रा भेट हे इतिहासाला बरंचसं अनुत्तरित राहिलेलं असं एक कोडं आहे. आग्र्याला जाण्यात महाराजांचे अचूक विचार काय होते हे बरंचसं गुलदस्त्यातच राहिलं आहे. मात्र इतिहासाला केवढं तरी आमूलाग्र वळण देणाऱ्या या भेटीपूर्वीच्या घटना व उत्तरकालातील घटनांचा मागोवा घेताना 'आग्र्याहून सुटका' हा शिवाजीमहाराजांच्या जीवनातील पुनर्जन्माचाच प्रसंग होता, या निर्णयाला यावे लागते.

आपली इतिहासाबद्दलची एक विचित्र धारणा झालेली आहे. इतिहासाला आकार व चालना देणाऱ्या वीरपुरुषांची आपण कळत नकळत नेहमी तुलनाच करतो. या प्रयत्नातून आपण अनेक वेळा औरंगजेबासारख्या निश्चितपणे पराक्रमी असलेल्या पुरुषाचे अवमूल्यन करून शिवाजीराजांना समजून घेण्याचा प्रयत्नही केलेला आहे. अगदी हीच गोष्ट वापरून, कारण नसता संभाजीराजांची व शिवाजीराजांची तुलना-जोड करून आपण

त्या परस्परांना समजून घेण्याचाही खटाटोप केला आहे. या प्रपंचातून झाले आहे ते एवढेच, की या बुजऱ्या व गुंतागुंतीच्या मनोव्यापारात वावरणाऱ्या व्यक्ती आपल्या हातातून निसटल्या आहेत.

जसा 'आग्रा भेट' हा शिवाजीराजांचा निर्णय एका विशिष्ट विचारापर्यंत थडकून उकलताच येत नाही, तसं ज्यांचं संपूर्ण जीवनच गुंतागुंतीचं आहे असे मध्ययुगातील दोन राजपुरुष आहेत. एक औरंगजेब व दुसरे संभाजीराजे.

एक छोटासा प्रश्न याबाबत विचारात घेऊन मगच या व्यक्तींची उकल बरीचशी नेटकी करता येईल. संभाजीराजांबद्दल हा प्रश्न फारच मर्मवेधकपणे असा उभा राहतो, की 'संभाजीराजे' या उणेपुरे नऊ वर्षेच मराठ्यांचे राज्य हाकणाऱ्या पुरुषाचे इतिहासात अस्तित्वच नसते तर?

हा प्रश्न सोपा आहे. मात्र तो भराभर संपूर्ण देशाच्या अस्तित्वाचेच अनेक प्रश्न खडे करणारा आहे. संभाजीराजांच्या इतिहासातील निश्चित स्थानाची नस आपणाला या प्रश्नातूनच गवसू लागते.

प्रचंड फौज आणि खजिना घेऊन औरंगजेब शिवाजीराजांच्या निर्वाणानंतर दक्षिणेत उतरला. प्रथम आघाडीची फौजी धडक त्याने दिली ती मराठी राज्यावरच. मग जे संभाजीराजे १६७९ साली चक्क दिलेरखानाच्या गोटात दाखल झाले होते, ते सर्व बळानिशी त्याच्याशी अटीतटीची झुंज मांडताना दिसतात. औरंगजेबाला मराठी राज्यात पेरलेल्या फौजा नामोशीची शिकस्त घेऊन हताशपणे काढून घ्यायला भाग पाडतात, हा इतिहास आहे. मात्र या ऐतिहासिक घटनांमागे वावरणारे जे संभाजीराजे व औरंगजेब यांचे मनोव्यापार आहेत, ते समजण्यासाठी काही वेगळ्याच घटना ध्यानी घ्याव्या लागतात.

यासाठी संभाजीराजांचा विचार करताना सर्वांत प्रथम विचारात घ्यावी लागते, ती त्यांचे दिलेरखानाच्या गोटात जाणे ही गुंतागुंतीची घटना. बऱ्याच तज्ज्ञांनी हे 'संभाजीराजांचे आपल्या आबासाहेबांविरुद्ध बंड होते' असेच आकलन केले आहे. वर वर पाहता कुणाच्याही मनात असाच विचार यावा हे साहजिकही आहे. दिलेरखानाच्या गोटात तडकाफडकी जाणे हे खरे तर संभाजीराजांचे अत्यंत अविचारी व गाफील, अक्षम्य असे 'स्वत:विरुद्धचे बंड' आहे. त्यांचा रायवळी, भावनाप्रधान स्वभाव हे एकच त्याचं असलं तर उत्तर आहे. या जाण्यानं जेवढ्या वेदना छत्रपती शिवाजीराजांना झाल्या, तेवढ्याच किंबहुना त्याहून अधिक वेदना पुढे खुद्द संभाजीराजांना झाल्या आहेत, हे आपण नीट समजून घेतलं पाहिजे. शांतपणे मागोवा घेतला तर या जाण्यानं जे जे पुढं घडलं, त्याची मनोव्यापाराच्या दृष्टीने संगती लागते.

संभाजीराजांच्या जाण्यानं शिवाजीराजे मनोमन खचले ही सूर्यकिरणाएवढी

स्पष्ट सत्यता आहे. या ऐतिहासिक सत्यासाठी संभाजीराजांना क्षमा नाहीच. यानंतर शिवाजीराजे अधिक जगूच शकले नाहीत. मात्र आपण विचाराचा धागा येथपर्यंत आणून तिथेच सोडून देतो. आपल्या अविचारी जाण्यानं आपले जन्मदाते खचले याची अपार खंत संभाजीराजांच्या मनात उठली असेल वा नाही याची दखल घेत नाही. जसा आग्र्याहून सुटकेचा प्रसंग हा शिवाजीराजांचा पुनर्जन्म आहे, तसा या अपार खंतेचा संभाजीराजांच्या मनोमन झालेला उद्‌भव हा त्यांचाही पुनर्जन्मच आहे.

आपला पराक्रम आपल्या जन्मदात्याला दाखविता आला नाही. उलट त्यांना दिली गेली ती मर्मदाही यातना, या रुखरुखीने संभाजीराजांचे पुढचे राजकीय व्यक्तिमत्त्व आमूलाग्र पालटल्याचेच इतिहासाची पाने सिद्ध करतात. म्हणूनच शिवाजीराजांची सैन्यव्यवस्था, मार्मिक धोरण, राज्यव्यवस्था त्यांच्यासारख्याच सावध दूरदृष्टीने राबविताना संभाजीराजांचे कर्तृत्व गुंतलेले दिसते.

इतिहासकालीन राजपुरुषांची मानसिक खंत अतिशय गहरी होती. मग ती शिवाजीराजांची मिर्झाराजांशी कराव्या लागलेल्या पुरंदरच्या तहाची असो, दक्षिण फत्ते करण्यासाठी फौजबंदीनं उतरलेल्या व अंती हताश झालेल्या औरंगजेबाची असो वा संभाजीराजांची आपल्या आबासाहेबांबद्दलची असो. ही माणसे मनस्वी होती हे अनेक प्रसंगांनी पटवून देता येईल. त्यामुळेच जेव्हा त्यांच्या जीवनगतीला जबरदस्त पिछेहाटीचा तडाखा घ्यावा लागला आहे, तेव्हा तेव्हा त्यांच्या व्यक्तिमत्त्वाला जबरदस्त वळण पडले आहे. मानवी जीवन असंच क्षणाक्षणाच्या वळणांनी साकारतं.

आपल्या छोट्या राज्याच्या व सैन्यबळाच्या जोरावर संभाजीराजे औरंगजेबाशी जी चिवट होड घेताना दिसतात, त्याचे मर्म खरे तर अशा या वळणात आहे. शिवाजीराजांच्या अंतानंतर संभाजीराजांच्या रूपानं असा पालटलेला, फिरलेला जननेता लाभला म्हणूनच औरंगजेबाच्या पंज्यातून केवळ महाराष्ट्रच नव्हे, तर पुरती दख्खन व पर्यायानं हा देश बचावला आहे. राजा म्हणून इतिहासात प्रकटलेलं संभाजीराजांचं रूप हे खंतेतून उफाळलेल्या एका रुद्रपुरुषाचं रूप आहे. ते एवढे विक्रमी व भयावह आहे, की खुद्द औरंगजेबालाही आपलं संभाजीराजांबद्दलचं मूल्यमापन दुरुस्त करून घ्यावं लागलं आहे. दक्षिणेवर चालून येणारा औरंगजेब संभाजीराजांना पराक्रमी पुरुषाचा नादान तख्तनशीन वारस असे समजूनच आला होता. फौजा ओतून चुटकीसरशी 'संभाजी' हा विषय आपण हातावेगळा करू, या भ्रमाला आलमगीरालाही फाटा द्यावा लागला आहे.

मिर्झाराजेंची राजकारणी ताकद ओळखणारे शिवाजीराजे जेवढे कुशल व दूरदृष्टीचे ठरले आहेत, तेवढाच औरंगजेबही वेळीच मराठी राज्यातून फौजा परत घेऊन संभाजीराजांना पारखून प्रथम आदिलशाही व कुतूबशाही जिंकण्यात शहाणा

ठरला आहे. औरंगजेब मराठी राज्याचा पाडाव करण्यातच गुंतून पडता तर?

संभाजीराजे 'शिवपुत्र' या नात्याने खरे शोभून दिसतात ते १६८० नंतरच. त्या पूर्वीचे संभाजीराजे हे एक आपल्या आभाळाएवढ्या पित्याला समजून घेणारे, तसे घेताना चुकणारे, दुरुस्त होणारे, बरेचसे 'शिकाऊ' राजपुत्रच आहेत. असं शिवाजीराजांचं नव्हतं. कुठलाही प्रसंग शिवचरित्रात त्यांचे वडील शहाजीराजे यांच्याशी मिळताजुळता आलेला नाही वा कधी आग्रहपूर्वक शहाजीराजांना 'समजून घेताना' थांबलेले असे शिवाजीमहाराज दिसत नाहीत.

'शिव-शंभू' या पितापुत्रांबाबत आणखी एक टोकाचा विचार अलीकडे मांडला जातो. शिवाजीराजांना संभाजीराजांना 'घडविता' आले नाही हा तो लाडका विचार आहे. संपूर्ण भोसले कुळीचा विचार करता एकट्या शिवाजीराजांबाबत काय त्या जिजाऊच तेवढ्या या अर्थाने जाणीवपूर्वक राबताना दिसतात. 'घडविणे' हा 'जबाबदारीचा' भाग असला तरी तेवढे स्वास्थ्य भोसल्यांच्या कुठल्याही पुरुषाला आपल्या पुत्राबाबत लाभलेले नाही. आले प्रसंगच त्यांना ते घडतील तसे घडवीत गेले आहेत. याबाबत शिवाजीराजांनाच काय, कुठल्याही भोसल्यांना जिम्मेदार धरून झोडपणे एकांगी आहे. याबाबत विचार करताना हाही एक प्रश्न समोर ठेवून बघण्यासारखा आहे, की औरंगजेबानेसुद्धा आपला कुठलाही 'शहाजादा' 'घडविण्याचा' खटाटोप केलेला नाही. त्यालाही सत्ता असली तरी स्वास्थ्य नाही हेही खरंच आहे. खरं तर सत्ता व त्याचा व्यक्तिगत 'राजहव्यास' यामुळंच ते नाही.

शिवाजीराजे जाणे, औरंगजेब दक्षिणेत उतरण्याएवढा मोकळा असणे, त्याच्या आक्रमणाच्या कालखंडात स्वत:शीच डिवचले गेलेले संभाजीराजे मराठी सिंहासनावर असणे हा नियतीचा केवढा भव्य असा शतरंजी पट आहे. औरंगजेब दक्षिण गिळणार की दक्षिणेलाच औरंग गिळण्याची संधी लाभणार हा इतिहासच इथे चक्क खोळंबला आहे. या खोळंबल्या क्षणांवर मराठी मुलखात भिरभिरत वावरणाऱ्या, एका मर्मस्थानी खंतावून पेटून उठलेल्या संभाजीराजांचं स्वत:चं असं एक नक्कीच मोलाचं स्थान देशाच्या इतिहासात आहे. सर्वसामान्य मराठी जनमानसात संभाजीराजांविषयी जी एक गूढ जिव्हाळ्याची, आदराची भावना आहे ती या खोळंबल्या क्षणांच्या जाणिवेपोटीच. संभाजीराजांचं दिलेरच्या तळावर जाणंही मराठी मनानं पचवून टाकलं आहे. मन:पूर्वक त्यांना 'आपलं' मानलं आहे तेही शिवाजीराजांएवढं जाणतं मन ठेवून, याचं वास्तविक कोडं पडण्याचं कारणच नाही.

अशी भावना राजारामांबद्दल मराठी मनात का नाही? तेही 'शिवपुत्रच' होते. तशीच ती संभाजीराजांचे पुत्र म्हणून शाहूराजांबद्दलही मालोजी नाही? ते शाहूही भोसल्यांच्या राजकुळातील मने वेगवेगळ्या परिस्थितीत वावरताहेत. प्रत्येकाचा 'वाण' वेगळा आहे. मात्र ती वावरताहेत तो कालखंड सलग आहे. या सलग

कालखंडाच्या म्हणून काही गरजा या प्रत्येक पुरुषांकडून होत्या. संभाजीराजांच्या बाबत हा कालखंड एका ‘रुद्रपुरुषाची मागणी’ घालत थडथडत होता. संभाजीराजांत हे ‘रुद्रपण’ सुप्तपणे संपृक्त होतं. ते प्रकट करण्यातच त्यांचं दिलेरच्या गोटात जाणं ही घटना परिणामी कारण ठरली आहे. संभाजीराजे ही आजोबा शहाजी व वडील शिवाजीराजे यांच्या मिळून होणाऱ्या मूर्तीशी नाते सांगणारी अधिक तीव्र व्यक्तिरेखा आहे. उरलीसुरली आहे ती ‘संभाजीराजे’ म्हणूनच आगळीवेगळी. या उरल्या भागातच त्यांचे ‘बुधभूषणम’ हे संस्कृत काव्य रचणारं लाडकं काव्यप्रेम, रायवळी-भावनाप्रधान स्वभाव ही वैशिष्ट्यं लपली आहेत. इथंच खोलार्थानं ध्यानात घेण्यासारखं आहे की - मालोजीपूर्व भोसले ते शाहू या भोसल्यांच्या प्रदीर्घ नामावलीत ‘कवीमन’ ही स्वर्गीय देणगी लाभलेले संभाजीराजे हे एकमेव भोसले पुरुषोत्तम होते. संभाजीराजे हे मांडायला व समजून घ्यायलाही गुंतागुंतीचं व्यक्तिमत्त्व आहे ते यासाठीच.

■

■

'छावा' : एक मागोवा

आज मन थोडं गोंधळून गेलं आहे. साहित्य शब्दांनी बांधलं जातं हे जितकं खरं, तितकीच साहित्यिकाची बांधिलकी मात्र केवळ शब्दांपुरतीच मर्यादित नसते, हेही खरं आहे. जाणिवांच्या, नेणिवांच्या न संपणाऱ्या अथांग लाटांवर हेलकावे खात खात अंतःचक्षूंसमोर ज्या प्रतिमा कधीही न पुसण्याकरिताच उभ्या राहतात, त्यांच्याबद्दल आपलं एक अतूट नातं जडलेलं असतं आणि हे नातं खऱ्या सद्भावनांना जन्म देतं, त्यांचा पाठपुरावा उभ्या आयुष्यभर करावा लागतो. त्या भावनांसाठी शोधावे लागतात ते समर्पक शब्द.

आज आमचं सारं जीवन हे विज्ञानाच्या परिभाषेत सांगायचं झालं, तर ऊर्जाशक्तीच्या माध्यमावर उभं आहे. या ऊर्जाशक्तीचं शब्द हे एक अत्यंत प्रभावी माध्यम आहे, असं माझं ठाम मत आहे. म्हणूनच या शब्दांना जेव्हा सुखाचे, दुःखाचे, भावनांच्या कल्लोळाचे धुमारे फुटतात, तेव्हाच ज्या कलाकृतीवर आपण सारं विसरून प्रेम करू लागतो, अशी कलाकृती आकार

घेण्याची व्यामिश्र, अनाकलनीय व म्हणून अवर्णनीय अवस्था निर्माण होते. वास्तविक मी आतापर्यंत फक्त दोन कलाकृती साहित्यदरबारात सादर केल्या आहेत. 'मृत्युंजय' आणि 'छावा'. गेले जवळजवळ दीड तप महाराष्ट्र सारस्वताच्या मंदिरातील पवित्र, तेजस्वी पण दोन गुणवंत उपेक्षितांच्या ज्योती उराशी घेऊन जळणाऱ्या या नंदादीपाकडे टक लावून पाहता पाहता आकार देता आलेल्या या दोन कलाकृती.

परमेश्वराला वंदन करण्यासाठी दोन्ही हात जुळवावे लागतातच. त्यातही एक असतो उजवा आणि एक असतो डावा. परिपूर्तीसाठी दोन्हीचा मिलाफ आवश्यक असला तरी त्यांचे डावे-उजवेपण काही संपत नाही.

'मृत्युंजय' हा माझा ललित साहित्यातील उगम आहे. माझ्यावर, माझ्या या कलाकृतीवर उभ्या महाराष्ट्रातील रसिक वाचकांनी अपार अकृत्रिम भरभरून प्रेम केलं आहे. पण असं असताना मला मात्र 'छावा'च जास्त का आवडतो? कारण तसं सोपं आहे. शिवाय मृत्युंजयचा गुणवंत नायक उपेक्षित होता. मात्र छाव्याचा गुणवंत नायक चक्क बदनाम होता. माझे वाचक उगमापाशी थांबू शकतात; पण मला मात्र उगमापासून संगमापर्यंत वाटचाल करावयाची आहे. तीही दोन्ही अटळ तीरांवरील नजर न ढळू देता.

त्यामुळं ज्या वेळी मी शंभूराजांच्या व्यक्तित्वाचा विचार करू लागलो, तो तो मी अस्वस्थ होऊ लागलो. माझी तगमग वाढू लागली. एका उमद्या, तेजस्वी व्यक्तिमत्त्वास कलंकित, बदनाम करण्यासारखं दुसरं पातक नाही. महाराष्ट्राच्या या छाव्याला तत्कालिन लंडन दरबार 'Warlike prince' (युद्धसमुख युवराज) संबोधून गेला असताना मराठी वाचकांसमोर, मनांसमोर मात्र तो व्यसनी, लंपट, संतप्त आणि अधिकतर अविचारी असाच का आणि कसा उभा राहिला असेल? चिंतनचक्र सुरू झालं.

खरोखरच संभाजीराजे व्यसनांध असते, तर शेवटच्या कठोर सजेच्या प्रसंगी ते पार ढासळले नसते का? ती सजाच एवढी क्रूर व अमानवी होती. आजच्या ऐतिहासिक कथा म्हणजे अनेक जण मानतात तसा ऐतिहासिक व्यक्तिरेखांचा खिमा करून, त्यावर मिरची-मसाल्यांची चिमूट शिवरून लेखकानं वाचकांसमोर ठेवलेला तो एक केवळ झणझणीत सामिष थाळा आहे, ही कल्पना आता पार मागे पडली आहे. आजची ऐतिहासिक कथा ही इतिहासातील भक्कम संदर्भपायथ्यावरच, चिंतनतपस्येवरच उभी करावी लागते. ते संदर्भही निकोप, अलिप्त मनाने तपासावे लागतात. जिथं इतिहास मुका आहे, जिथं अंधारी संदर्भदरी आहे तिथं तो बोलका करून त्या काळचे रिवाज, बोलीभाषा, वस्त्रप्रावरणे, वातावरण या सर्वांना रसरशीत, बोलका जिवंतपणा द्यावा लागतो.

सर्वांहून अधिक ही ऐतिहासिक मने जी फुलपाखराच्या पंखांगत असतात, ती फार हळुवारपणे हाताळून उकलावी लागतात.

संभाजीराजांच्या संपूर्ण जीवनगाथेनं मात्र या काळात अक्षरश: झपाटून टाकलं. कारण हा एक पराक्रमी पुरुषसिंहाचा 'छावा' होता. छत्रपती शिवाजीमहाराजांसारखं दैवदुर्लभ व्यक्तिमत्त्व हे युगायुगातून एखादे वेळीच 'बया दार उघड' या संतांच्या आर्त हाकेला साद देऊन जन्माला येतं. शंभूराजांच्या धाराऊसारख्या दूधआईपासून ते कवी कुलेशसारख्या परप्रांतीय कवीनं ज्याच्यावरून आपलं जीवन शब्दश: उधळून टाकलं, ते जीवन हे आपल्यापैकीच एक आहे असं प्रकर्षानं वाटत राहतं.

आव्हानात्मक विषय :

कसं होतं संभाजीराजांचं व्यामिश्र व्यक्तिमत्त्व? अत्यंत उमदं, तेजस्वी व आजच्या तरुणाप्रमाणेच भावना आणि कर्तव्य यांच्या संघर्षात सहजपणे नाजूकतेनं भावनेची साथ करू पाहणारं. कर्तव्याच्या कठोर वेदीवर ही भावुकता दिसत नाही. दूध-आईचं निर्व्याज प्रेम, सापत्न मातेचा कठोर दुजाभाव, भावनेपेक्षा कर्तव्य श्रेष्ठ मानणाऱ्या एका सर्वश्रेष्ठ शककर्त्यांचा पुत्र म्हणून जेवढा सन्मान वाट्याला आला, त्या सन्मानाची शेज ही फितुरीच्या काट्यांत माखलेली होती. त्यामुळे वाट्याला आलेला वेदनांचा आवेग मोठा विलक्षण होता. भावनांचा कोंडमारा क्षणोक्षणी होत होता. तारुण्यसुलभ तेजाचे गैर अर्थ, सिंहासनाला 'सत्तेची खुर्ची' बनवण्याचे कारस्थानी खेळ त्याला पाहावे लागले होते. आपले जेव्हा परके होतात, तेव्हा परकेपणा हाच मोठा आप्त बनतो आणि त्यामुळे जीवनाची पिंड ही सहस्र कृष्ण-विंचवांनी झाकोळून जाते. मग शोधावी लागतात पैजारे. पिंडीचे पावित्र्य राखून विंचवांना नेस्तनाबूत करण्यासाठी आणि म्हणूनच अभिजात साहित्यनिर्मितीचे निकष ध्यानी घेता ६०-६५ नाटके व काही कादंबऱ्या जरी शंभूचरित्रावर झाल्या असल्या तरी मला हे चरित्र एक आव्हानच वाटले. निकोप, निर्लेप चिंतनाच्या वाटेने जात लिहावेसे वाटले.

आदर्श आयुष्य शककर्त्यानं कसं जगावं, याचा उत्तम आदर्श छत्रपती शिवाजी महाराजांनी महाराष्ट्राला घालून दिलेला आहे, पण समाजासाठी, देशासाठी, धर्मासाठी, बेदरकार गौरवास्पद मरण कसं मरावं हे फक्त शंभूराजे दाखवू शकले. अनंत मरणांनी शरमून सप्तपाताळात शेषाच्या फण्याखाली आपले तोंड झाकून घ्यावं, असं मरण शंभूराजाच्या वाट्याला आलं. सर्वसामान्य माणसं छत्रपतींच्या जीवनासारखे आदर्श जीवन जगू शकणार नाहीत, पण गरज आहे ती प्रसंगी असं तेजस्वी मरण मरण्याची. जीवनाचा वारसा फार प्रखर असतो, पण मरणाचा वसा मात्र नुसताच प्रखर नसतो, तर तो पावित्र्याच्या वलयात वेढलेला असतो. नसला तर असायला

हवा आणि म्हणून ही शंभूजीवनगाथा ज्या जिद्दीनं संगमेश्वराच्या समर्पणी कैदेनंतर इंद्रायणी आणि भीमा यांच्या साक्षीनं बलिवेदीवर चढली, त्यांच्या तेजस्वी मरणाचा वारसा आज आम्हाला-तुम्हाला सर्वांना समर्पणाची साद घालण्यासाठीच अमर झालेला आहे. इथं हे आवर्जून सांगायलाच हवं, तुमच्या, आमच्या इच्छेचा इथं प्रश्नच नाही. अशा समर्पणाचा काळ मला तर नजीकच्या भविष्यात ठसठशीत समोर दिसतो आहे.

जगाचा नकाशा रक्तरंजित करणारी दोन प्रचंड महायुद्धे या विसाव्या शतकानं भोगली. भारतीय युवक खऱ्या अर्थानं या विश्वव्यापी विनाशक युद्धापासून तसा अलिप्तच राहिलाय. राखेतून राष्ट्रउभारणीचं कार्य या युवकाला कधी करावंच लागलेलं नाही. राष्ट्रकार्यात हसत मरणाला सामोरा जाण्याचा प्रसंग त्याच्या आयुष्यात अजून उभाच राहिलेला नाही. हे जग आता फार लहान झालेलं आहे. भारतीय स्वातंत्र्य प्राणप्रतिष्ठेनं जपण्याची वेळ त्याच्यावर आता नजीकच्या भविष्यात लवकरात लवकर येण्याची शक्यता कोणत्याही क्षणात निर्माण होऊ शकण्यासारखी परिस्थिती आहे.

तेजाची गाथा :

- आणि अशा वेळी त्याला मरावं लागणारं मरण हे 'छाव्या'च्या तोडीचं असायला हवं. नाहीतर... काय घडेल हे सांगणं कठीण आहे! म्हणूनच आजच्या व उद्याच्या युवकांच्या पुढे एक आदर्श मरण मरणाऱ्या तेजस्वी राजाची कथा मला सादर करावी लागली. भविष्यकाळातील भारतीय युवकांच्या जीवनाची ती वेदगाथा ठरेल, असा आत्मविश्वास ज्या क्षणी माझ्या मनात निर्माण होतो, त्याच क्षणी मी सारं विसरून छाव्यावर नितांत प्रेम करू लागतो.

'एक राजा म्हणून नव्हे, सेनापती म्हणून नव्हे. शिलेदार, धारकरी म्हणून नव्हे, एक माणूस म्हणून आमचे या मातीशी नाते काय? माणसाचे मातीशी नाते असते? होय- माणसाचे मातीशीच नाते असते. जरी मातीत मरणारे कैक असतात, तरी मातीसाठी मरणारे फार थोडे. मिळेल आम्हाला ते भाग्य या क्षणाने तरी?' असलं तर अंतिम क्षणी संभाजीराजांचं चिंतन असंच असेल.

- 'आणि ते भाग्य ज्या क्षणी वाट्याला आलं, तो क्षण पाहण्यासाठी जगदंबापोत उरात घेऊन इंद्रायणी व भीमा आज पहिल्याने माना वाकड्या करून काठावरच्या सजेच्या खांबाकडे पाहत पाहत संथ वाहू लागतात.' माझ्यामते, आजचं ललित साहित्य जीवनाचा तळ गाठून बघतं ते असं.

त्या तेजोमयी पोताला जीवनाचे करंजेल घालून भारतमातेचा शक्तिजागर करीत जीवनभर हिंडणारे 'भुत्ये' जन्माला घालण्याची ताकद ज्या मरणवेदीवर

जन्माला येते, तेथेच माझा 'छावा' न संपणाऱ्या प्रवासासाठी प्रस्थान ठेवतो. यासाठीच शब्द हे आजच्या काळातील ऊर्जाशक्तीचं सर्वांत प्रभावी साधन म्हणून 'छावा' ही नऊशे पानांची शंभूकथा एक अपरिहार्य, कालसापेक्ष कर्तव्य म्हणून सर्वस्वी नम्रपणे वाचकांसमोर ठेवली आहे. मनामनांना निर्भय करण्यासाठी. तिचं भवितव्य अर्थातच निर्विवादपणे जगन्माता जगदंबेच्याच हाती!

■

चाणक्य शिवकालात जन्मता तर...!

'**चा**णक्य शिवकालात जन्मता तर...!' या एका विधानाबरोबरच मनात अनेक उलट-सुलट विचार व प्रश्न उभे ठाकतात. हा केवळ एक कल्पनारम्य विषय आहे हे कुणालाही सांगता येईल, पण तोच समोर ठेवून आपणाला तीन विषयांचा माग घेता येईल. पहिला म्हणजे छत्रपती शिवराय व त्याचे श्रींचे राज्य, दुसरा म्हणजे चाणक्य व त्याचं राजकारणपटुत्व व अर्थकारण आणि तिसरा म्हणजे या दोन जीवनांची सांगड न बसल्याने एकसंध जीवनाचे भान गोळा करण्यासाठी खर्ची पडलेला भारतीय समाजपुरुष.

शिवरायांच्या कालखंडात चाणक्य वावरतो आहे असे चित्र डोळ्यांसमोर आणले तर प्रथम प्रकर्षाने जाणवेल ते एक. जसा नंद घराण्याला पदच्युत करण्यासाठी चाणक्याला मौर्य घराण्यातील एक 'चंद्र' शोधावा लागतो आहे, त्याला राजकारणाचे धडे देऊन तयार करावे लागते आहे, तशी त्याची ताकद इथे खर्ची पडण्याचे कारण नाही. इथे सोळाव्या वर्षीच एक मावळी

'सर्जा सूर्य' 'ये राज्य व्हावे ये तो श्रींचे मनी फार आहे!' अशी सरळसरळ व्यापक राज्यकल्पना घेऊन, तर्जनीवरचे बांडे रक्त त्यासाठी तीर्थ म्हणून उधळून तयारच आहे. मुद्रा घेतो आहे ती 'प्रतिपदेच्या' कलानुसार दिवसागणिक वाढणाऱ्या 'चंद्राची.'

जे शिवाजीत होते ते चंद्रगुप्त मौर्यात नव्हते म्हणून चाणक्याला त्यासाठी खर्ची पडावे लागले आहे. त्याच्या बुद्धिचातुर्याचे बळ अधिक तर त्याच कामासाठी त्याला लावावे लागले आहे.

चंद्रगुप्ताचे राज्य हे 'मौर्य' घराण्याचे राज्य होते. शिवाजीचे राज्य हे 'भोसले' घराण्याचे राज्य नव्हते. केवळ एका घराण्याचे व्यासपीठ घेऊन चंद्रगुप्ताचे राज्य साम्राज्य कसे होईल, चौबाजूंना कसे विस्तारेल याची दक्षता घेण्यात चाणक्याची बुद्धी राबलेली आहे. मग 'श्रीं' चे राज्य हेच ज्याला व्यापक व्यासपीठ आहे, ते शिवाजीचे राज्य कुठवर न्यायच्या कल्पना चाणक्याने योजल्या असत्या?

बरोबर याच्या उलट आपल्या काळात शिवाजीराजेही नको त्या आघाडीवर खर्ची पडले आहेत. कारण त्यांच्या पदरी 'आर्य चाणक्य' नाही! खरे तर शिवाजीमहाराज विजिगीषू. मनगटबळावर नव्या वाटा शोधाव्या हाच तर त्यांच्या व्यक्तिमत्त्वाचा स्थायीभाव पण शिवचरित्रातील कुठलाही प्रसंग घ्या - अफझलभेट, जौहरवेढा, पुरंदरचा तह, शाहिस्ताखानाच्या गोटावरील छापा, आग्राभेट, राज्याभिषेक, दक्षिणस्वारी... प्रत्येक प्रसंगात राजकारणाची सूत्रे ही त्यांना स्वत:लाच हलवावी लागली आहेत.

संस्कृतमध्ये एक मजेदार श्लोक आहे, तो ध्यानी आणला तर 'विक्रमाचे महामेरू' शिवाजीराजे नेमके कुठे खर्ची पडले ते कळेल. त्या श्लोकाचा आशय असा आहे, की यज्ञाग्नी मीच आहे, यज्ञ मीच आहे, हविर्भाग मीच आहे, हवन मीच आहे, हविर्भाग देणारा मीच आहे. तात्पर्य, सारे 'मी'च आहे. शिवकालखंड तपासला तर काय दिसते? सारे 'शिवाजीच' आहे!

अफजलचे बेत काय हे शिवाजीराजांनाच काढून घ्यावे लागते. प्रतापगडची निवड त्यांनाच करावी लागते. पंताजी गोपीनाथ या आपल्या वकिलांना साऱ्या बारीकसारीक सूचना त्यांनाच द्याव्या लागतात. सैन्याच्या साऱ्या सूचना त्यांनाच नेताजी पालकरला समजावून सांगाव्या लागतात. एवढे करून खानाच्या भेटीला जावे लागते तेही त्यांनाच व खान फोडावा लागतो तोही त्यांनाच. वास्तविक या संपूर्ण घटनेतील दोनच कामं राजांनी करण्यासारखी. 'खानाच्या भेटीला जाणे. आपणाला दगा न करवून घेता खानाला गर्तेस मिळविणे.' पण प्रतापगडच्या स्थिर रंगमंचावर केवढे एकपात्री भव्य नाट्य राजांना करावे लागले आहे. या प्रसंगी चाणक्य असता तर नुसती कल्पना करून बघावी की, राजांच्यावतीनं चाणक्य अफजलला वकील म्हणून भेटतो आहे!

जो पुढे राजांना अनुभवातून सुचला आहे तो 'कृत्रिम राजे' भेटीस पाठवावे हा

सल्ला त्याने आपल्या डोक्यावरील घेरावरून तळहात फिरवीत सहज दिला असता. कोणत्याही कारणासाठी राजे खानासमोर येणारच नाहीत यासाठी चाणक्य अटीतटीनं झटला असता. झुलवत ठेवत खानाला त्याने ठोकले असते. कारण 'शिवाजीराजे या भेटीत कामी आले तर त्यांची जागा घेणारी अन्य असामी नाही,' हे भान सतत जागते ठेवणाऱ्या जातीची चाणक्याची बुद्धिमत्ता होती.

थोडक्यात सांगावयाचे झाले तर शिवाजीराजांना दोन्ही 'रोल' करावे लागले आहेत. एक चाणक्याचा आणि एक चंद्रगुप्ताचा. तोच जर एकट्या शककर्त्या छत्रपतींचा रोल त्यांच्या वाट्याशी येता, तर दक्षिण-दिग्विजयसाठी बाहेर पडलेले राजे थोडी उसंत घेऊन तयारीनिशी दिल्लीचाच रोख ठेवून नक्की उत्तरेकडे जाते. उत्तरेकडील राजपूत व शीख यांच्या राज्यापर्यंत शिवाजीराजांचा प्रतिनिधी म्हणून पोचायला चाणक्य कधीच चुकला नसता. जी दक्षिणेतील कुतुब व आदिलशाही राज्ये शिवाजीराजांच्या शुभ होण्यानंतर औरंगजेबाने एकाच वर्षांत नेस्तनाबूत केली, ती शिवाजीराजांच्या राज्याभिषेकापूर्वीच मराठ्यांनी गिळंकृत केली असती. तेही चाणक्याने आपले खास तंत्र वापरून केले असते.

राजांच्या राज्याभिषेकाचा आग्रह गागाभट्टांनी धरला. चाणक्याने तोही नक्कीच धरला असता; पण 'जे सिंहासन तुम्ही उभे करताहात, त्याच्यावर चालून येणारी भोवतीची सिंहासने प्रथम जमीनदोस्त करा, मगच तुमचे उभे करा,' असा आग्रह धरून.

चाणक्याची अर्थशास्त्रीय बुद्धिमत्ता आणि शिवाजीराजांची सर्वसामान्यांबद्दलची राजस कणव यांची सांगड पडती तर दुग्धशर्करा योगच या देशातील समाजपुरुषाने चाखला असता. जमीनधारा, शेतीची कसणूक यांसाठी राजांच्या पदरी माणूस होता तो अण्णाजी दत्तो. त्यानं जाबता राबविला तो मलिकंबरच्या पद्धतीचा. तो जाबता चाणक्याच्या अर्थशास्त्राशी नाते सांगणारा नव्हता. शिवकालात चाणक्य होता तर त्याने राजांच्या फौजी हालचाली व मावळ मुलखातील शेतीउत्पादन आणि निसर्गदौलत यांची जोड घालून दिली असती, की जो जौहरचा पन्हाळगडाभवतीचा वेढा 'रसद संपल्याने' राजांना साक्षात पावसाळी रात्री, स्वतःच्या जिवावर 'तुळशीपत्र' ठेवून फोडावा लागला आहे तो प्रसंगच येता ना! म्हणजे नेमके काय?

चाणक्याची 'भक्कम दुर्गाची' पहिली मागणीच ही आहे, की 'तो धनधान्याने संपन्न असावा, मग एक वेळ विक्रमात सुमार असलेले सैनिकही तो अनेक महिने झुंजवतील.'

हे ज्ञान राजांना होते पण अण्णाजी दत्तोचा वकूब तेवढा नाही. त्याचीही इच्छा आहे की राजांचा प्रत्येक गडकोट धनधान्याने समृद्ध व गवतकाडीने बंदिस्त असावा; पण त्यासाठी लागणारे साखळी पद्धतीचे (Running currency) अर्थशास्त्रीय

तत्त्व अण्णाजीसारख्याला त्याकाळी सुचूच शकत नाही. तेथे चाणक्यच लागतो. अण्णाजीने वापरलेली जमीनधारा पद्धत (म्हणजे मलिकंबरची धारापद्धत) आहे तरी काय? तर जमिनीचा वकूब बघून सरकारी धारा वसूल करणे. ज्या जमिनीची उत्पादनाची ताकद मोठी असेल तिच्यावर धारा अधिक व जिची ताकद कमी असेल तिच्यावर धारा कमी. 'उत्पादन वाढ' हा एक अर्थशास्त्रीय आदर्श सिद्धान्त आहे.

हे ज्ञान राजांना होते म्हणजे तरी काय? १६७६ साली त्यांनी प्रभानवल्लीचा सुभेदार अनंत रामाजीला लिहिलेल्या एका पत्रात राजांची ही दृष्टी दिसून येते. ते पत्र उपलब्ध आहे. त्या पत्रात शिवाजीराजे अनंत रामाजीला लिहितात- 'तुम्ही गावीचे गाव जाऊन तमाग कुणबियांचा मेल गोला करावा. ज्यास जे लागेल ते त्यास द्यावे. कुणाकडे कसणुकीसाठी अवजारे असतील नसतील, त्यास ती द्यावीत. कोणाकडे बियाण्यासाठी धान्य असेल नसेल, त्यास खंडी दोन खंडी दाणे द्यावेत. बैल घेवावे. हाती पैके देवो नयेत. जेणे करोन अमुचा तमाम कुणबी तवाना होईल तैसे करोन चालवावे. उसुल घेताना दामदुपटीने घेवो नये. त्यास जैसा साध्य होईल तैसाच घेवावा!'

या एकाच पत्रात शिवाजीराजांना आपल्या कब्जातील शेतीची उत्पादनक्षमता वाढावी याची केवढी आंच होती हे दिसून येईल. (या पत्रावर सुरनीस अण्णाजींचा शिक्का नाही.) या ठिकाणी हेही ध्यानात घेतले पाहिजे, की अण्णाजी दत्तो हा 'सुरनीस' म्हणजे आजच्या भाषेत 'अर्थमंत्री' आहे. तो 'शेतीमंत्री' नाही.

हे ध्यानात घेतले तरीही शिवाजीराजांच्या मनात शेतीच्या उदरातून मोत्ये बाहेर काढणाऱ्या 'कुणब्याला' 'तवाना' करण्याचे जे विचार मनात आहेत, त्यांना अधिक बोलते व राबते करण्यासाठी चाणक्याचे 'साखळी पद्धतीचे' अर्थशास्त्रच अधिक परिणाम देऊ शकले असते. कसे?

शिवाजीराजे एकीकडून मुलुखगिरीत जिंकलेल्या प्रांतांच्या मांडलिकांकडून खंडण्या घेत होते. अण्णाजी राजांच्या रयतेकडून जमीनधारा वसूल करीत होते. चलत्या चलनाचा मार्ग खोळंबला होता. खंडणीतील खजिन्याचा काही भाग कुणब्यांना तवाने करण्यासाठी फिरविला जात नव्हता. कुणी हे जाणीवपूर्वक करीत होते असे नव्हे, पण धामधुमीमुळे घडले नाही. चाणक्य असता तर त्याने हे सर्वप्रथम घडविले असते. खुद्द राजांचाही विचार तोच आहे.

अनंत रामाजीला लिहिलेल्या पत्रात 'सरकारी खजिना' कुणब्यांच्या दारी जावा. त्यांना पैसे खर्च करण्याचे ज्ञान नाही यासाठी त्यांना उत्पादनक्षम करण्यासाठी जे जे आवश्यक असेल, ते ते द्यावे असे राजे आवर्जून लिहितात. शेवटी एवढ्या बारीकसारीक सूचनाही प्रत्यक्ष राजांना कराव्या लागल्या आहेत. राज्य उभारण्याची उमेद बाळगणाऱ्या शिवाजीराजांना 'शेतकऱ्यांना पैसे देऊ नका, बैल घेऊन द्या,'

हाच विचार मनात ठेवावा लागतो.

चाणक्य शिवकालात असता तर आपले चक्री चलनाचे अर्थशास्त्रीय तत्त्व त्याने याच अण्णाजी दत्तोकरवी राबवून घेतले असते! अण्णाजीच्या मस्तकात हा विचार एकदा घुसला असता, की त्याने नेकीने तो पारही पाडला असता. त्याची शिवकालातील राजनिष्ठा तेवढ्या तोलाची होती.

अशा अर्थाने प्रसंगी सरकारी खजिना उत्पादक घटकांच्याद्वारा मदतीसाठी जातो आहे. उलटपक्षी उत्पादन वाढल्याने जमीनधारा भरण्यासाठी शेतकरी आनंदाने गावचावडीवर येताहेत. हे चक्र चालू राहिले असते तर राजांना प्रत्येक गडकोट समृद्ध रसदीने भरता आला असता. मग प्रसंगी जौहरच्या वेढ्याच्या वेळी पन्हाळ्यावर प्राणबाजी लावण्याचा जो प्रसंग राजांच्यावर आला, तोच गड जौहरविरुद्ध त्यांनी आणखीही कितीतरी महिने झुंजत ठेवला असता. मावळी पावसात हैराण झालेल्या, थंडीने गोठलेल्या सिद्दीच्या सैन्यावर नेताजीने बाहेरून एकच तडाखा दिला असता तरी सिद्दी जोहर टिकता ना. लाख मोलाचा जो बाजीप्रभू घोडखिंडीवर मोहरा म्हणून खर्ची पडला तो राजांना पुढे कुठेही बाक्या प्रसंगी उपयोगी पडता.

'पन्हाळगडचा वेढा' हे या ठिकाणी आदर्श वाटले म्हणून केवळ एक उदाहरण घेतले आहे. अनेक प्रसंगी रसदीसाठी मराठ्यांना गड सोडण्यापूर्वी झुंजवावाच लागला आहे. त्या-त्या प्रत्येक ठिकाणी 'आर्य चाणक्याची' जाणीव जाणत्या इतिहास-अभ्यासकाला अस्वस्थ करून सोडते.

राजांचे मोठेपण यातच, की जिथे जिथे अशा अडचणी उभ्या राहिल्या, तिथे तिथे आपली अलौकिक धैर्यवान राजप्रतिभा असेल तेवढ्या साधनसामग्रीनिशी वापरून त्यांनी आपली सहीसलामत सुटका करून घेतली आहे; पण त्यासाठी त्यांना अनेक प्रसंगी या देशातील नेकीचे पौरुष खर्ची घालावे लागले आहे. त्याहून अधिक भारताच्या संन्यस्त आभाळाखाली औरंगजेबाच्या हिरवट कडव्या पिळाला देठासकट उखडून काढण्याची ताकद ज्या शिवाजीराजे या एकट्याच पुरुषात होती, त्या 'निश्चयाचा महामेरू' असलेल्या राजांना आपल्या व्यक्तित्वाचा कणन्कण प्रत्येक प्रसंगी तोडून द्यावा लागला आहे.

'चाणक्य शिवकालात जन्मता तर' हे घडले नसते, असे अनेक विचार व प्रश्न आज मनाला अस्वस्थ करून सोडतात.

सांभाळा हा वसा!

नुकतंच १९४९ साल फटफटलं होतं. मनोहर कोतवालांना काहीही कल्पना नव्हती की, आपल्या आयुष्याच्या दिशाही आता वेगळ्याच मार्गानं फटफटणार होत्या. जन्मापासून धुळ्याहून सुटलेलं त्यांच्या जीवनाचं जहाज आज एका घटनेनं मुंबईच्या बंदरकिनाऱ्याला लागणार होतं. आतापर्यंत या जहाजानं कितीतरी सागरटप्पे मागे टाकले होते. त्यात शिक्षणासाठी अकोले, नागपूर, नाशिक अशी शहरं व तेथील नाना तऱ्हेचे लोक भेटले होते. १९३९ साली नाशिकहून मुंबईत येऊन त्यांना आता चांगली दहा वर्षे लोटली होती. या दहा वर्षांत नोकरीसाठी प्रथम किंग जॉर्ज हायस्कूल आणि नंतर टी. बोर्डाचा मार्ग त्यांना धरावा लागला होता. बोर्डातल्या भ्रमंतीत संपूर्ण महाराष्ट्र, गुजरात, कर्नाटक असा चौफेर मुलूख त्यांनी पायाखाली घातला होता. 'पाम व्ह्यू' या दादरच्या त्यांच्या निवासस्थानामुळे स्वातंत्र्यसैनिक, भूमिगत आणि क्रांतिकारक यांच्या अत्यंत निकटच्या सहवासात ते आले होते. महात्मा गांधी, पंडित नेहरू,

कॉ. मानवेंद्रनाथ रॉय, लोकनायक अणे, अरुणा असफअली, पटवर्धन बंधू अशा अनेक नेत्यांचे सखोल व मर्मग्राही विचार त्यांनी ऐकले होते. लोकसेनेमुळे आ. अत्रे, अनंत काणेकर, प्रभाकर पाध्ये, पां. वा. गाडगीळ अशा समाजवादी विचारांच्या लेखकांच्या सहवासात ते वावरले होते. ४२ मध्ये तर त्यांनी सानेगुरुजींच्या निखळ समाजवादी व्याख्यानांचा तेजस्वी वाग्यज्ञ आपल्या राहत्या 'पाम व्ह्यू'वरच निडरपणे पेटविला होता. लोकसेनेच्या माध्यमातून मुंबईच्या अनेक भागातील चाळीचाळीत ते पोहोचले होते.

स्वातंत्र्य येण्यापूर्वी नुकतेच आपल्या मानेवरचे टी बोर्डाचे जोखड त्यांनी सरळ दूर फेकून दिलं होतं. पूर्ण वेळ कामगार चळवळीसाठीच जीवन द्यायचं त्यांनी पक्कं ठरविलं होतं. १९४२ पासूनच त्यांच्या मनाची बैठक 'समाजवादी' विचारधारणेची बनली होती. कल होता तो नुकत्याच स्थापन झालेल्या समाजवादी काँग्रेस पक्षाकडं वळणारा. कलकत्त्याला पाहिलेल्या हिंद मजदूर सभेच्या कामगार उठावाच्या जबरदस्त अधिवेशनानं तर ते पुरते भारावून गेले होते. समर्थांच्या भाषेत 'उदंड पडली कामे वेळ नाही जेवाया' अशी त्यांची स्थिती झाली होती. कामगार चळवळीसाठी जोशीबुवा व जयप्रकाश नारायण हेच त्यांनी आपले आता जीवनादर्श मानले होते. देशात आलेल्या नवथर स्वातंत्र्याच्या प्रत्यक्ष फळांचा लाभ भारतीय कामगारांना व्हावा, अशी त्यांची विचारबैठक आता पक्की झाली होती.

हिंद मजदूर सभेच्या अधिवेशनानंतर मनोहर कोतवाल मनानं पूर्णत: समाजवादी बनलेले निष्ठावंत कामगार कार्यकर्ते झाले.

१९४९ च्या जानेवारीचा शेवटचा आठवडा असेल. बी.पी.टी. रेल्वेमेन्सच्या काळा चौकीवरील कार्यालयात थोर भारतीय कामगार नेते, सात्त्विक मुद्रेचे, वडिलांसम ना. म. जोशी हे मध्यभागीच्या खुर्चीवर बसले होते. त्यांच्या उजव्या हाताशी या कामगार संघाचे अध्यक्ष प्रसन्न व्यक्तिमत्त्वाचे दिनकरराव देसाई बसले होते. दोघांच्या समोर एन. व्ही. फडके यांच्याकडून, 'असशील तसा जोशीबुवांना ताबडतोब भेट-' असा तातडीचा निरोप मिळालेले मनोहर कोतवाल एका खुर्चीवर, 'का बोलावलं असावं? बी.पी.टी. मध्ये स्टाफ व कामगार यांच्यात काही बेबनाव तर झाला नसेल ना? की आपले व फडके यांचे कोर्टातील बी.पी.टी. च्या कामगारांच्या कामात काही चुकलं तर नसेल?' असा विचार करीत बसले होते.

थोडा वेळ गेला. अतिशय सात्त्विक मुद्रेचे, विशाल भालपट्टीचे जोशीबुवा डोळ्यांवरचा चश्मा हाती घेत नेहमीच्या धीरगंभीर व निर्धारी भाषेत कोतवालांना म्हणाले, "हे बघा कोतवाल, खूप विचार करून एका अत्यंत महत्त्वाच्या कामासाठी मी तुम्हाला आज बोलावून घेतलं आहे. हे काम करायला फक्त तुम्हीच योग्य आहात, असा माझा पक्का निर्णय झाला आहे."

"होय कोतवाल, हे काम आता निर्धारानं पुढं होऊन तुम्हीच पेललं पाहिजे असं माझंही मत आहे. डिमेलो व त्यांचे सहकारी यांना स्थानबद्धतेच्या कायद्याखाली अटक झाली आहे. आता पुढाकार घेऊन तुम्ही मुंबई गोदी कामगार संघटनेचं त्यांच्या अभावी विस्कळीत झालेलं कार्य हाती घेतलं पाहिजे. गोदी कामगारांची ही विस्कटलेली घडी तुम्ही धडाडीनं सुधाराल असं मलाही वाटतं." बी.पी.टी. चे अध्यक्ष, कवीमनाचे दिनकरराव देसाई यांनी सोज्ज्वळ चर्येच्या जोशीबुवांना साथ देत आपलंही मत मांडलं. त्याला जोरदार दुजोरा देत जोशीबुवा म्हणाले, "डिमेलोशिवाय गोदी आता अनाथ झाली आहे. तुम्ही तेथील पंधरा हजार कामगारांचा आता 'दत्तकपिता' म्हणून जबाबदारीनं काम पाहिलं पाहिजे. नाहीतर एवढे कामगार चक्क उघड्यावर पडतील. ही चांगली कामगार संघटना सर्व शक्ती पणाला लावून तुम्ही आता ताब्यात घेतली पाहिजे. नीट मार्गी लावली पाहिजे."

त्या दोघा बुजुर्ग कामगारनेत्यांनी ध्यानीमनी नसताना हा वेगळाच व जबरदस्त ताकद मागणारा प्रस्ताव अनपेक्षितपणं अचानक समोर ठेवला. तो ऐकूनच एवढ्या मोठ्या घेराच्या मुंबई गोदीचं, तेथील नानाविध कामगारांचं चित्र डोळ्यांसमोर उभं ठाकताच कोतवाल क्षणभर सुन्न झाले. काही काळ 'सीदन्ति मम गात्राणि' अशी अर्जुनासारखी त्यांची स्थिती झाली. कोतवालांनी कोटाच्या खिशातून रुमाल काढून प्रथम कपाळावर तरारलेले घामाचे थेंब टिपून घेतले. क्षणातच स्वत:ला सावरून ते म्हणाले, "जोशीबुवा, आपण व देसाईसाहेबांनी सोपविली आहे, ती ही बी.पी.टी. ची जबाबदारी तरी मला प्रथम नीट पार पाडू द्या आणि मला म्हणाल तर गोदीतील ओ की ठो काहीच माहीत नाही. तुमचा हा निर्णय म्हणजे गावनदीच्या परीटधोंड्याच्या डोहातील ठिगुर मासा थेट दर्यात नेऊन सोडण्यासारखं ठरणार आहे. तेथील मोठमोठे मासे त्याला गपकन गिळून तर टाकणार नाहीत ना?" मनोहर कोतवालांनी दोघांनाही अटीतटीनं परतवून लावायचा प्रयत्न केला. वास्तवावर आणून ठेवण्याची धडपड केली.

जोशीबुवा व दिनकरराव देसाई दोघेही हुशार. त्यांनी मासा कुठे सुळसुळत चालला आहे हे बरोबर हेरलं. जबाबदारी टाळू बघणाऱ्या कोतवालांना निरुत्तर करणारे रामबाण बोल काढले.

जोशीबुवा म्हणाले, "बी.पी.टी. चं आम्ही बघू. नाहीतरी तुम्ही येण्यापूर्वी अनेक वर्षे आम्हीच सांभाळली आहे ही कामगार संघटना! तुम्ही ठिगुर मासा आहात, की देवमासा हे काळच ठरवील!"

दिनकरराव त्यांचीच री ओढत म्हणाले, "अशोक मेहतांचे प्रतिनिधी म्हणून पुरुषोत्तम वासुदेव खांडेकर गोदीत केव्हाच पोहोचलेत आणि मणिबेन कारांनीही आपला सुखी नावाचा माणूस पेरला आहे. त्या दोघांनाही तुम्ही हाताळा. पण

त्यांच्या हाती तुम्ही जाऊ नका. तुम्हाला तिथं जाऊन आता जोरदार व प्रभावी हालचाली केल्या पाहिजेत. संघटनेची संपूर्ण जबाबदारी फक्त तुमच्यावरच आहे हे विसरू नका. नाही म्हटलं तरी ही अटीतटीची लढाईच आहे. ती कौशल्यानं तुम्ही लढवाल याचा आम्हाला विश्वास आहे. सांभाळा आता हा वसा!'' जोशीबुवा केवढ्यातरी अपेक्षेनं उद्‌गारले.

त्या दोघा अनुभवी व बुजुर्ग नेत्यांचे निर्धारी व अंतिम आदेशवजा बोल कोतवालांनी ऐकले. आपल्या ठायीच्या बळाचा अंदाज घेताना विचाराधीन झालेले मनोहर कोतवाल शेवटचा उपाय म्हणून ठेवणीतलं हत्यार काढत म्हणाले, ''जोशीबुवा, तुम्हाला मी वडिलांसारखा मानतो; पण एक बोलू का?''

''जरूर-जरूर, हा कामगारांच्या जीवन-मरणाचा प्रश्न आहे. प्रयोग करावयाचा खेळ नाही. या वेळी आमचं काही चुकलं तर गोदीतील हजारो कामगार आम्हाला उचलून समुद्रात फेकतील. माशापुढं खायला टाकतील. कामगारांचा इतिहास कधी क्षमा करणार नाही आम्हाला, बोला, काय शंका आहे तुमची? आताच स्पष्ट सांगा.'' अनुभवी दूरदृष्टीचे व जाणते जोशीबुवा अचूक बोलले.

आता धीर आलेल्या कोतवालांनी हुकमाचा म्हणून एक विचारपत्ता बाहेर काढला. ते म्हणाले, ''जोशीबुवा, देसाईसाहेब, तुमची खूप इच्छा आहे मी गोदीत जावं अशी, माझीही तशी तयारी आहे, गोदी कामगारांत जाऊन त्यांचं अडलेलं काम पुढं मार्गी लावण्याची, त्या कामगारांचा दत्तकपिता होण्याची- पण त्या कामगारांना मी चालेन का? असा लादलेला दत्तकपिता म्हणून मी त्यांना पटेन का? ते डिमेलोशिवाय कुणाचंच नेतृत्व मानत नाहीत, हे तुम्ही जाणताच!''

जोशीबुवा आणि दिनकर देसाई यांनी एकमेकांकडं सूचकपणं पाहिलं. ते खोचक हसले. जमिनीवरचा दाणा कोंबडीनं पटकन टिपावा तसं जोशीबुवा म्हणाले, ''बाकी हुशार आहात हो कोतवाल! आम्हाला वाटलंच होतं तुम्ही हा प्रश्न विचारणारच. त्यासाठीच अटक होऊन नाशिक तुरुंगात गेलेल्या डिमेलोंना आमचा एक खास माणूस केव्हाच भेटून आला आहे. डिमेलोंनीही आपली लेखी इच्छाच लिहून पाठविली आहे.'' जोशीबुवांनी समोरच्या टेबलाच्या ड्रॉवरमधील एक कागद काढून तो कोतवालांपुढे सरकवला. त्यावर प्रत्यक्ष डिमेलोंनी आपल्या लफ्फेदार इंग्लिशमध्ये लिहिलं होतं, ''आम्हा कामगारांचे श्रद्धेय नेते श्री. ना. म. जोशी माझ्या पश्चात ज्या नेत्याकडं गोदी कामगार संघटनेचं काम सोपवितील, ते मला मान्य आहे. माझ्या गोदीतील सर्व कामगारांनी अशा नेत्याचं नेतृत्व आनंदानं मान्य करावं. त्याच्या आदेशाप्रमाणे आपले पुढील सर्व लढे लढवावेत. मी सर्वांना शुभेच्छा देतो. मी सुटून आल्यावर पुन्हा कामकाज पाहीन.''

मनोहर कोतवाल हातातील तो 'मॅग्नाचार्टा' डोळे ताणून बघतच राहिले.

जोशीबुवांनी त्यांना इकडं तिकडं हलायला तसूभरही जागाच ठेवली नव्हती.

बुजुर्ग नेते जोशीबुवा त्यांच्याकडं अभिमानानं बघत त्यांना हस्तांदोलन देत म्हणाले, ''बेस्ट ऑफ लक कॉम्रेड मनोहर कोतवाल, फॉर रिस्पॉन्सिबली टेकिंग ओव्हर दी बॉम्बे डॉक वर्कर्स युनियन!'' त्याच अर्थानं दिनकरराव देसाई म्हणाले, ''मुंबई गोदी कामगार संघटना जबाबदारीने ताब्यात घेतल्याबद्दल हार्दिक अभिनंदन भाई मनोहर कोतवाल!''

मनोहर कोतवाल काळा चौकीच्या त्या ऑफिसातून बाहेर पडताना स्वत:ला मात्र नकळत मूकपणे म्हणत होते- 'आई एकवीरा देवी, हा दर्याकाठचा गोदी कामगारांचा सागर पेलण्याचं बळ मला दे!' कुलदेवी एकवीरेला ओवाळणारी, आता वृद्धत्वामुळे थकलेली आई जबलपूरला विनायकरावांकडे होती. तिची मुद्रा डोळ्यांसमोर आली. आपल्या कानशिलावरून बोटं मोडताना आपल्या मनुकडून म्हणवून घेत होती- 'आई राजा उदं' असा त्यांना भास झाला.

डेस्टिनी आपले काम करत होती. मुंबईच्या गोदी किनाऱ्यावर कुचंबलेल्या हजारो गोदी कामगारांचा एका मानवतावादी, सत्त्वशील, अपार कष्टाळू व न्याय मिळविण्यासाठी जिद्दीने अथक धडपडणाऱ्या तडफदार म्होरक्याशी संबंध येत होता. भारतीय कामगारांच्या इतिहासात सोनवाणाच्या अक्षराने लिहून ठेवावा, असाच हा ऋणानुबंध जुळणार होता.

मनोहर कोतवाल यांच्या जीवनाचं जहाज वयाच्या चौतिसाव्या वर्षीच मुंबई गोदीच्या विशाल किनाऱ्यावर येऊन थडकलं, २१ जानेवारी १९४९ रोजी गोदीत सेक्रेटरी म्हणून येताच कोतवालांनी सर्वप्रथम एक काम न चुकता केलं. त्यांनी शक्य तेवढ्या कामगारांचा प्रथम व्यक्तिगत परिचय करून घेतला. इथं सभासद सुमारे दोन हजार होते. त्यातील पंधराशे सर्व खात्यांत काम करणारे कामगार होते व पाचशे निव्वळ माथाडी कामगार होते.

'माथाडी' या एकाच शब्दाने त्यांना खोलवर ढवळून काढलं. हा एकच शब्द पुढं त्यांचा जीवनमंत्र ठरणार होता. इथून पुढं कोतवालांच्या जीवनाला 'माथाडी' हा शब्द खोलवर जाऊन भिडला. त्याची जाणीव या शब्दानं, या माणसाच्या रोजच्या जीवनानं, रोजच्या कामानं त्यांच्या एकूणच जीवनमानानं व्यापून टाकली. प्रत्येक श्वासाशी एकरूप झाली. 'माथाडी' म्हणजे केवढं तरी अवजड ओझं दिवसभर आपल्या माथ्यावरून उन्हातान्हात वाहून नेणारा जीव. ते मानेच्या काट्यावरून जहाजात किंवा वाहनात चढविणारा व उतरविणारा कामगार. केवढं कष्टमय आहे हे त्याचं जीवन. त्यासाठी त्याला मिळणारी परतफेड काय? किती किती आहेत त्याचे प्रश्न! गोदीत कायम होणं, त्याची नोंद होणं, बोनस मिळणं, रजा-वैद्यकीय रजा, फंड, मुलांचं शिक्षण, राहण्यासाठी घर, कशाचा कशाला तरी इथं पत्ता होता

काय? समोरचा लाटांनी भरलेला दर्या आणि यांचं प्रश्नांनी भरलेलं जीवन सारखंच नाही का? काय फरक आहे दोघांत? दोहोंतही कटू वास्तवाचा खारटपणा सारखाच नाही का? होईल का कधी यांचं जीवन मधुर?

आपण हा विडा उचलला खरा पण इथं खूप म्हणजे खूपच बाजी लावावी लागणार, हे त्यांना कळून चुकलं. कोतवालांनी गोदी कामाची बारकाव्यानं माहिती घ्यायला अथक सुरुवात केली. माथाडी कामगार बाबू बंगाली, महंमद शकूर व बाबू खमाची यांनी त्यांच्याबरोबर फिरून पाण्यातील जहाजावरच्या म्हणजेच फाळका कामगारांत चालणाऱ्या कामाची त्यांना खडान्‌खडा माहिती दिली.

किसन धोंडे, मौला, पिंटो अशा कामगारांनी त्यांना किनाऱ्यावरील कामाची रेष आणि रेष सांगितली. दत्ता सारंग यांनी रंगखात्याच्या सर्व छटा समजावून दिल्या. दत्ता लाड यांनी पडाव खात्याची व देवकर यांनी कोळसा खात्याची बारीकसारीक माहिती पुरविली.

यातील बाबू बंगाली हा पूर्वीचा कम्युनिस्ट पार्टीचा सभासद होता. प्रामाणिक व कष्टाळू होता. पुढं केवळ राजकीय मतभेदामुळं दूर झाला. बाबू खमाची हा हुशार मुत्सद्दी व निष्ठावान कार्यकर्ता होता. तो पुढं ड्रायव्हरचा फोरमनही झाला. दस्तगीर हा आंध्र प्रदेशातील होता. तो गोणी भरण्याचा 'भराई कामगारांचा' मुकादम होता. मद्रासचे भराई कामगार व कोतवाल यांच्यातील तो विश्वासाचा दुवा झाला. साध्या पण प्रामाणिक वागणुकीमुळं पुढं हा दस्तगीर गोदी कामगार संघाचा उपाध्यक्षही झाला.

त्यानंच आल्या आल्या कोतवालांना आपल्या सर्व नेत्यांची अटकेमुळं झालेली वाताहत सांगितली. या सर्व नेत्यांना अटक करण्यात प्रमुख हात होता तो मुख्यमंत्री बाळासाहेब खेर, गृहमंत्री मोरारजी देसाई आणि मजूरमंत्री मालोजीराव नाईक निंबाळकर यांचा. त्यांनी गोदीतील कामगार चळवळ समूळ मोडून काढण्यासाठी फारच कठोर पावलं टाकली होती. सर्व प्रमुख नेत्यांना त्यांनी सभेच्या वेळी अटक केली होती. काही दिवस महाराष्ट्रातील तुरुंगात टाकून नंतर त्यांच्या प्रांतात सर्वांना त्यांनी हद्दपार केलं होतं.

मूळ गड्डा असलेल्या डिमेलोंना काही दिवस नाशिक तुरुंगात ठेवून नंतर चक्क मेंगलोरला पिटाळलं होतं. के. ए. खान यांना उत्तर प्रदेशात धाडलं होतं. एस. आर. कुलकर्णी यांना धुळ्याकडं परतविलं होतं. यातील नाना तुकाराम झेंडे हा दलित समाजातील माणूस आपल्या कर्तबगारीवर पुढं आला होता. ते मूळचे कंत्राटदार टोळीवाल्यांचे मुकादम पण त्यांचा पिंड आहे कामगारहिताचा. त्यांनी गोदी कामगार संघटना बांधतानाच पी. डिमेलोबरोबर वाहून घेतलं. नानांनी पूर्वी तमाशाचा वगही सांभाळला होता. त्यामुळं त्यांची कामगारांसमोरील भाषणं विनोदप्रचुर व परिणामकारक

होत असत. असे हे नाना झेंडे आता मुंबईतच तुरुंगात होते.

कोतवालांनी आद्यकर्तव्य म्हणून आपल्या समवेत बंगाली, खमाची, दस्तगीर असे निवडक सहकारी घेऊन नाशिकला जाऊन तुरुंगातील डिमेलोंची भेट घेतली. या भेटीची वेळ फारशी नव्हती. मात्र डिमेलोंना समक्ष गजाआड बघताना कोतवालांना चटकन स्पर्शून गेलं की, हे उंचपुरं वादळ अधिक काळ तुरुंगात कधीच राहणार नाही.

आतून बाहेरच्या शिडशिडीत अंगलटीच्या उंच गोऱ्यापान व निर्भय कोतवालांना बघताना डिमेलोंना वाटलं की 'हा उमदा तरुण गोदी कामगारांची अवघड मोट नक्कीच बांधेल. याचे निर्भय डोळेच सांगतात, की हा कामगारांना मनापासून पटेल, आवडेल!'

दोघांनी तुरुंगाचे गज मधे ठेवून मोजकेच बोलून एकमेकांचे हातपंजे प्रेमानं थोपटले. केवढेतरी न सांगता येणारे मर्मबंधाचे भाव त्या मूक हातभेटीत होते. मग त्यांनी विश्वासाने अबोल निरोप घेतला.

पुढं वकील मित्र श्री. एन. व्ही. फडके यांच्यासोबत जाऊन कोतवालांनी डोंगरी पोलीस चौकीत एस. आर. कुलकर्णी यांचीही भेट घेतली.

थोड्याच दिवसांत गोदी कामगारांच्या जाणवणाऱ्या वेदना सोडविण्यासाठी कोतवालांनी प्रत्यक्ष कार्याला हात घातला.

या मोठ्या कामगार संघाबरोबरच आणखी एका भक्कम संघटनेची ताकद उभी राहणं आवश्यक आहे हे त्यांना तीव्रपणे जाणवलं. यासाठी रेल्वे कामगारांचा बी.पी.टी. हा कामगारसंघ वगळून बाकीच्या किरकोळ कामगार संघाची एकच फळी उभी करण्याचा त्यांनी निर्णय घेतला. बी.पी.टी कामगार संघ तसा मोठाच होता, मजबूत होता. शिवाय त्याला एन. एम. जोशी व दिनकरराव देसाई यांचं भक्कम नेतृत्वही लाभलं होतं. राहिलेले चार कामगारसंघ लहान होते, फुटकळ होते. ते सिल्व्हर टाउनमधील तेल (ऑईल) मजदूर युनियन, मिठागर कामगार युनियन, छोई सिल्क मिल कामगार युनियन आणि सी. फेअरर्स युनियन (आय.एन.यू.) या नावाचे.

यासाठी त्यांनी बबनराव खरात, सोनवणे, रामू बरमू पाटील अशा कार्यकर्त्यांना बोलावून त्यांची बैठक घेतली. सर्वांना एकत्र येऊन बळकट संघटना स्थापन करण्याची का गरज आहे हे नीट समजावून सांगितलं. सर्व कार्यकर्त्यांनाही ते पटलं.

कोतवाल गोदीत आल्यानंतरचा पहिला स्वातंत्र्यदिन तोंडावर आला. हाच राष्ट्रीय सुमुहूर्त धरून कोतवालांनी आपल्या चारी कामगारसंघांचा एकच संघ करण्याचा बेत आखला. या नव्या कामगारसंघाला त्यांनी स्वत:च अगदी योग्य असं

समर्पक नाव निवडलं- 'बम्बई मजदूर युनियन' हे! विशेष म्हणजे कोतवालांनी स्वत: उभ्या केलेल्या या ऐतिहासिक कामगारसंघाची स्थापना मुंबईतील सुप्रसिद्ध राणीच्या बागेत, मोकळ्या वातावरणात १५ ऑगस्टला झाली.

या बैठकीतच सर्व कामगारांनी आग्रहानं या नव्या संयुक्त कामगारसंघाच्या अध्यक्षपदाची जबाबदारी कोतवालांवरच सोपविली. सरचिटणीस म्हणून श्री. अमृत आगासकर यांना निवडलं. हेही आज सर्व माथाडी कामगारांनी, पदाधिकाऱ्यांनी, सेवकांनी व नेत्यांनी लक्षात ठेवण्यासारखं आहे, की कोतवालांनी गेली एक्केचाळीस वर्षे ही अध्यक्षीय जबाबदारी समर्थपणे सांभाळली आहे. या दीर्घ काळात त्यांनी या संघटनेचे अनेक प्रश्न लढ्यावर घेऊन यशस्वीपणे मार्गी लावले आहेत. विशेषत: स्टील, रबर, केमिकल, इंजिनीअरिंग अशा उद्योगक्षेत्रांतील छोट्या कामगार संघाची बांधणी या युनियननं केली आहे. ती करताना कार्यकर्ते उभे करण्याचं अत्यंत लक्षणीय कार्य या एक्केचाळीस वर्षांत बम्बई मजदूर युनियननं केलं आहे.

अडचणीत आलेल्या, हजारो कामगारांची संख्या असलेली गोदी कामगार संघटना हाती घेऊन मनोहर कोतवालांना वर्ष होत आलं. इथे गोदीत कामगार संघटनेचं सर्व आघाडीचं नेतृत्व सरकारनं भारत संरक्षण कायद्याखाली तुरुंगात कोंडलं होतं. हाताशी होते ते बंगाली, खमाची, दस्तगीर असे सारे अननुभवी. या काळात हाताशी आलेले क. र. प्रभुदेसाई तेवढे कामाच्या बांधणीच्या दृष्टीनं उपयोगी ठरले. कामगार साध्या सभेलाही हजर राहायला बिचकत होते. पहिल्या आठ-नऊ महिन्यांत कोतवालांनी ठिकठिकाणी 'कोपराबैठका' घेतल्या. अतिशय कौशल्यानं त्यांनी न कंटाळता कामगारांच्या मनातील हे अकारण आलेलं भय निपटून काढलं. त्यांचा आवडता नेता डिमेलो यांचाच उल्लेख करून त्यांना पुढील लढ्याचे अनेक विचार पटविले, "आज ना उद्या तुमचा नेता परतणार आहे. मी भरताप्रमाणे फक्त तुमच्या कामगार संघाच्या पादुका काही काळ सांभाळण्यासाठी इथं आलो आहे. हे तुमच्यासमोर मी कोतवाल बोलतो आहे असे मानूच नका. हे डिमेलोच बोलत आहेत हे नीट ध्यानी घ्या. तुमची संघटना मला बळकावयाची नाही. तिचा दुरुपयोग तर मुळीच करून घ्यायचा नाही. मी एकटा कितीही सद्भावनेने इथं आलो असलो तरी तुमची मनापासून साथ मिळाल्याशिवाय मी इथं काहीही करू शकणार नाही. काही शंका असल्यास थेट मलाच भेटून विचारा. ती लागलीच निवारून घ्या. आपणच परस्पर डोकेफोड करून घेऊ नका!" कोतवाल या अर्थाने व स्पष्टच कामगारांसमोर तासन्तास बोलत. तो त्यांच्या मनाचा शुद्ध व पक्का भाव होता. तशाच उन्हाळ्यात राबणाऱ्या शुद्ध मनाच्या माथाडी कामगारांना तो भाव थेट काळजाला जाऊन भिडू लागला.

इथं आता मध्यस्थाची गरजच नव्हती. कोतवाल गोदी कामगारांना नेता म्हणून

डिमेलोंच्या जागी पुरेपूर पटले होते. लक्षात घेण्यासारखी गोष्ट आहे, की हा निर्णय अडाणी असलेल्या हजारो कामगारांनी आपल्या मनाचा योग्य 'बॅरॉमीटर' मूकपणे लावून अगदी अचूकपणे घेतला होता. भारतीय कामगारांच्या चळवळीच्या दीर्घकालीन इतिहासात हजारो कामगारांनी सरळ सरळ एका धडाडीच्या नेत्याच्या जागी पूर्णत: अपरिचित असा नवाच माणूस नेता म्हणून मान्य करण्याचं हे एकमेव उदाहरण आहे.

या वेळी नुकत्याच झालेल्या पी. एल. ४८० या करारामुळं मुंबई गोदीत परदेशाहून आलेल्या हजारो टन गव्हाच्या अनेक बोटी थडकू लागल्या. या गव्हाचा उतार करून त्याची वाहतूक करण्यासाठी हजारो हजारो माथाडी कामगारांची गरज निर्माण झाली.

या वेळी गोदीचे चेअरमन होते भिडेसाहेब. हे भिडेसाहेब एवढ्या ऐशआरामी व चंडोल वृत्तीचे होते, की ते ऑफिसात तंबोरा आणून त्याच्या जुळल्या तारांवर रियाज करीत. डॉक मॅनेजर होते विल्यम्स. त्यांच्या हाताखाली कठोर कायदा राबविणारे कडक सहकारी होते डेप्यु. डॉक मॅनेजर श्री. शेख. या तिघांनी तिसऱ्या पाळीचे म्हणून जादा कामगार भरायला सुरुवात केली.

काय होती ही, 'तिसरी पाळी' म्हणजे? तिच्यामागे व्यवस्थापनाचा छुपा हेतू कोणता होता? तर तिसरी पाळी म्हणजे गोदीत प्रथमच असलेल्या दोन पाळ्यांच्या टाळक्यावर लादलेली जादा पाळी. ही लादून मूळचे कामगार 'उपरे' करण्याचा व्यवस्थापनाचा छुपा हेतू होता. या तिसऱ्या पाळीत व्यवस्थापनाने त्यासाठी हंगामी व उपरे कामगार धडाधड भरायला सुरुवात केली. कोतवालांचं म्हणणं होतं, की ही तिसरी पाळी सुरू करू नका. असे उपरे कामगार धडाधडा भरू नका. आपला हा विरोध व्यवस्थापनाच्या गळी उतरविण्यासाठी त्यांनी आटापिटा केला. एकदा तर ते चंडोल वृत्तीच्या भिडेसाहेबांच्या चेंबरमधून रागाच्या, अपमानाच्या तिरीमिरीत संतप्त होऊन बाहेर पडले होते. "आमचे रात्रपाळीचे अडीच हजार कामगारच दोन तास अधिक काम करतील. ते कायम आहेत. त्यांच्या डोक्यावर हे उपरे लादू नका," असं कोतवालांचं आग्रही म्हणणं होतं. अधिकाऱ्यांनी ते मानलं नाही. चांगल्या सात हजार उपऱ्या हंगामी कामगारांची त्यांनी तिसऱ्या पाळीत भरती केली.

इंटकचे श्री. बिडेश कुलकर्णी हे डावपेचवाले पुढारी भिडे, विल्यम्स व शेख या पूर्वीच्या चालबाज त्रिकुटाला मिळाले होते. गोदीत चक्क रंग दिसू लागला की, उपऱ्या कामगारांचा अजगर कायम कामगारांचा ससा गिळून टाकणार. काय करावं कोतवालांना सुचेना. इंटकने तर व्यवस्थापनाला उपरे कामगार पुरविण्याचा सपाटा लावला होता.

व्यवस्थापनाचा हा उद्योग म्हणजे डिमेलोंनी कामगारांना मिळवून दिलेल्या

कायमपणाच्या हक्काला सुरुंग लावणारा होता. कोतवालांनी तो अचूक ओळखला. ते पुरते बेचैन झाले. खूप विचार करूनही त्यांना काही सुचेना. या प्रकारामुळं गोदीतील वातावरण उपरे व हंगामी कामगार विरुद्ध कायम कामगार असे भडकले.

मनोहर कोतवालांना हा नाजूक प्रश्न फारच कौशल्यानं सोडवावा लागला. त्यांनी व्यवस्थापनाला गोंधळात टाकणारी एक अजब चाल केली. काही काळानंतर त्यांनी चक्क तिसऱ्या पाळीला अचानक संमती देऊन टाकली. या संमतीची खूशवार्ता त्या सात हजार उपऱ्या कामगारांत आपले सहकारी नाना झेंडे, बाबू बंगाली, बाबू खमाची, महंमद शकूर यांच्याकडून लागलीच पोचविली. ते कामगार संतुष्ट झाले आहेत, याची खात्री होताच त्या सात हजार कामगारांची एक जंगी सभा बोलाविली. या सभेत ते फारच प्रभावी बोलले. म्हणाले, ''तुम्ही कामगार म्हणजे आमचे बंधूच आहात. आमचे थोर नेते डिमेलो यांची खास शिकवण आहे, की कामगार सगळा इथून तिथून एक असला पाहिजे. आम्ही तयार आहोत तुम्हाला आमच्या गोदी कामगार संघाचे सभासद करून घ्यायला. बोला, तुम्ही आहात का तयार? असल्यास होकाराचे हात वर करा! एकदा का तुम्ही आमच्या युनियनचे रीतसर सभासद झाला की, कायदेशीरपणे तुम्ही कायम व्हाल.''

कोतवालांनी केलेलं ते प्रभावी आवाहन त्या कामगारांना पूर्णत: अनपेक्षित होतं. त्यांना ते पटकन भिडलं. हजारो हात झटक्यात वर झाले. उद्गार निघाले, ''आम्ही तयार आहोत. आम्हाला सभासद करून घ्याच. आमच्या वर्गणीच्या पावत्या फाडा. आम्हाला कायम करा! बोला भाई मनोहर कोतवाल....''

समोरच्या हजारो कामगारांचे कंठ फुटले. त्यांनी एकमुखाने तो नारा वरच्यावर उचलला, ''झिंदाबाद!'' गोदीतील आपला निरउपरीकरणाचा पहिलाच संघर्ष मनोहर कोतवालांनी कुणालाच अंदाज येणार नाही अशा या अफलातून कौशल्यानं पूर्णत: यशस्वी करून दाखविला. या यशानं त्यांनी एकाच दगडात दोन पक्षी पाडले होते. व्यवस्थापनाचे अधिकारी व इंटकचे पुढारी यांचे डाव त्यांच्यावरच उलटविले होते. त्यांनी भरलेले हजारो उपरे कामगार एकमुखाने बिनविरोध आपल्याकडं वळवून घेतले होते. त्यांना कायम करून घेतलं होतं. आता ते दुसरीकडे जाणारच नव्हते. गोदी कामगारांचे सभासद आता हजारोंच्या संख्येने वाढले होते. हे यश त्यांच्या लेखी अजोड होतं.

गोदी कामगार आणि मनोहर कोतवाल यांच्या मनाच्या तारा जुळताच आता संघर्षाची पुढची ठिणगी पडणार हे सांगायला ज्योतिषी नको होता.

ज्या बोनसच्या लढाईला डिमेलोंनी तोंड फोडलं होतं, ती लढाई डिमेलोंच्या हद्दपार होण्यानं आता थांबली होती. त्या लढाईला नव्या दमानं तोंड फोडून गोदी कामगारांना न्याय्य हक्कांच्या वाटेवर आणणं मनोहर कोतवालांचं परमकर्तव्य होतं.

त्यासाठी तर ते पितामह जोशीबुवांचे आशीर्वाद घेऊन गोदीत आले होते. तिसऱ्या पाळीचा यशस्वी लढा देऊन जरी मनोहर कोतवालांनी गोदी कामगारांची मने जिंकली होती, तरी अद्याप ते डिमेलोंच्या जागी गोदी कामगारांचे एकमुखी नेते म्हणून स्पष्ट झाले नव्हते. ते तसे व्हावेत असाही योग लवकरच जुळून आला.

मनोहर कोतवालांनी गोदीत अशोक मेहतांचे प्रतिनिधी म्हणून काम पाहणाऱ्या श्री. खांडेकर यांच्याशी चर्चा केली. दोघांनी मिळून गोदीतील खासगी फाळकेवाल्या कामगारांच्या बोनसची व्यवस्थापनाकडं मागणी घातली.

सुरू झाला गोदीच्या इतिहासातील एक नाट्यमय लढा- बोनसचा संप.

हा संप इतका नाट्यमय होता, की तो अशी अनपेक्षित वळणं घेईल असं कोणालाच वाटलं नाही.

गोदी कामगार संघटनेत तीन नेत्यांचे तीन प्रभावी प्रतिनिधी डिमेलोंच्या नंतर आले होते. अशोक मेहतांचे प्रतिनिधी होते श्री. खांडेकर. मणिबेन कारांचे प्रतिनिधी होते श्री. सुखी व जोशीबुवा, आणि दिनकरराव देसाई यांचे प्रतिनिधी होते मनोहर कोतवाल. यातील कारांचे प्रतिनिधी सुखी हे अद्याप कामगारांशी म्हणावं तेवढं जाऊन भिडलेच नव्हते. श्री. खांडेकर व कोतवाल बरेच पुढं गेले होते. एकत्रच काम करत होते.

या बोनसची मागणी आपसांत चर्चा करून दोघांनीही व्यवस्थापनासमोर ठेवली. मागणी होती ती प्रामुख्याने खासगी फाळकावाल्या कामगारांच्या बोनसची. तिच्याशी इतर गोदी किनारा कामगारांचा काही संबंध नव्हता.

गोदीच्या व्यवस्थापनात असलेले आणि आता भिडेसाहेबांच्या जागी असलेले श्री. घोलपसाहेब अतिशय करारी होते. त्यांच्या ठायी अहंपणाचा भावही मोठा होता. त्यांना 'तुम्हीच सर्व गोष्टींचे तारक' म्हटलेलं फार आवडत असे. त्यांचा करारीपणा एवढा होता, की कराची गोदीत असताना त्यांनी संपकरी कामगारांवर धावते घोडे सोडले होते. त्यांची ही कर्तबगारी बघूनच मुंबईसारख्या मोठ्या जबाबदारीच्या गोदीत त्यांची नेमणूक झाली होती. त्यांच्या हाताखाली नव्यानं आलेले कर्तव्यदक्ष डॉक मॅनेजर होते श्री. वाझ. पूर्वीचे 'टेरर' डेप्यु. डॉक मॅनेजर श्री. शेख तर आपला दंडुका सरसावून उभेच होते.

कोतवाल, खांडेकरांनी घातलेली फाळकेवाल्या कामगारांच्या बोनसची मागणी व्यवस्थापनातल्या या त्रिमूर्तीने बेधडक फेटाळून लावली. ती तशी फेटाळताना त्यांनी कोतवाल, खांडेकर यांना उत्तर दिलं की, ''गोदीतील कुठल्याही खात्यातील कामगार हे सरकारी नोकर नाहीत. बोनसशी त्यांचा काही एक संबंध पोचत नाही. त्यांना तो कायदेशीर अधिकारच नाही. तुमची मागणी मान्य करता येत नाही.''

हे उत्तर ऐकून कोतवाल व खांडेकर यांनी आपसात चर्चा केली. या चर्चेत

संपाचा काहीही विचार ठरला नसताना श्री. खांडेकर यांनी एकाएकी फाळकेवाले कामगारांचा संप परस्पर सुरू केला. कोतवालांचा या संपाला विरोध होता. त्यांनी परोपरीनं खांडेकरांना समजाविण्याचा प्रयत्न केला. खांडेकरांनी एकाच खात्याची मागणी घेऊन संप सुरू केला. परिणामी सर्वच खाती बंद पडून कोणतीही एकमुखी मागणी केल्याशिवाय संपूर्ण गोदीच बंद होणार नाही. ती तशी बंद ठेवणं योग्य नव्हतं. खांडेकरांच्या संपाला आठ दिवस झाले तरीही काहीही तडजोड होईना. आता इरेला पडलेल्या खांडेकरांनी फाळकेवाल्यांच्या संपाला पाठिंबा मिळावा म्हणून पोर्टर्स व किनारा कामगारांचाही संप घडवून आणण्याचा घाट घातला. हे मनोहर कोतवालांच्या विचारबैठकीत बसण्यासारखं नव्हतं.

इथून पुढे श्री. खांडेकर व कोतवाल यांच्यात तीव्र मतभेदाला सुरुवात झाली. कोतवालांनी खांडेकरांना संप थांबवा म्हणून कितीतरी आग्रह केला. त्यांना वाटलं, आपलं गोदीत वाढणारं वजन कोतवालांना खपत नाही, म्हणून ते ही चाल खेळताहेत. फाळकेवाल्या कामगारांना मदत करण्यासाठी इतर कामगार स्वत:चं वेतन गमावून त्यांच्यासाठी संप करतील ही अपेक्षा चुकीची होती. मूलत: गोदीतील फाळकेवाला असो, किनारेवाला असो, कुठल्याही खात्यातील कामगारांना बोनसचा अधिकारच नाही असं व्यवस्थापनाचं म्हणणं होतं. संप ताणावर पडला तर हजारो हंगामी कामगारांना व्यवस्थापक घराकडं पाठविणार होते आणि कामगार कायमचे हात बांधून बेकार बसणार होते. अशा स्थितीत बलाढ्य व्यवस्थापनासमोर ते किती काळ तग धरणार होते?

संपाला चौदा दिवस झाले आणि खांडेकरांनी फाळकेवाले कामगारांशिवाय इतर कामगारांची संप करण्यासाठी रात्री एक सभाच बोलाविली.

बोनसचा हा संप व त्याला धरून संपूर्ण गोदीचाच होऊ घातलेला संप यानं वातावरण विलक्षण ताणावर पडलं. काय करावं? गोदीतील कामगारांना बोनस तर मिळाला पाहिजे. त्यांचं म्हणणं व्यवस्थापन तर ऐकत नाही आणि आता तर किनारा कामगारही संपात उतरणार. कामगारांचं यातून प्रचंड नुकसान होणार. ते तर थांबलंच पाहिजे. खांडेकरांच्या संपाच्या तेराव्या दिवसाच्या रात्री मनोहर कोतवाल आपल्या पाम व्ह्यूवरच्या बिछान्यावर रात्रभर तळमळले. चौदाव्या दिवशी त्यांनी गेल्या दहा-बारा दिवसातील चिंतनाचा परिपाक म्हणून निर्णय व निर्धार केला. खांडेकरांचा 'फाळकेवाला संप' आता आपणच पुढं होऊन मोडला पाहिजे. त्यासाठी आता एक नाटकच रचलं पाहिजे. त्यांच्या मनाच्या ठाम कौलाची ही नांदी झडताच एका अजब नाटकाला प्रारंभ झाला.

चौदाव्या दिवशी ते तडक काळा चौकीतील पितामह जोशीबुवांकडं आले. घडलेल्या सर्व घटनांचा वृत्तान्त त्यांनी जोशीबुवांच्या कानी घातला आणि त्यांनी

सुचविलं की, ''आपणच आता गोदीचे चेअरमन घोलपसाहेब यांना दिनकर देसाईसाहेबांकरवी संपात मध्यस्थी करण्यास सांगावं. देसाईसाहेब गोदीचे विश्वस्त आहेत. त्यांचं म्हणणं घोलपसाहेब डावलूच शकत नाहीत.''

जोशीबुवा हे हाडाचे कामगार हितकर्ते होते. त्यांनी कोतवाल या चेल्याच्या सर्व अडचणी व सूचना ऐकून घेतल्या व त्यांच्या नाट्यप्रयोगाला मान्यता दिली. ठरलं व त्याचप्रमाणे दिनकर देसाई यांनी घोलपसाहेब आणि अशोक मेहता यांना संपात मध्यस्थी करण्यासाठी 'सर्व्हंट्स ऑफ इंडिया'च्या हॉलमध्ये पाचारण केलं.

आपला सर्व अहंभाव बाजूला ठेवून विश्वस्त देसाईंच्या आमंत्रणावरून सन्माननीय घोलपसाहेब निरुपायाने आले. अशोक मेहताही स्वतंत्रपणे आले. कोतवालांनी गोदीचे प्रतिनिधी म्हणून नाना झेंडे यांना आत ठेवण्याची दक्षता घेतली.

सर्व्हंट्स ऑफ इंडियाच्या ऑफिसमध्ये गोदीच्या बोनसच्या संपाची तोड काढण्यासाठी बैठक बसली. त्या बैठकीत मनोहर कोतवाल कुठेच दिसत नव्हते. बैठकीत मध्यभागी होते ना. म. जोशी, त्यांच्या उजव्या हाताला दिनकरराव देसाई आणि समोर बसले होते उंचेपुरे, देखणे, करारी घोलपसाहेब. त्यांच्या शेजारी अशोक मेहता आणि एका बगलेला नाना झेंडे बसले होते. गोदी कामगारांचे झिलकरी म्हणून मग मनोहर कोतवाल या तडजोडीत होते तरी कोठे?

ते होते पडद्याआडचे कलाकार. ते हॉलशेजारच्या गॅलरीत उभे राहिले. त्यांना तेथून आतल्या बैठकीतले श्री. देसाई व मेहता स्पष्ट दिसत होते. नाना झेंडे अस्पष्ट दिसत होते. त्या तिघांनाही गॅलरीतले कोतवाल दिसत होते. बैठकीतल्या इतर कोणाला मात्र ते दिसत नव्हते.

तडजोडीची बोलणी सुरू होण्यापूर्वीच माननीय घोलपसाहेबांनी गोदीच्या खांडेकर व कोतवाल या बोनसची मागणी घालणाऱ्या जोडीवर भरपूर कडक तोंडसुख घेतलं. बाहेर गॅलरीतल्या कोतवालांना ते स्पष्ट ऐकू येत होतं. त्यांनी आतल्या दिनकरराव देसाई व अशोक मेहता यांना जगदंबेच्या गोंधळ्यासारखे अजब हातवारे करून इशारे दिले. त्यातून पटविले, की साहेब म्हणतात ते मान्य करा. आम्हा दोघांना दोषी धरा. मोठेपणा सगळा घोलपसाहेबांनाच द्या. कोतवालांचे हे इशारे पकडून देसाई, मेहतांनी आत बैठकीमध्ये घोलपसाहेबांसमोर आपला रोल हुबेहूब उभा केला. ते म्हणाले, ''खांडेकर काय, कोतवाल काय, दोघेही नवीन तरुण आहेत. वागणे कळत नाही. चुका करतात. संप म्हणजे काय हे माहीत नसताना संप करतात.''

देसाई, मेहतांनी घोलपसाहेबांचा अहंकार आंजारून गोंजारून, माणसाळवून घेतला. बैठकीच्या शेवटी ते साहेबांना आग्रहानं म्हणाले, ''ते दोघे आमच्या शब्दाबाहेर नाहीत. संप मागं घेतील. आम्ही त्यांना आवरू. साहेब, आपणच गोदीचे

कर्तेकरविते, तारक आहात. कामगारांचं नुकसान कशासाठी करता? त्यांना काहीतरी बोनस देऊन टाका!''

बाहेर गॅलरीत 'बोनस' हा शब्द कानावर येताच मनोहर कोतवालांनी आत बैठकीत असलेल्या नाना झेंडे या अजब झिलकरी हुन्नरबाजाला खाणाखुणा करायला सुरुवात केली. आपल्या हाताच्या दोन्ही बोटांची चमत्कारिक आकडेमोड करीत प्रिय नानाला ते पटवू लागले, की वीस ते पंचवीस रुपयांपर्यंत बोनस मान्य करा. बऱ्याच कसरतीनंतर नानाच्या डोक्यात ट्यूब पेटली. बराच वेळ बैठकीत गुमान बसलेला नाना घोलपसाहेबांनाच तडक म्हणाला, ''त्याचं काय हाय शायेब, द्या जावा की, कामगारास्नी इस पंचवीस रुपये, नाव राहील तुमचं गोदीत शिवाजीराजावानी!''

आता जोशीबुवा हे धूर्त व दूरदृष्टीचे कामगार नेते पार पलटी मारून घोलपसाहेबांना सूचकपणे म्हणाले, ''जर गोदीतील सर्वच कामगारांनी फाळकेवाल्यांना साथ दिली, तर तोही गोदीतील सर्व कामगारांचा ऐतिहासिक संप ठरेल घोलपसाहेब. कशाला नोंदवून घ्यायचा तो आपल्या नावावर? तुम्हाला योग्य वाटेल तो बोनस देऊन हा संप मिटवून टाकावा तुम्ही.''

मा. घोलपसाहेबांनी आढेवेढे घेत शेवटी २१ रुपये २५ पैसे प्रमाणे बोनस एकदाचा मान्य केला. कोतवालांचे चतुर घोडे अशा नाटकामुळे गंगेत न्हाले. हा बोनस दहा दिवसांच्या पगाराएवढा होता.

सर्व्हंट्स ऑफ इंडियाच्या ऑफिसमधील बैठक संपली. घोलपसाहेब चहा, बिस्किटे घेऊन काळ्या गाडीतून अशोक मेहतांसह मुंबई गोदीकडं निघून गेले. एव्हाना गॅलरीत अजब गोंधळीनृत्य करून थकलेले घामेजलेले मनोहर कोतवाल बैठकीत आले. तसे नाना झेंडे त्यांना म्हणाले, ''बाकी कोतवालसाहेब, आमच्या जत्रंच्या खेळात लई नामी पार्ट कराल तुमी बघा!'' तसं नानांना मिठीत घेत मनोहर कोतवाल म्हणाले, ''कुणाच्या दगडानं आणि कसाही का होईना कामगारांच्या कामाचा पाडाचा आंबा पडला की नाही नाना?'' त्यावर जोशीबुवा मार्मिकपणे वर्माचं म्हणाले, की ''ठिगुर म्हणविणारा मासा चांगला देवमाशासारखा सागरात पोहायला लागला की!'' ते ऐकताना बोनसचा संप यशस्वीपणे मिटल्याच्या समाधानानं सर्व जण खळखळून हसले.

तिकडं कात्री गोदीत फाळकेवाला कामगारांच्या संपाला पाठिंबा देणारी पोर्टर्सची सभेसाठी दाटी झाली होती. अध्यक्षस्थानी श्री. पुरुषोत्तम खांडेकर बसले होते. सभेला सुरुवात व्हायला काही मिनिटेच असताना मनोहर कोतवाल आपले सहकारी नाना झेंडे यांच्यासह तेथे अचानक दाखल झाले. त्यांनी येताना छापून आणलेलं बोनसचा संप मिटल्याचं, त्याच्या अटी दाखविणारं पत्रकच काहीही न बोलता मित्रवर्य खांडेकरांच्या हातावर ठेवलं.

ते वाचून बघताच खिलाडू व मोकळ्या मनाच्या खांडेकरांनी जमलेल्या कामगारांसमोरच मनोहर कोतवालांना वाकून नमस्कार केला. तो करताना सर्वांना ऐकू जाईल असं ते म्हणाले, ''वा! गुरू भेटलात भाई मनोहर कोतवाल!'' तसं त्यांना, उठून ऊरभेट देताना कोतवाल म्हणाले, ''भाई खांडेकर, कामगारांच्या हितासाठी मी वाटेल ते काहीही करीन.''

या संपूर्ण नाट्यात कोतवालांचे कमालीचे बुद्धिकौशल्य कशात होते? जाणत्यालाच लक्षात येईल, की इकडं गोदीत खांडेकर संपाच्या सभेची योजना करीत असताना तिकडे त्यांचे गुरू अशोक मेहता संप मिटविण्याच्या तडजोडीत गुंतले होते.

कामगार चळवळीतला खास 'कोतवाल टच' म्हणतात, तो हा असा होता. कुणालाही न दुखविता वाकड्या वाटणाऱ्या; पण सरळ बोटानेच तूप गंजाबाहेर काढणारा.

दोनच दिवसांत कोतवालांच्या हातात एक तार पडली. मजकूर होता की, ''अभिनंदन भाई मनोहर कोतवाल. माझा बोनसचा लढा तुम्ही यशस्वीपणे तडीला लावलात. अभिनंदन!'' ही तार केली होती ती तुरुंगातून प्रत्यक्ष पी. डिमेलो यांची.

ती पोचताच समाजवादी विचारधारणेमुळे पाम व्ह्यूच्या दादर परिसरात पूर्वी 'भाई' म्हणून परिचित असलेले कोतवाल आता हजारो गोदी कामगारांच्या मोठ्या परिसरातही 'भाई' झाले!

'भाई' हे नामाभिधान त्यांना मुंबईत इथून पुढे सहजच जोडलं जाऊ लागलं.

■

■

युगंधर श्रीकृष्ण

गेली ३० वर्षे एक खोलवरचं चिंतन 'श्रीकृष्ण' या पूर्णरूपाबद्दल मनी नांदत आहे. दोन महिन्यांपूर्वी 'योगक्षेम' या कॉंटिनेंटलच्या अनंतरावांच्या घरी पहाटे तीन-चार वाजता या चिंतनाला साजेसं नाव झोपेतच स्फुरलं. दूरवरच्या नीलवर्णी क्षितिजावरून सतेज, झळझळीत, सुवर्णी सुदर्शन-चक्र यावं तशी सुवर्णी वर्णाची, आपल्या अंगी गरगरती तेजवान तेज:कणाची सळसळ घेतलेली, माझ्या 'जीव' म्हणून असलेल्या जाणिवेकडे झेपावत येणारी चार अक्षरे येऊन थडकली- 'युगंधर'

झटका बसावा तसा झोपेतून उठून अंथरुणावर बसलो. दिव्याचं बटण लावलं. सगळीकडं पहाटेची नीरव-नि:स्तब्ध शांतताच शांतता होती. त्या चार अक्षरी अज्ञात कौलाचा मूलगामी विचार करू लागलो. ती चार अक्षरे पिंजू लागलो. नवा नवा आशय त्या चार अक्षरांतून स्पष्ट-स्वच्छ साकारू लागला. 'मृत्युंजय' ही चार अक्षरी कर्णकथा, हे 'युगंधर' नावही चार अक्षरीच! ते 'य' या व्यंजनावर संपणारं, हे 'य' या

व्यंजनावर सुरू होणारं. त्यातही एक उकार, यातही एक उकार. त्यात एक अनुस्वार, यातही एक अनुस्वार. 'मृत्युंजय' म्हणजे एका योद्ध्याची जीवनावर जय प्राप्त करणारी कथा.

अंध:कार नीट आकळल्याशिवाय प्रकाशतत्त्वाचं मोल समजूच शकत नाही. कर्ण ही जीवनप्रवाहातील अंध:कार व प्रकाशमयता यांच्या सीमारेषेवरची अत्यंत धूसर, गूढ व्यक्तिरेखा-श्रीकृष्ण. ही वायुसारख्या तरल 'प्रकाश लहरी' जीवनाच्या प्रत्येक अंगात व प्रसंगात वागवणारी, व्यामिश्र 'तत्त्वरेखा.'

आजच्या झपाट्यानं बदललेल्या व गतिमान झालेल्या विज्ञानकळसी काळात प्रथम 'श्रीकृष्ण' हा कथेचा, लिखाणाचा किंबहुना एकूणच विचारात घेण्याचा विषय होऊ शकतो काय? हाच पहिला प्रश्न आहे.

'होय!' हेच त्याचं निर्विवाद उत्तर. किंबहुना सर्वप्रथम तोच लिहिला पाहिजे, चर्चिला पाहिजे. ज्यांची म्हणून वैज्ञानिक जाणीव डोळस व प्रगल्भ आहे, त्यांना हे पटावं, की आधुनिक विज्ञानयुगाचा उद्‌गाता आइनस्टाइन यानं पूर्वीच्या तीन परिमाणांत चौथ्या एकाची भर सशास्त्र घातली. त्याचं 'चौथं परिमाण' (fourth dimension) म्हणजे काल (Time) होय. तो म्हणतो- 'काल हा अखंड व सलग आहे (Time is one). आपण आपल्या सोयीसाठी त्याचे भूत, भविष्य व वर्तमान असे तुकडे पाडतो.'

ज्यांना 'काल हा अखंड आहे' हे विज्ञानतत्त्व सखोल विज्ञानार्थानं पटलं असेल, त्यांनाच व तेवढ्याच तत्त्वार्थानं सहज पटेल, की श्रीकृष्ण ही जगातील- (सर्व धर्मांच्या व भाषांच्या-स्पष्ट स्पष्ट नांदत आलेल्या प्रवाहात) एकमेव अशी तत्त्वरेखा आहे, जी जीवनसृष्टीच्या विराट प्रवाहाला पूर्णत्वाकडे नेऊ शकते.

हे सूत्र समजले तरच 'श्रीकृष्ण' ही शिळी, पुराणातील व 'कालबाह्य' तत्त्वरेखा कधीच वाटणार नाही.

कोट्यवधी जीवांच्या या कोलाहलात एक अंगभूत व अनादी सूत्र नांदत आलं आहे. जीवाचा 'जन्म' एकाच वैज्ञानिक प्रक्रियेने होतो. 'मृत्यू' नाना पद्धतीनं होतो. या सूत्राला श्रीकृष्णचरित्रात पावलोपावली प्रसंगविपुलता दिसेल. यासाठीच श्रीकृष्ण हा आजचा तर प्राधान्यानं लिहावा असाच विषय आहे.

रामायणाचा नायक श्रीराम जीवन कसं असायला 'पाहिजे' हे आवर्जून सांगतो. श्रीकृष्ण जीवन कसं असायला 'पाहिजे' हे तर सांगतोच; पण जीवन 'कसं आहे' तेही सांगतो व त्याउपर तो 'सर्वातीत राहा' असं घटना-घटनातून पटवून देतो. या पटविण्यातच त्याच्या तत्त्वरेखेचं सार आहे.

विज्ञानानं जीवनाचा बाह्याविष्कार पटकन पालटला. अंत:स्रोत तोच आहे. तो कालानुरूप बदलू शकतो- नव्हे बदलणारच!- पण समूळ पालटूच शकत नाही.

क्रमश: विकसित मात्र होत जाईल. श्रीकृष्णाच्या चरित्रात सतत गतिमान वैज्ञानिक जीवनालाही कवेत घेऊन जाण्याची केवढी तरी कुवत आहे.

थोर निग्रो समाजसुधारक मार्टिन ल्यूथर किंग आपल्या अनुयायांना दिलेल्या एका व्याख्यानात एक रोकडं व परखड सत्य बोलून गेला आहे. तो म्हणाला - 'माझ्या निग्रो बांधवांना भय घातलं जातं, की अधिक गडबड करू नका. तुम्हाला भयंकर बॉम्बनी जाळून तुमची राख केली जाईल. मी माझ्या निग्रो बांधवांना सांगतो, की घाबरू नका- त्या राखेतूनही जीव निर्माण करण्याची ताकद असलेल्या वैश्विक इच्छाशक्तीवर पूर्ण विश्वास ठेवा व आपल्या किवाडातून बाहेर या. आपल्या न्याय्य हक्कांसाठी झगडा.' ल्यूथरचे हे शब्द त्यामागील आशयांसह कळले, तरच श्रीकृष्ण हा लेखनाचा वा चर्चेचा सर्वप्रथम विषय का व कसा होऊ शकतो हे पटेल. कारण तो एक शाश्वत व वैश्विक विचार आहे.

ज्ञानाच्या अर्थानं 'शाश्वत' काय हा सर्वांत मोलाचा प्रश्न ठरतो. उत्तराच्या दृष्टीनं- पंचतत्त्वे हे त्याचं उत्तर ठरतं. पंचमहाभूतांचा हा सर्व खेळ चालला आहे. त्या दृष्टीनं जीवसृष्टीचा विचार करता- 'शाश्वत काय?' या प्रश्नाचं फक्त एकच उत्तर ठरतं- 'विचार!'

संपूर्ण श्रीकृष्णचरित्रच या विचारतत्त्वाचा विचारच प्रत्येक प्रसंगातून मांडतं.

श्रीकृष्ण- फक्त संस्कृत भाषेचा काय?- नाही. श्रीकृष्ण फक्त भारतीयांचा काय?- नाही. श्रीकृष्ण फक्त एका धर्माचा काय?- नाही. फक्त आर्यांचा काय?- नाही. जगातील सर्व चांगुलपणाच्या विचारांचं साकाळलेलं नाव आहे श्रीकृष्ण! आता हे चांगुलपण ठरवायचं कसं? जीवाला जो विचार उन्नयनाकडे नेतो, तो विचार 'चांगुलपणा' ठरतो. या अर्थानं आधुनिक युगात टनांच्या वजनात नाना वस्तूंच्या रूपानं होणारं नानाविध प्रकारांचं उत्पादन हा चांगुलपणाच आहे. तो श्रीकृष्णविचार आहे व आपल्या न्याय्य हक्कांसाठी कामगारांनी घनघोर आक्रंदनाचा उठविलेला आवाजही श्रीकृष्णविचार आहे. सूक्ष्म बघणाऱ्याला दोहोतर्फी कर्मयोगाचा 'विचार' दिसेल.

ललितलेखन हे तत्त्वबोधाच्या व तार्किक शब्दच्छलापेक्षा मानवाला जवळचं व जिव्हाळ्याचं वाटतं. जशी चौसष्ट कलांतील 'संगीत' ही सर्वाधिक प्रभावगुणी कला आहे. ती मध्यस्थाची मागणीच करत नाही. थेट जिवाला जाऊन भिडते. तशी लिखाणात अभिजात ललितलिखाणाची योग्यता आहे. त्यालाही मध्यस्थाची आवश्यकता नाही. फक्त ते लिखाण मन:कुहराच्या, मानवी जाणिवेच्या तळवटातून प्रथम निघावं लागतं. चिंतनाच्या मुशीतून जाणिवेच्या, अनुभवांच्या मुशीतून तावून सुलाखून साकारावं लागतं.

'श्रीकृष्ण' ही 'तत्त्वरेखा' युगंधर या शीर्षकानं ललित साहित्यात आणता येईल

का? गेली अनेक वर्षे मन याचाच वेध घेत आलंय. 'युगंधर' म्हणून श्रीकृष्ण कादंबरीच्या रूपात ठेवायचं हे मनानं ठाणलंय. आता या कादंबरीचा वाङ्मयीन आकार कसा ठेवायचा? 'मृत्युंजय' ही 'आत्मनिवेदनपर' कर्णकथा आहे. 'युगंधर' ही 'परनिवेदनपर' श्रीकृष्ण-कथा बांधायची काय? म्हणजे नेमकं काय? तर मृत्युंजयात कर्ण, शोण, वृषाली, कुंती अशा व्यक्तिरेखा आपापलं निवेदन कथन करतानाच 'कर्णचरित्र' उकलून जातात. त्यात बराचसा भाग कर्णच कथन करतो. 'युगंधरात' प्रत्येक व्यक्तिरेखा बोलेल ती श्रीकृष्णाबद्दल. स्वतः श्रीकृष्ण पुऱ्या कादंबरीत निवेदक म्हणून कुठेच बोलणार नाही. शेवटच्या एका पानावर त्याचा म्हणून गीतेतील फक्त एक श्लोक येईल- 'कालो ऽ स्मि, लोकक्षयकृत प्रवृद्धो-' या पंक्तीपासून सुरू होणारा. हा श्लोक फक्त दोन ओळींचा आहे. आइनस्टाइनच्या चौथ्या परिमाणाच्या सूत्राला पूर्ण अंगभर पेलून उभा आहे. श्लोकाच्या सुरुवातीच्या पंक्तीचा अर्थ आहे- 'अर्जुना, या लोकांना मारायला उद्युक्त झालेला मी 'काल' आहे!'

परानिवेदनपर अशा या कादंबरीत मुख्यतः उद्धव, यशोदा, बलराम, रुक्मिणी, अर्जुन, सात्यकी, कुंती, भीम, दारुक, देवकी अशा व्यक्तिरेखा येतील. प्रत्येक व्यक्तिरेखा तिची म्हणून जी एक जीवनाची विचारबैठक आहे, त्या दुर्बिणीतून श्रीकृष्ण आपल्याशी कसा वागला-वावरला ते तिच्या शब्दांत सांगू शकेल. श्रीकृष्ण तत्त्वार्थाने समजला जावा- तो वाचकाच्या चिंतनात खोलवर मुरला जावा, हाच या प्रचंड लेखनप्रपंच प्रकल्पाचा हेतू असेल. बराच काळ मनी रेंगाळलेला हा आकृतिबंधही शेवटी सोडून दिला. खूप विचारांती नाशकात ती. पू. कुसुमाग्रजांच्या अनुभवी व योग्य सल्ल्यानुसार शेवटी मृत्युंजयचच तंत्र स्वीकारलंय.

श्रीकृष्णाचे सामाजिक विचार, त्याच्या राजकारणाची बैठक, त्याचे नातेसंबंधातील विचार, त्याची भौतिकतेबद्दलची सशक्त जाण, त्याचं युद्धशास्त्र, त्याचं विज्ञान, त्याचं तत्त्वज्ञान या सर्व पैलूंचा जाता-जाता आपोआप उलगडा या श्रीकृष्णकथेत होऊ शकेल.

वानगीदाखल या कथेत श्रीकृष्ण कसा उतरेल, यासाठी दोन-चार दृष्टिकोन सांगणं या ठिकाणी औचित्याचं ठरावं.

सदेह मानवरूपात वावरताना त्याच्या म्हणून प्रिय वस्तू कोणत्या? त्याचा प्रिय वृक्ष आम्र असेल का? त्याचा लाडका पक्षी मोर हा आहे. त्या एकाच पक्ष्याच्या पंखांवर रंगदेखणे ठिपके का असावेत? त्याचं प्रिय फूल प्राजक्तच का? त्याचा संगीतातला लाडका राग कोणता? त्याचा आवडता रंग कोणता?

बोलण्यातली याची बोलीभाषा ॐकाराशी नातं सांगणारी, अनुस्वारयुक्त असेल का? त्याची नावं गोविंद, मुकुंद, मिलिंद अशी नादसंपन्न आहेत. त्याच्याशी

याच्या बोलीभाषेचा काही संबंध असेल का?

जसा रामायणात भरत हा विश्वस्त म्हणून वावरताना दिसतो, तसा याचा भावविश्वस्त उद्धव आहे. हा फक्त लौकिकाचा व ऐहिकाचा विश्वस्त नाही, तर उद्धव हा श्रीकृष्णाच्या सर्व भावविश्वाचा एकमेव विश्वस्त आहे. मग अर्जुन व श्रीकृष्ण ही नाती व उद्धव व श्रीकृष्ण ही नाती यांत सूक्ष्माचा फरक तो कोणता?

आपल्या दूरस्थ राहिलेल्या देवकीमातेला हा कुंतीच्या रूपात पाहत असेल का? भीमाशी याचे वागणे कसे? कर्णाशी कसे? विदुर, भीष्मांशी कसे? एकूणच सर्वांशी कसे?

याच रथाला वंगण घालणाऱ्या सारथ्याचं, अर्जुनाला गीता सांगणाऱ्या तत्त्वज्ञाचं रूप, दोन्ही एकच आहेत ती कशी? याच्या भोवती वावरणाऱ्या रुक्मिणी, सत्यभामा, द्रौपदी, सुभद्रा, एकानंगा, कुंती, गांधारी या स्त्रियांशी तो वेगवेगळ्या ढगांनी कसे वागतो? तरी स्त्रीत्वाबद्दलची याची विचारबैठक एका अंत:सूत्रात कशी गुंफलेली आहे?

हा सुदाम्याचा स्नेही, अर्जुनाचा मार्गदर्शक, दुर्योधनाचा विरोधक वाटला असला तरी पुन्हा या सर्वांशी वागण्याचं, जीवनतत्त्वाशी वागणं म्हणून याचं अंत:सूत्र एकच कसं आहे?

सात्यकी या यादवांच्या सेनानायकाशी याची चर्चा प्रामुख्यानं सैनिकी विषयांवर कशी होत असावी? हा आपल्या दैनंदिन जीवनात कधी सारथी, कधी गवळी, कधी राजदूत, कधी आश्रमकुमार असा कर्मयोग राबवतो. आजच्या काळात कामगाराला जे करावं, कष्टावं लागतंय ते अनुभवलेला हा खरा 'कर्मयोगी' कसा?

'गीता' हा महाभारताचा तत्त्वसार मानून त्यावर जेवढी चर्चा व लिखाण झालं, तेवढंच त्याच्या प्रत्येक पावलाबरोबर त्यानं गीतेतील जो श्लोकार्थ प्रत्यक्षात उमटवला त्याबद्दल व्हायला नको काय?

कंसाच्या मथुरेतील दगडी कैदखान्यात जन्माचा श्वास घेणारी व आनर्ताच्या (गुजरातच्या) अरण्यात प्रभासक्षेत्री भालकातीर्थ येथे विमुक्त आभाळाखाली देहोत्सर्ग करणारी ही तत्त्वरेखा आहे. बंदिस्तात जन्म व पूर्ण विमुक्ततेत देहविलय अशी ही वाटचाल आहे.

त्या कालात घनघोर दंडकारण्य ससैन्य ओलांडून करवीरात येऊन तिथल्या शृगाल या जुलमी राजाचा बीमोड करून तेथील जनतेला स्थैर्याचं राज्य देणारा हा द्रष्टा यादवराज आहे. याचं राजकारण हे सदैव खिरीत पडलेली माशी काढून टाकणारं आहे. ते न कळल्यामुळं अनेकांनी त्याला कपटी व कुटिलही म्हटलं आहे. 'कृष्ण-कारस्थान' असा एक विपरीत वाक्प्रचारही रूढ झाला आहे. खरे तर तो 'कृष्ण-कल्पकता' असा नको काय?

तसे दररोज हजारो शब्द अनेकविध भाषांत छापले जातात. त्यातील किती काळाच्या पडद्यावर, सूर्यकिरण जसे शिळे न होता तळपतात, तसेच तळपत टिकून राहतात? श्रीकृष्ण-चरित्र हे असंख्य सामान्य जनांसाठी व गीता हे तत्त्वसार बुद्धिवादी तर्कनिष्ठ माणसांसाठी हजारो वर्षं खाद्य पुरवत आलं आहे.

आपल्या फक्त मराठी भाषेत करमणुकीच्या पूर्ततेसाठी तमाशाच्या बोर्डावर श्रीकृष्णाची, मागणी तसा पुरवठा न्यायानं मनसोक्त विटंबना करण्यात आली आहे. श्रीकृष्णचरित्रावरची मराठी तमाशातील शब्दश: गलिच्छ व अश्लील भाष्ये - भारतातील गुजराती, हिंदी, उडिया अशा अन्य कुठल्याही भाषेत आलेली नाहीत. महाराष्ट्रात तरी असं का घडलं? तर उत्तरपेशवाईच्या काळात स्वारी-शिकारीच्या निमित्ताने शेकडो हजारो सैनिकांच्या सैन्याचा तळ मोहिमेवर कुठेही पडला- की डेऱ्यांच्या घेरात तमाशाचा फड उभा राहायचा. महाराष्ट्र मूळचा लढाऊ, रांगडा. त्याची एकमेव करमणूक त्या काळी तमाशा हीच होती. या तमाशानं लढाऊ धारकऱ्यांच्या करमणुकीसाठी सोयीचं पडलं म्हणून श्रीकृष्णचरित्र वेठीला धरलं. तोंडात माशा जाईपर्यंत तमाम रसिक जनतेनं ते पाहिलं, ऐकलं. ज्या महाराष्ट्राच्या गौरवशाली आभाळाखाली श्रीकृष्ण व रुक्मिणी यांची रसवंत, अभंगवाणीत 'विठोबा-रखुमाई' म्हणून संतांनी मन:पूर्वक आराधना केली, जिथं ज्ञानेश्वरी हे रसाळ गीताभाष्य साकारलं त्याच महाराष्ट्राच्या आभाळाखाली रात्रीच्या रात्री श्रीकृष्णाची खिल्ली उडविण्यात आली. शिवकालात कार्यरत असलेली मर्दानगी या काळात तमाशाच्या बोर्डावर श्रीकृष्णाची टर उडविण्यात रमली. महाराष्ट्राच्या आजच्या सामाजिक नैराश्याचं व पिछेहाटीचं अन्य अनेक कारणांबरोबरच हे एक प्रमुख कारण आहे हे आता तरी आपण ओळखणार की नाही? खरोखरच तमाशातून प्रेक्षकांची मानसिक अश्लीलतेची गरज जिरविण्यासाठी श्रीकृष्णचरित्रच वेठीला धरण्याची आवश्यकता आहे काय? सामान्यांचा बोलीभाषेतील क्रीष्णा वा किसन जाऊन आता तमाशातील 'किस्ना' गावोगाव पसरला आहे.

या सर्वांमुळं श्रीकृष्णचरित्राला काही बाध येतो का? मुळीच नाही. कुणी गर्दन उठवून चूळ भरली म्हणून सूर्यबिंब गारठेल का?

भारताचं सर्व वैभव ब्रिटिशांनी पद्धतशीर लुबाडलं हे एकवेळ समजू शकतं; पण भारतीय म्हणून असलेल्या ठोस जीवन प्रवाहाचा अर्क असलेला 'श्रीकृष्ण' आता सगळा युरोप योगमार्गाने लुबाडतो आहे हे आपणाला कधी कळणार आहे की नाही?

ते कळलं नाही म्हणून तर उभ्या भारतवर्षाला आज जगातील एक आदर्श 'धर्मशाळा' अशी कळा आली आहे. हे केवढं विदारक सत्य आहे, की ज्ञानेश्वरीच्या महाराष्ट्रात श्रीकृष्णाची तमाशाच्या माध्यमातून मनसोक्त खिल्ली उडविली जावी व

परस्थ देशांनी विशेषत: अमेरिका, फ्रान्स, जर्मनी, इंग्लंड अशा विचारप्रगत राष्ट्रांनी श्रीकृष्ण एक कालातीत तत्त्व म्हणून समूळ समजून घेण्यासाठी जंगजंग पछाडावं. कृष्णमंदिराच्या पाच-सहा मजली इमारती आज इंग्लंड-फ्रान्समध्ये उभ्या आहेत ते का? याचा कधीतरी आपण विचार करणार आहोत की नाही?

झपाट्यानं बदलत्या जीवनमानाप्रमाणं, प्रचंड वाढत्या लोकसंख्येनुरूप व अतिशय गतिमान झालेल्या वैज्ञानिक कालात धर्माच्या कल्पना धपाधप कोसळून तर पडताहेतच. अर्थप्राप्तीच्या मागे माणूस बुद्धिमत्ता ही एकमेव मशाल घेऊन ऊरीफोडी धावतो आहे. 'पैसा, पैसा-पैसा-अधिक सुख-सुख-सुख' ही माणसाची अमाप वाढलेली हवस सर्व जीवनमूल्ये धडाधड कोसळून घालते आहे. केवळ भारतच नव्हे तर सगळं जगच एका दीर्घकाळ रेंगाळू शकणाऱ्या अराजकाच्या रोखानं धावत आहे. अशा वेळी माणसाला जागतिक वाङ्मयातील जीवनपद्धतीमधील एकच तत्त्वरेखा ठोस सांगू शकते- 'काल: अस्मि लोकक्षय कृत प्रवृद्धो.'

महाभारतातील अर्जुन, भीम, युधिष्ठिर, कर्ण या व्यक्तिरेखा पंचमहाभूतांचं प्रतिनिधित्व करतात. कुणी वायूचं, कुणी पृथ्वीचं, कुणी तेजाचं. श्रीकृष्ण या सर्व पंचमहाभूतांच्या मिश्रणाचं एकमेव मानवी रूप आहे. म्हणूनच ते गूढ तर आहेच पण विलोभनीय व आकर्षकही आहे. नव्हे, ते समरसणाऱ्याला आपलंच रूप म्हणून वाटतं.

श्रीकृष्णाच्या तत्त्वबोधातील 'कर्मयोग' तर ज्यांची सहज म्हणून ज्ञानलालसी वृत्ती आहे, त्यांना पटकन पटावा. याहून त्याचा 'प्रेमयोग, राजयोग, ज्ञानयोग, भक्तियोग' अशा एकेका जीवनांगांत गौरांगप्रभू, ज्ञानेश्वर, विवेकानंद असे कितीतरी माहात्मे पुरते न्हाऊन डुंबून निघालेले दिसतील. श्रीकृष्ण हे भारतीयांचं प्राणतत्त्व आहे. तो त्यांचा 'श्वास' आहे. रामायणातील श्रीराम किमान अंतसमयी जिवाच्या ओठी येतो. जगताना जीव श्रीकृष्णाचा कर्मयोग राबवतच क्षणाक्षणाला जगत असतो.

आजच्या प्रचंड गती लाभलेल्या वैज्ञानिक काळात श्रीकृष्ण या जीवतत्त्वाच्या बैठकीलाही प्रचंड गती लाभली आहे. सर्वच धर्मीयांतील सुष्टता-दुष्टता, जीवन व मरण यांचा प्रचंड व मूक असा संघर्ष चालू आहे. यात जीवनाचं सुस्पष्ट दिग्दर्शन करण्याची कुवत असलेल्या श्रीकृष्ण या विचाराला कुणाचीच मध्यस्थ म्हणून आवश्यकता नाही. तो सहजपणेच उगवतीच्या सूर्यासारखा जीवाजीवातून अंकुरत आहे. मृत्यूचं जेवढं विराट व मति गोठविणारं दर्शन जीवाला घडतं आहे तेवढं जीवन सखोल व सहज होत जाणार आहे.

आजवरचा ग्रंथातील, संगीत, व्याख्याने यांतील जीवजीवांच्या विचारांच्या रूपानं मेंदू-मेंदूत एकवटलेला श्रीकृष्ण रक्ताच्या कणाकणातून कृतीच्या रूपानं

साकारत जातो आहे.

माणसाचा आर्थिकाचा व कर्मक्षेत्राचा व्याप कितीही असला तरी त्याच्या सूर्योदयापासून सुरू होणाऱ्या व सूर्यास्तानंतर झोपी जाईपर्यंतच्या जीवनात किती माणसं येणार हे निसर्गचक्रानं ठरलेले आहे. यालाच ऋणानुबंध म्हणतात. या प्रत्येक माणसाशी आपलं वागणं एकाच प्रकारचं असतं का, याचा प्रत्येकानंच स्वत:शी विचार करून पाहावा. ते तसं का नसतं वा नसावं? याला उत्तर सापडत नाही. मिळालं तर याचं उत्तर आइनस्टाइनच्या अणुसंशोधनात व श्रीकृष्णाच्या तत्त्वबोधातच मिळेल. धन व ऋण कणांचा एक केवढा तरी प्रचंड कारखाना अविरत चालू आहे. यातूनच प्रत्येक सजीव व निर्जीव वस्तू साकारली आहे. आइनस्टाइन थांबला व त्यानं कबुली दिली आहे ती एकाच ठिकाणी, की असे विशिष्ट धन व ऋण कण एकत्र का यावेत? त्यातून सजीव वा निर्जीव वस्तू का आकारावी याचा शास्त्रीय शोध घेता येत नाही. अनेक जण म्हणतात ती 'वैश्विक इच्छाशक्ती' असेल तर ती या ठिकाणीच. जिथं आइनस्टाइन थांबला नेमका तिथंच श्रीकृष्ण सुरू होतो. त्याला 'अध्यात्म गूढता'- वगैरे नावं देण्याची गरजच नाही. साकारलंय ते लय पावणार हे सत्यच आहे, तर साकारण्यात त्या शक्तीचा हेतू काय असावा हे कळलं - निसटतं जरी कळलं-तरी श्रीकृष्णस्पर्श झाला हे मानावं लागेल. संपूर्ण समर्पणानंतरची श्रीकृष्णानुभूती हा भाग नंतरचा.

शास्त्रीय परिभाषेत नेहमी बोलणाऱ्या डार्विननं एक चमत्कारिक विधान केलंय- 'अज्ञानात सुख असतं!' हे ते विधान आहे. वरवर हे विधान चमत्कारिक वाटतं पण ते फार आशयपूर्ण आहे. उत्क्रांतिवादाचा सिद्धान्त मांडणारा डार्विनच हे म्हणतो याला अर्थ आहे. 'अज्ञानात सुख असतं!' म्हणजे काय? आपण अज्ञानात सुख 'मानतो'! ज्ञान हे सूर्यकेंद्राशी बांधील असेल तर ते अज्ञानात सुख मानणाऱ्याची पर्वा कशाला ठेवेल? ते सूर्यकेंद्राप्रमाणं अविरोधच प्रकाशत राहील. ज्ञान त्याच्या वाटेवर जीव येतो की नाही याची वाटच पाहणार नाही. म्हणूनच जरी अज्ञानात जीव सुख मानत असला तरी ते सुख मृगजळाचंच सुख ठरतं.

या सर्वांचा बारकाव्यानं विचार केला तर प्रत्येक जीवाजीवाच्या ठायी एक विचार म्हणून 'श्रीकृष्ण' वासच करतो आहे. फक्त त्याचा शोध-बोध ज्यानं त्यानं त्याच्या पद्धतीनं घ्यायचा आहे. या शोधात शब्दश: अनंत अडचणी आहेत. आम्ही रोजचं काम करावं का हा शोध घ्यावा? कसं शक्य आहे? हा आपला एक नेहमीचा सूर असतो.

जे कोणतं काम आपण करत असू, ते कामच श्रीकृष्णविचार आहे असं भावलं तर दैनंदिन व्यापही ताप न होता प्रताप होईल.

ललित साहित्यातून आज येणारा श्रीकृष्ण पारंपरिक कल्पनेप्रमाणं अवतार व

ज्याच्यावर सर्व सोपवून आपण मोकळं व्हावं असा भगवान असूच शकत नाही. आजच मला मराठीतील साक्षेपी चित्रपट दिग्दर्शक भालजी पेंढारकर यांचं पत्र आलं आहे. बाबा आता ८३ वर्षांचे आहेत. ते पत्रात लिहितात, ''श्रीकृष्ण भगवान नव्हे, तर महापुरुष होता हे वाचकांना पटवू शकलात तर ते महत्कार्य होईल.''

नव्या विज्ञानयुगाबरोबर एक नवी जीवनप्रणाली आपोआप अवतरली आहे. तिच्यात असंख्य दोष आहेत. नव्या मानवाला ते निपटूनच नवी जीवनप्रणाली स्वीकारावी लागेल. या वाटचालीत दोन प्रकारांच्या आव्हानांना त्याला तोंड द्यावं लागेल. एक नव्या वैज्ञानिक सुख-सोयीमुळं येणारा 'अहंगड' व दुसरे सभोवती घडणाऱ्या अनेक उत्पातांमधून येणारं घनघोर 'नैराश्य.'

ललित साहित्यातून या दृष्टीनं आजच्या मानवाला झळझळीत जीवनविचार देण्याची प्रचंड ताकद श्रीकृष्णचरित्रात आहे. योग्य त्या भाषेत ती वाचकांपर्यंत पोचली पाहिजे.

श्रीकृष्ण 'युगंधर' आहे तो याच अर्थानं. युगानुयुगं सतत चालत आलेल्या जीवसृष्टीच्या प्रवाहाला 'धारण' करणाऱ्या तत्त्वाच्या रूपानं श्रीकृष्ण प्रत्येकाच्या बहात्तर हजार नाड्यांमध्ये रक्तरूपानं नांदतो आहे. तो कोणतीही किचकट वा क्लिष्ट तत्त्वचर्चा न करता सहजासहजीच्या प्रसंगांतून-घटकांतून शब्दरूपानं सांगता येईल का? 'युगंधर' म्हणून श्रीकृष्णाची तत्त्वरेखा वाचकांनी पेललेल्या अस्तित्वापर्यंत पोचवता येईल का? बघायचं. त्याचीच प्रेरणा-त्याचंच कार्य!

■

श्रीसखी राज्ञी जयति!

'**श्री**सखी -राज्ञी जयति' ही छत्रपती संभाजीराजांनी महाराणी येसूबाईंना सन्मानपूर्वक रायगडावर राजदरबारात दिलेली उपाधी होती. त्या पदवीचा अर्थ होता- 'पत्नी किंवा सखी म्हणून आलेली (येसूबाई) महाराणी (महाराष्ट्राची) म्हणून विजयवंत होत आहे.'

महाराष्ट्राच्या इतिहासात, शिवकालात स्वकर्तृत्वाने गाजलेल्या व आपली छाप ठेवून गेलेल्या जिजाबाई, येसूबाई, ताराराणी अशा प्रमुख स्त्रीव्यक्तिरेखा आहेत. या तिन्ही स्त्रिया खरे तर स्वतंत्र खंडकाव्य, कादंबरी, नाटक, चरित्र या सशक्त साहित्यप्रकारांचे समर्थ ऐवज आहेत. त्यातील महाराणी येसूबाई यांचे जीवन तर खडतर, काळाशी सतत निर्धाराने झगडण्यातच गेले आहे. आपल्या या चिवट जीवनवादाने त्यांचे चरित्र कसे लखकन डोळ्यांत भरण्यासारखे आहे.

इ.स. १६५७ (१४ मे) रोजी किल्ले पुरंदरावर संभाजीराजांचा जन्म सईबाईंच्या पोटी झाला. छत्रपती शिवाजी महाराजांच्या

अष्ट राण्यांत जन्मलेले ते पहिले पुत्र. यापूर्वी राजांना ३-४ मुलीच झाल्या होत्या. दोन वर्षांतच ५ सप्टेंबर १६५९ रोजी सईबाईंचा किल्ले प्रतापगडावर 'बाळंतव्याधी' या दुर्धर आजाराने अंत झाला. बाळ संभाजी या वेळी केवळ सव्वादोन वर्षांचे होते.

या वेळी शिवाजीराजे व जिजाऊ यांच्यापुढे एक अत्यंत नाजूक कौटुंबिक प्रश्न खडा ठाकला. पोरक्या शंभुबाळाचं पालनपोषण करणारी एक दूधआऊ जोडून देणं हा तो प्रश्न होता. जिजाऊंनी अत्यंत दूरदृष्टीने पुणे प्रांतातील खेड शिवापूरजवळच्या 'कापूरहोळ' या गावातील मध्यम, वयस्क, सशक्त अशा धाराऊ गाडे या कुणबी बाईची निवड करून तशी तिची नियुक्ती केली.

पोरक्या संभाजीराजांना हा पहिला, मावळी, गावरान, निकोप वात्सल्याचा सकस दिलासा मिळाला. त्यांच्या जीवनातील आऊपणाची एक पडती बाजू धाराऊनं पुढं अत्यंत जाणत्या नेकीनं सांभाळली.

मराठ्यांच्या राजकुलातील पडद्याआड लपलेली कोत्या मनाची छिद्रं इथूनच स्पष्ट व्हायला लागली. शिवाजीराजांच्या राणीवशातील एकट्या पुतळाबाई सोडून मातृत्वहीन शंभूबाळाला कुणी आपलं मानण्याएवढा पदर काही मोठा केला नाही हे स्पष्ट दिसतं.

शंभूबाळाचं वय ७-८ वर्षांचंच असताना त्यांचा विवाह राजे-जिजाऊंनी शृंगारपूरच्या पिलाजी शिर्क्यांची कन्या जिऊबाई हिच्याशी करून दिला. जिऊ त्या वेळी ५-६ वर्षांची होती. ही जिऊच पुढे महाराष्ट्राची व तीही अतिशय पडत्या काळातील धैर्यशील महाराणी म्हणून सरसरून पुढे आली. त्या कालाची ती धीरोदात्त नायिकाच ठरली. या विवाहानं शंभूराजांची पुढची भावविश्वस्त होण्याचा ऐतिहासिक बहुमान येसूबाईंना मिळाला.

३ एप्रिल १६८० रोजी रायगडावर छत्रपती शिवरायांचा काळ झाला म्हणजे देहान्त झाला. या वेळी मराठी राज्याची स्थिती अतिशय बिकट होती. दिल्लीसम्राट औरंगजेब दाबजोर फौजीबळ घेऊन दक्षिणेत केव्हा उतरेल याची शाश्वती नव्हती. पुढं १६८२ मध्ये तसा तो महाराष्ट्रावर ससैन्य चालून आला.

दरम्यान सर्व कटकारस्थानं निधड्या निर्धारानं मोडून काढून छत्रपती संभाजीराजांनी मराठी दौलत सावरली. राज्याभिषेकाच्या वेळी त्यांनी महाराणी येसूबाईंना सन्मानपूर्वक जी उपाधी दिली ती पुढं शब्दश: सार्थ ठरली होती. 'श्रीसखी राज्ञी जयति!' अर्थ होता- 'ही श्रीने युक्त सखी (पत्नी) महाराज्ञी येसूबाई म्हणून शोभून दिसते.''

पूर्वीच लहानवयातील येसूबाईंना छत्रपती शिवरायांनी 'शिक्के-कट्यारीचे' अधिकार, त्यांची आकलनशक्ती व कारभाराची कुवत पारखून रास्तपणे सन्मानपूर्वक

बहाल केले होते. आता त्यांना छत्रपती संभाजीराजांनीही गौरविले.

यानंतर प्रत्यक्ष औरंगजेब दक्षिणेवर चालून आल्यानं या राजदांपत्याचं सर्व कसब पणाला लागलं. छत्रपती संभाजीराजांचं जीवनचरित्र व कार्य महाराष्ट्रानं सदैव अत्यंत एकारलेल्या, पूर्वदूषित पद्धतीनं समजून घेतलेलं आहे. खरं तर ते चक्क उलटंच समजून घेतलं आहे. म्हणजे समजूनच घेतलेलं नाही.

महाराणी येसूबाई या शिवाजीरायांनी दिलेल्या अधिकाराचा अनुभव पाठीशी घेऊन महाराष्ट्राची महाराणी म्हणून छत्रपती संभाजीराजांच्या राजजीवनात वावरल्या. ही बाबच आपण लक्षात घेतलेली नाही. राजमाता जिजाऊसाहेब व शिवराय यांच्या सहवासात व संस्कारात तयार झालेले महाराणी येसूबाई हे कसले धारदार व्यक्तिमत्त्व होते, हे नीट आकळल्याशिवाय छत्रपती संभाजीराजांचा कालखंडच नीट डोळ्यांसमोर येत नाही.

खरं तर महाराणी येसूबाईसाहेब हा स्वतंत्र नाटक, कादंबरी किंवा रास्तपणे खंडकाव्याचाच साहित्यिक ऐवज आहे. त्याची मनोबैठक नीट ध्यानी यावी म्हणून फक्त ऐतिहासिक सत्य संदर्भांना धरून एक-दोन वास्तव प्रसंगच इथं मोजक्या स्थलांत देता येतील.

हे दोन्ही प्रसंग, संभाजी महाराजांचा औरंगजेबानं वढुबुद्रुक इथं जो निर्घृण व क्रूर वध केला, त्यानंतर घडलेले आहेत. हा वध १६८९ मध्ये झाला. त्यानंतर झुल्फिकारखानानं रायगड कब्ज केला. महाराणी येसूबाई बाल शाहूसह औरंगजेबाचे राजकैदी म्हणून त्याच्या सैन्यासह महाराष्ट्रात ठिकठिकाणी फिरल्या होत्या. त्यांच्याबरोबर ५०-६० सेवक-सेविका, शिवरायांच्या पत्नी सकवारबाई व बाल शाहू असा गोतावळा होता. या सरंजामाच्या खर्चासाठी औरंगजेबानं अगदी नाममात्र तनखा जोडून दिलेला होता.

छत्रपती संभाजीराजांचा क्रूर वध, राजधानी रायगड पडलेला, अशा स्थितीत औरंगजेबाला वाटलं, मराठी दौलत हां हां म्हणता कोसळेल. पण तसं घडलं मात्र नाही. अत्यंत सामान्यातून पुढं आलेल्या महापराक्रमी व निर्धारी अशा संताजी घोरपडे व धनाजी जाधव यांनी चटक्या लष्करी छाप्यांनी औरंगजेबाला दे माय करून टाकलं.

संताजी हा तर अचाट पराक्रमी, तुफान घोडदौडीचा सेनापती होता. त्याचं मूळ गाव कोल्हापूर प्रांतातील कापशी. या संताजीचा काटा शेवटी पाताळयंत्री बादशहानं मानाजी माने या म्हसवडच्या मराठी सरदाराला हाताशी धरून काढला. म्हसवडच्या रानात एका झऱ्याकाठी स्नान करून शिवलिंग पुजणाऱ्या संताजीला मानेच्या मारेकऱ्यांनी मागून वार करून मारलं. माने इतका इरेला पडला होता, की त्यानं पराक्रमी संताजीचं मस्तक एका शिंकाळ्यातून औरंगला भेट पाठविलं. त्या वेळी

त्याचा तळ ब्रह्मपुरीला होता.

इथं येसूबाईंच्या जीवनातील एक तेजस्वी पान तळपून गेलं. संताजीचं मस्तक तळाकडं येत आहे हे कळताच कैदी येसूबाईंनी बादशहाला आपल्या जीवनातील पहिला अर्ज केला. आपल्या सरलष्कराच्या दर्शनाची इच्छा व तशी विनंती त्यात होती. औरंगला तो अर्ज मंजूर करावा लागला.

- आणि बादशहाच्या शामियान्यात बाल शाहूसह महाराणी येसूबाई संताजींच्या दर्शनाला गेल्या. मधे चौरंगावर तबकात ठेवलेल्या संताजींच्या मस्तकावरील सरपोस खिदमतगारानं दूर करताच क्षणभर अपार भोगलेल्या येसूबाई अंगभर थरारल्या. दुसऱ्याच क्षणी शिवरायांची ती मनस्वी सून आपल्या हिंमतवान सरलष्कराला मानाचा अदबमुजरा देताना म्हणाली- ''बालराजे, आपल्या सरलष्करांना रिवाज द्या!'' आणि उद्याच्या छत्रपतींना-बाल शाहूलाही -त्यांनी विक्रमी सरलष्कराला मुजरा करायला लावला!

आयुष्याची अखेर गाठत आलेला हिंदुस्तानचा शहेनशहा औरंग ते दृश्य बघून पार अंतर्मुख झाला. आज त्याला पहिल्यानं स्पर्शून गेलं की आपल्या बेटी-सुनांच्या बड्या जमान्यात अशी एकही औरत नाही.

हयातभर क्रूर कर्मांत गढलेला औरंगजेब शेवटी शेवटी कमालीचा अंतर्मुख झाला होता. यामागे प्रमुख कारण होते ते म्हणजे कैदी म्हणून त्याच्या सोबतच तळावर वावरणारी शिवाजीची सून. ही सून त्या बादशहाकडं कसलीही मागणी कधी घालत नव्हती. तिनं कैदी जीवनात एकदाच काय ती अर्जी पाठविली होती. तीही सरलष्करांच्या दर्शनाची.

याच काळात येसूबाईंचं अंतरंग झळझळून मराठी मनासमोर यावं असं एक पत्र त्यांनी लिहिलं होतं. कुणाला? तर मोरया गोसाव्यांना.

पार्श्वभूमी अशी होती, की औरंगच्या तोटक्या तैनातीत त्यांच्या ५०-६० माणसांचा खर्च भागत नव्हता. ठिकठिकाणी सावकारांचं कर्ज काढावं लागत होतं. त्याला पार कंटाळलेल्या महाराणी येसूबाईंनी शेवटी पत्र लिहिलं ते चिंचवडच्या संत मोरया गोसाव्यांना. (त्यांनी कुठल्याही मराठा सरदाराला, सेनापतीला काही लिहिलं नाही!) त्या पत्रात ही शिवरायांची तेजस्वी सून म्हणते,

'....दंडवत उपरी विशेस, ... आता इकडे पूर्वील ब्रह्मस्व (म्हणजे कर्ज) उदंड झाले. जुने फेडणे साधत नाही. नवे मागवत नाही. आमच्या तर इंगळास ओळंबे लागले! (म्हणजे सूर्यबिंबासारख्या जीवनाला वाळवी लागली!) स्वामीस सल लिहिला. ते पित्यासारखे. ल्येकराकडे लक्ष दिल्हे पाहिजे!'

विशेष म्हणजे हे पत्र वाचून स्वामी मोरयांनी त्या वेळी हत्यारी पहाऱ्यात महाराणी येसूबाईंकडे खजिना धाडला होता.

छत्रपती संभाजीमहाराजांची 'श्रीसखी' अशी होती. त्यांची प्रजा स्वामी मोरयांसारखी होती. छत्रपती शिवरायांचे धार्मिक स्थळे रक्षून चालविण्याचे धोरण छत्रपती संभाजीराजांनी त्यांच्या कारकिर्दीतही कटाक्षाने पाळले होते. त्यांची पत्नी म्हणून महाराणी येसूबाईंनी दिलेले बिरुद तर सार्थ करून दाखविले होते- 'श्रीसखी राज्ञी जयति!'

नाटकात दाखविली जाते तशी वारेमाप 'बेबंदशाही' या काळात सर्व वास्तवात कुठेतरी दिसते काय?

■

लढत

एकदा मी, महाराज असे जोडीनं जाऊन अकोल्याच्या भंडारदरा धरणाचं बांधकाम बघून आलो. पाण्याचा तो अमाप, उदंड साठा बघताना माझे डोळे कसे निवून गेले; पण माझ्या इलाख्याच्या दुष्काळात तरसणाऱ्या जमिनी डोळ्यांसमोर येताच काळीज न कळणाऱ्या आगीनं धगधगत राहिलं. का मिळू नये या पाण्याचा थेंब थेंब माझ्या किसान बांधवांच्या जमिनीच्या तुकड्या-तुकड्याला?

कसं करायचं हे? कोण ऐकणार आपलं? एक ठिणगी माझ्या कणबाऊ काळजावर पडली होती. कुठंतरी दूरवर धग धरून मुरली होती. भंडारदऱ्याच्या पाट-पाण्यामागं ब्रिटिश सरकारचा काय हेतू असावा? मी विचार करू लागलो.

माझं माझ्यापुरतं चित्र साफ होऊ लागलं. नुकतंच पहिलं महायुद्ध लढून हटलं होतं. पुन्हा ते पेटलं तर गोऱ्या सरकारला गाठीला धान्य पाहिजे होतं. चाकरीला लढाऊ सैन्यं पाहिजे होतं. त्यांनी पाहणी, सरतपास करून हे धरण बांधायचं ठरवलं होतं.

धरणाच्या फिरलेल्या पाण्याच्या पाटाभोवती असलेल्या एक-दोन एकर मालकीच्या सादील शेतकऱ्यांच्या जमिनी मात्र 'उपळून' जात होत्या. दलदलीनं त्या तशाच नापीक पडून राहत होत्या. ज्या काही थोडक्यांची ऐपत होती, त्यांनी पाटाचं पाणी विकत घेतलं होतं. त्यातल्यासुद्धा कैकांची पाणीपट्टी भरण्याची कुवत नसल्यानं बाकी वाढत होती. यांच्यासुद्धा कित्येक जमिनी त्यामुळं लिलावात निघत होत्या.

एके दिवशी तर शिवारात अशाच एका उपळलेल्या डागात मशागतीचा एक जंगी, बलवंत बैलच अडकून फसला. बैलाचा मालक तात्या म्हस्के माझ्याकडं आला. म्हणाला, "पाटील, कायबी करा. पर चलाच. माझा औताचा बैल उपळलेल्या शिवारात, चिखलात फसलाय. त्याला भाईर काढाया पाहिजे. न्हाईतर चिखली रान पार पोटातच घेईल त्याला."

आता अडचण वारायची मला जशी सवयच पडली होती. त्यातून शेतकऱ्याची म्हटलं, म्हणजे माझे दोन्ही हात आपसूकच वर व्हायचे आणि ही अडचण तर होती उपळलेल्या जमिनीची आणि त्यात फसलेल्या मुक्या जनावराची. मी अंगात कोट चढवला, डुईला पटका गुंडाळला आणि जोडा चढवून त्याच्यासंगं शिवारात आलो. बैल तसा, कितीही माणसं आली तरी चिखली रानातनं, दलदलीतनं बाहेर खेचणं सोपं नव्हतं. शक्य नव्हतं. बैलवाल्याला दोन भक्कम वाली आणायला सांगितलं. मी फेटा, कोट, जोडे काढून ठेवले. सोबतीला दोन-चार तरणी लोणीकर पोरं घेतली. त्यांच्यासह दलदलीत उतरलो. तो जंगी बैल वाल्यांनी कमरेत करकचून आवळला. दलदलीबाहेर उभ्या असलेल्या माणसांच्या मेळाव्यात कासरे खेचून बैलाला दलदलीबाहेर खेचण्याची इशारत केली. मोठ्यानं ओरडून म्हणालो, 'म्हना, व्हय गड्या, व्हयश्या...' काठावरच्या सगळ्यांनी तीच आरोळी उठवत दाद दिली. 'व्हय गड्या, व्हयश्या... शाबास बोक्या, व्हयश्या...'

चिखलानं बरबटलेला आम्हा शेतकऱ्यांचा रोजकामाचा तो जंगी बैल कैक हातांनी एकमेकांच्या ताकदीनं फुलासारखा अल्लाद चिखलाबाहेर घेतला.

त्या रोजी हात-पाय खंगाळून डुईला फेटा बांधताना एकच एक विचार माझ्या मनात फिरत राहिला.

बैल नाही, माणसंच माणसं फसली आहेत उपळलेल्या, दाटल्या, रटरटल्या जिंदगीच्या चिखलात! लावतील एकमेकाला हातभार? पडतील का सारे चिखलाबाहेर? होईल ती कोशीश तर करू. पुढं दत्तगुरूंची कृपा.

माझ्या देखरेखीखाली असलेल्या खडा, तरटी, बेंद, दरात, इनाम या शेतांची नांगरट उभी भुईटी पाळी, फरट, पेरणी, रिह्या, खुरपणी, कोळपणी, राखणी, सोंगणी, वाहणी, मोडणी, मदन, उपणणी, धार, देणी अन् रास अशी लहानसहान कार्यं ज्या बारकाव्यांनिशी मी मार्गी लावत होतो, त्याहून अधिक काटेकोरपणानं

मला मार्गी लावावं लागत होतं ते गावभलाईचं कार्य. त्यासाठी गावात आता 'बळी पाडवा' आणि 'चैत्री पाडवा' या सणारोजी भरणाऱ्या गावसभांत मी पुढाकारानं भाग घेऊ लागलो. गावात दोन गट होते. एक धावण्यांचा व दुसरा होता विख्यांचा. दोन्ही गटांत वतनदारीसंबंधी, दसऱ्याला पहिला अग्रपूजेचा मान कोणाचा, याबाबत तंटे-बखेडे होत. तोंडा-तोंडी होई. झगडे बनत. वास्तविक ते जागच्या जागी सरायला पाहिजे होतं. पण ना धावणे, ना विखे एकमेकाचं काही ऐकायला तयार होते. सुरुवातीला बारीक धुसफुशीचा म्हणता म्हणता न आवरता यावा असा वणवाच उभ्या गावात पेटला. त्याची झळ मात्र गावातील निष्पाप गुराढोरांना पोचू लागली. रोज कुणाचं ना कुणाचं जनावर विषबाधेला बळी पडू लागलं. दोन्ही पक्ष गावातील टग्यांना हाताशी धरून एकमेकांच्या जनावरांना विष घालू लागले! रोज जनावर पडल्याची तक्रार कानावर येऊ लागली. माझ्या दावणीचीही शेळी-मेंढीसारखी दोन-चार जनावरं पडली. एकदा तर माझाच शेतकामाचा बैल असाच 'लागीर' होऊन पडला. शेतगड्याच्या मदतीनं वडाच्या दुकानातून त्याला उताऱ्याचं औषध पाजून सांजंपर्यंत मी त्याच्या पाठीवर हात फिरवत राहिलो. वेळानं का होईना-उपचार झाला, बैल उठला.

त्यानंतरच्या गावसभेत मी काही मनोमन ठरवूनच बोलायला उठलो. गळ्याभोवतीचं उपरणं नीट करत धावणे, विख्यांची नावं घेत फुलल्या लाहीगत कडाडलो,

"काय गमज्या चालल्यात, फाकड्यांनु? बरी याद धरा. मी हाय तवर हे कसलेच थेर न्हाई खपायचे. ज्या ज्या कोणाला हाताशी धरून तुमी जनावरं पाडताय, त्या टग्यांस्नीच समदं गाव टाकील वाळीत! ध्यानात घ्या. तसं झालंच तर आज जनावरांस्नी इख घालणारे टगं उद्या तुमच्या नरडीवरच फरशीचं पातं धरतील. बंद करा हे तेगार."

सगळी गावसभा माझं संतापी, जहरी बोलणं चिडीचाप ऐकतच राहिली. कोण नव्हतं त्यात? सारे लोणीकर एकवटले होते. माझे चुलतभाऊ-मुरलीधर अन् रामकृष्ण, भिका महादू कडलग, पंडू पाटील धावणे, नाथा मुसळे, शंकर मैड, नरसिंगदास राठी आणि असे कितीतरी.

माझ्या नाकाच्या शेंड्यावर घामाचे थेंब दाटून आले. चेहरा लालबुंद झाला. एक म्हणता दोन माझ्या मनाला जे जे खटकत होतं, ते ते सारं मी बोलून टाकलं. भंडारदऱ्याचा पाणलोट सुटतो, तसे बोल माझ्या तोंडून सुटू लागले.

"होळी-दसऱ्याला अग्रपूजेचा मान कुणाचा म्हणून भांडताय. दावेदारांसारखं एकमेकांच्या नरड्यावर पाय ठेवताय. थांबणार हाय का न्हाई हा गदळ-गबाळपणा? ऐकणार का न्हाई तुमी माझं?"

अप्पा बापू विखे मला जबानजोड देत म्हणाले, "सांगा तरी, विठ्ठलराव, ऐकू द्या."

"अग्रपूजेचा मान सणासुदीला गावच्या कुनाचाच ऱ्हानार न्हाई इथनं म्होरं. गावात आलेल्या बाहेरगावच्या वडीलधाऱ्या पावण्यालाच द्यायचा तो समद्यांनी. अवंदाचा अग्रपूजेचा मान वैजापूर तहशिलातील डोणगावच्या आप्पा गणपती डोखेला द्यायचा. हाय कबूल?"

"कबूल-कबूल-" माझा अवतार बघूनच टरकलेले गावकरी मान डोलावत म्हणाले. ती नस पुढं तशीच पकडून मी पुढं नेटानं म्हणालो,

"गावचा कुठलाही कज्जा-खटला कधीच कोर्टात न्हाई न्यायचा. इथंच सुटला पाहिजे. गावसभेत. गावातून वीर निघत्यात, ती चाल एकदम बंद, हाय कबूल?

"गावची पाटीलकी कुनी करायची म्हणून भांडताय. आजपासून पाच वर्षं पाटीलकी धावण्याकडं अन् म्होरली पाच वर्षं विख्याकडं राहील! हाय कबूल?-"

"एकदम कबूल." गावसभेनं एक आवाजात होकार दिला. गावसभेचं रूपडंच क्षणार्धात पालटलं. मी त्या तापल्या मनांच्या तव्यावर माझ्या मनातील गावभलाईच्या विचारांची एक-एक भाकर सटासट थापटत चाललो. तवे तावतच राहिले.

गावभलाईच्या भाकऱ्या आता त्यावर खरपूस तावून, भाजून टरारून फुगणार होत्या. मी म्हणालो,

"लग्नात हुंड्यापांड्यासाठी अडून-थटून बसताय. काय गरज हाय का या बावळ्यापणाची? मी सांगतो, गावदेव म्हसोबाची आण घेऊन, न्हाई घेनार मी हुंडा माझ्या पोरटोरांच्या लग्नाचा! तुम्ही सांगा, तुमी काय करनार?"

"न्हाई... आमीबी न्हाई घेनार!" फेरसाद उठला. माझ्या उभ्या अंगाचं, आता जसं चंद्रभागेचं उन्हाळी वाळवंटच झालं होतं. अंगातला कण अन् कण सणसणून तापला होता. जिभेचा टाळ खणखणू लागला.

"गाठीच्या जमिनी शेठ-सावकाराला गहाण, तारण टाकता. त्यानं दरखास्त, जप्ती आणली की लाथ मारलेल्या लुतभऱ्या कुत्र्यागत केकाटत खुशाल जमिनी सोडून मोकळ्या हुता. तुम्हाला 'पत' म्हणून ती कसली ऱ्हाईलीच न्हाई. हे बदलायचं का न्हाई? थांबवायचं का न्हाई?"

"थांबवायचं तर! पण उपाय काय?" एकादोघांनी मूळ गड्ड्याला हात घातला. त्यांचा अधांतरीचा होकार तडीला लावतच मी म्हणालो, "उपाय हाय तर. पर केला पाहिजे. तुम्ही बसा एकमेकांची जनावरं मारत! शेठ-सावकार बसलेत तुम्हाला मारत."

"आता बास झाली की चाबूकमारी, विठ्ठलराव, उपाय सांगा बघू!" दहा-बारा जण कळवळले.

"हे बघा, माझ्या लोणीकर बांधवांनो, आपण साऱ्यांनी आता एकजूट करू या. वेळ जाया न करता सारे मिळून या लोणी बुद्रुकाची मोडकळीला आलेली पतपेढी ताब्यात घेऊ या. उगाच कुनीबी काय बाय फाटे फोडत बसू नगा. सगळ्यांनी मिळून

मुकाट काय लागतील तर पैसे द्यायची तयारी ठेवा.''

''तुमी म्हणताय, तसं हू द्या, आमी तयार हाय पैसे भराया!'' साऱ्या गावसभेनं साथ दिली. 'लोणी बुद्रुक सहकारी पतपेढी सोसायटी' हाती घेण्याची माझी कल्पना सगळ्यांनीच उचलून धरली. ''बरं हाय तर आता मंडळी, निघू या. मी पतपेढीची कसकशी जुपी करायची याची आखणी करतो.''

मी बरं हाय म्हटल्यावर गावसभेतले बरेचसे बूड झटकून उठलेही. मला माणसं तपासून घ्यायची होती. बोली-करणीला कितपत सच्ची आहेत, दाद देणारी आहेत हे पारखायचं होतं. दोन्ही हात उंचावून त्यांना थोपवत मी म्हणालो,

''अरं, मघापासून मी मांडला तो जगदंबेचा गोंधळ हुता काय रं? का श्रावणातलं कीर्तन हुतं? बरं हाय म्हटल्यावर निघाला की बूड झटकून?''

गावसभेची चक्रावलेली माणसं ऐकतच राहिली. मुखडानुमुखडा कोड्यात पडला. मी शेवटचा हात फिरवून घेतला. गावभलाईची शेवटची भाकरी चांगली खरपूस थापून घेतली.

''जाताय कुठं? तुमच्या हुमदांडग्या दुश्मनगिरीत ज्या ज्या लोणीकर गावकऱ्यांची जनावरं हाकनाक मेली, त्यांची भरपाई कोन करनार? आपण समद्यांनीच ती कराय नगं काय? आत्ताच्या आत्ता दर डुई धा धा रुपये वरगण गोळा करा. नुकसान - भरपाईची म्हनून. हाय कबूल!''

''कबूल! ह्ये बाकी झ्येक हं.'' म्हणत हरेकानं आपापली वर्गणी आनंदानं गावसभेच्या कारभाऱ्याकडं जागीच दिली.

त्या दिवशी छत्री घेऊन वस्तीकडं चालताना माझ्या मनात एकच एक शब्द फुटून फुलत होता. गाव-भलाईची सभा.... गाव अधिक सभा... गावची सभा.... चांगल्या गावाची चांगली सभा.... जाणत्या गावाची जाणती सभा.... एकमेकांच्या विचारानं एकमेकानं चालवणारी सभा.... सहकार-सह अधिक कार.... सह म्हणजे मिळून, कार म्हणजे कार्य. एकापेक्षा अनेक जना-माणसांनी मिळून केलेलं आपल्याच उद्धाराचं, विधायकाचं कार्य, एकमेकांना हातजोड देत, सहकार्य करत अवघ्यांनी सुपंथ धरण्याचं ज्ञानोबा, तुकोबाचं, राजा शिवाजीच्या विचारांची वाट विचारत जाणारं कार्य!

माझ्या पायांतील नगरी जोडे चटपटत होते. हातची छत्री टकटक लय धरून लोणीच्या काळ्याभोर शिवारावर ठशांची सलग रांग धरत चालली होती. मनाच्या पाभरीतून कसदार दाण्यांची समर्थांच्या बोलांची नांदी पेरणी धरत चालली होती.

'सामर्थ्य आहे चळवळीचे जो जो करील तयाचे
परंतु तेथे भगवंताचे अधिष्ठान पाहिजे ॥'

लवकरच दिनांक २३-१-१९२३ रोजी 'लोणी बुद्रुक सहकारी पेढी' ही संस्था

नव्याने नोंदवली गेली. या संस्थेनंच विठ्ठलरावांच्या सहकारी जीवनकार्याचा श्रीगणेशा झाला. जीवनाला आमूलाग्र कलाटणी मिळाली. पुढच्या ग्रामीण महाराष्ट्राच्या सहकारी व म्हणूनच आर्थिक, सामाजिक, राजकीय व शैक्षणिक समाजजीवनाचा उष:काल सुरू झाला.

ही घटना घडली तेव्हा वर्षापूर्वीच कोल्हापूरचे शाहूमहाराज वारले होते. तीन वर्षांपूर्वीच लोकमान्य टिळकांचा अंत झाला होता आणि महात्मा गांधीजी तर या वेळी अटकेतच होते.

या तीन ठळक घटनांच्या पार्श्वभूमीवर ग्रामीण महाराष्ट्राच्या आर्थिक आघाडीवरचं मिणमिणत्या दिव्यागत वाटणारं विठ्ठलरावांचं हे काम केवळ नगण्य होतं. डोळ्यांआड जाण्यासारखंच होतं. या १९२३ साली पूर्वीच्या बॉम्बे सेंट्रल को-ऑपरेटिव्ह बँकेचं नामांतर दि बॉम्बे प्रॉव्हिन्शिअल को-ऑपरेटिव्ह बँक असं झालं.

आता गावाला एकमेकांचा सहकारी बाज धरत धरत चालला. कुठलंही काम गावानं एकदिलानं करावं या माझ्या विचाराला, आग्रहाला साथ देणारी बाबासाहेब घोगरे, दगडूबा विखे, चेंखाराज गेनू म्हस्के, त्र्यंबक वाबळे, शंकरभाऊ भंवर, धोंडीराम दौलतराज, भाऊ धावणे, बळवंत नारायण विखे, बापू शिवराज धावणे, गोपा गंगाराम विखे अशी माणसं मला लाभली.

लोणी बुद्रुक सहकारी पतपेढीचा पहिला अध्यक्ष म्हणून आम्ही सगळ्यांनी दगडू रामचंद्र विखे याला गळ घातली. 'ना-हो, हो-ना' करत आमच्या दगडूबानं ती पत्करली, दगडूबा पतपेढीचा पहिला अध्यक्ष झाला. त्याच दिवशी मी माझ्यासाठी म्हणून एक पणच केला, कुठल्या म्हणून अधिकाराच्या खुर्चीवर आपण कधीच बसायचं नाही! मात्र साजेसा वकुबाचा माणूस, सर्वांना सांभाळून नेईल असा माणूस त्या खुर्चीवर बसविल्याशिवाय कधी राहायचं न्हाई! पेरणी, निगराणी जशी महत्त्वाची असते तशीच राखण फार मोलाची असते.

लोणीत निघाली तशी पतपेढी मला भोवतीच्या गावोगावांत काढायची होती. जंगला-रानात राहणाऱ्या, लाकूडफाटा, मध विकून जगणाऱ्या थेट आदिवासींपर्यंत तिचं लोण पोचवायचं होतं. त्यासाठी पडेल ते लहान-थोर कार्य करणारी माणसं गाठीला असणं आवश्यक होतं. माझ्या 'नाडी-परीक्षा' या हुन्नराचं मला या वेळी चांगलंच पाठबळ मिळालं. माझ्या कोटाच्या खिशात जसे पतपेढीच्या कामाचे कागद, वर्तमानपत्रं असत, तसेच 'लसणादीवटी' या गुणकारी आयुर्वेदाच्या गोळ्यांची डबीही असे. वस्तीवर सूतशेखर मात्रा, त्रिभुवनकीर्ती, अडुळशाच्या पानांचा काढा, तुळसपानांचा रस, शेक देण्यासाठी विटकरी असत. नाडी-परीक्षेची ही कला मी माझे आबा-एकनाथराव पाटील-यांच्याकडून शिकून घेतली होती. आमच्या लोणीत म्हसूबाबा नावाचा माणूस होता. तो मंतरलेले गुणकारी दोरे नेमके घालत असे.

त्याचीही जोड मला मिळत चालली होती. गावात लक्ष्मीबाई बोरसे नावाची एक 'पायाळू' आदिवासी बाई होती. कोणाच्या पाठीत उसण भरली वा पाठ धरली वा शिर चढली तर मी त्या गावकऱ्याला तिच्याकडं पाय फिरवून घेण्यासाठी धाडू लागलो. कुणाला कावीळ झाली तर कावीळ उतरवण्यासाठी भाऊराया चांभाराकडं पाठवू लागलो. तसंच कुणाला 'पान' लागलं तर त्यासाठी म्हसूबाबा पाटीलबुवा विखेकडं पाठवू लागलो. माझ्या नाडी-परीक्षेची नाम्ना एव्हाना चौफेर पसरली होती. या निमित्तानं नाना ढंगांचे, स्वभावांचे, लकबीचे लोक मला रोजाना बघायला मिळत होते. माणसांशी भरपेट दोस्ताना जमून येत होता.

लोणीपासून जवळच तहसील वैजापुरात 'सराले' नावाचं एक बेट होतं. तिथं कोंडूजीकाका नावाचे संतपुरुष मठ स्थापून होते. या सराले बेटावरून दरसाल कार्तिक मासात वारी निघायची. या दिंडीतल्या वारकऱ्यांना माझ्या घरासमोर प्रसादाचं जेवण होई. कोंडूकाका सुरेख हरिकीर्तन करायचे. आमचं 'सात्रळ मंडळ'ही सराले बेटावर त्याचं कीर्तन ऐकायला जायचं. असेच आम्ही एकदा कीर्तन ऐकून सराले बेटावरून परत येत असताना बाबूराव महाराज यांनी त्यांच्या घरासमोर थांबून मला सांगितलं,

"पाटील, आता चांगली दोन-तीन वर्षं आपली भेट होणार नाही. मी चाललोय संस्कृतचं शास्त्रशुद्ध शिक्षण घ्यायला- लोणी सोडून."

"कुठं?" मी चक्रावून विचारलं.

सारी दत्तभक्त मंडळी तशीच नाराजीनं त्यांच्याकडं बघू लागली. "बडोद्याला!" महाराजांनी त्यांनी न बघितलेलं बडोदा डोळ्यांसमोर बघत असल्याचा माग घेत सांगितलं. आम्ही निसूर झालो. मी त्यांच्या खांद्यावर हात ठेवून म्हटलं, "बरोबर हाय तुमचं, महाराज. किसानाच्या पोराला बैल फेसाटी कळली पाहिजे तसं बामनाच्या पोराला लिहनं-वाचनं बयाजीनं आलं पाहिजे. सय ठेवा आम्हां मैतरगणांची बडोद्यात."

कुठंसं असावं हे बडोदा? - मी विचारात पडलो. "त्या तिकडं गुजरातेत!" म्हणत महाराजांनी आम्हा सर्व मैतरांचा निरोप घेतला.

दुसऱ्या दिवशी सामानाची बांधाबांध करून ते बडोद्याला निघून गेले. त्यांना निरोप देताना माझ्या मनात विद्येसाठी कष्ट घेणाऱ्या शिष्यांना समर्थांनी सांगितलेला बोल तरारून उठला-

'कष्टेवीण फळ नाही। कष्टेवीण राज्य नाही।
केल्यावीण होत नाही साध्य जनी।'

(स्व. पद्मश्री डॉ. विठ्ठलराव विखेपाटील यांच्या 'लढत' या चरित्र-कहाणीतील त्यांच्या स्वभावछटा दर्शवणारा हा रसवंत कथाभाग आहे.)

■

मालिश

शहेनशहा शहाजहान आग्ऱ्याच्या लाल किल्ल्यातील आपल्या कोठीत मंचकावर लेटून होता. लेटल्या लेटल्या त्याला यमुनेच्या तीरावर उभ्या असलेल्या चिरेबंदी ताजमहालाचं देखणं प्रतिबिंब मूठभर रुंदीच्या आयन्यात पडलेलं स्वच्छ दिसत होतं. तो आयना एका खांबांत बांधकाम खात्याच्या त्याच्या एका कसबी कारागिरानं कितीतरी वर्षांपूर्वी बसविलेला होता. पडल्या बिछायतीवरून समोरच तो आयना दिसेल, असा बादशहाचा मंचक होता. ताजमहालाचं बोटभर प्रतिबिंब स्वत:ला हरवून बघणं हा थरारक अनुभव त्यानं कित्येक वेळा घेतला होता. आजही तो तसंच बिंब पाहत होता. पण केवढ्या दारुण मन:स्थितीत!

ताजमहालच्या प्रतिबिंबासमोर त्याच्या उभार हयातीची अनेक देखणी वर्षं त्याच्या डोळ्यांसमोर फिरू लागली. मन भरून आलं त्याचं. खरोखरच त्यानं आपल्या दीर्घकाळच्या शाही हयातीत काळालाही न बुजवता येणाऱ्या दोन गोष्टींना जन्म दिला होता. एक देखणा, चिरेबंदी, संगमरवरी,

शुभ्र ताजमहाल आणि दुसरा पत्थरदिल, हव्यासी, कुटिल बच्चा आलमगीर-गाझी औरंगजेब! आज तर तो पुऱ्या हिंदोस्थानचा शहेनशहा चक्क आपल्या बेट्याच्या कैदेत कैदी म्हणून होता. काय करायचं बाकी ठेवलं होतं आपल्या जन्मदात्या बापाला कोठडीत घालण्यासाठी औरंगजेबानं?

आग्ऱ्यापासून जवळच असलेल्या सामुगडच्या मैदानात आपला वडील बंधू दारा शिकोह याचा प्रचंड पराभव करून औरंगजेबानं त्याला पळायला लावलं होतं. संध्याकाळच्या वेळी लढाई संपल्यानंतर रक्तमाखल्या सामुगडच्या रणमैदानावर आपल्या हत्तीच्या हौद्यातून खाली उतरून तो चक्क नमाज पढला होता! आपल्या शूर सैनिकांना चेतावणी देण्यासाठी! पळत्या दाराच्या पाठोपाठच दक्षिण दरवाजातून तो आग्ऱ्यात ससैन्य घुसला. आब्बाजान शहाजहानला कैद करण्याचा विडा त्यानं मनोमन दक्षिणेतून निघतानाच उचलला होता. आग्ऱ्यात घुसताच त्यानं शहाजहान असलेल्या लाल किल्ल्याला वेढा टाकला. लाल किल्ल्याच्या भक्कम तटबंदीला खिंडार पाडण्यासाठी आपल्या तोफखान्याच्या भारी तोफा आग्ऱ्यातील थेट जुम्मा मशिदीच्या गच्चीवर चढवून त्या डागण्याचा हुकूम दिला.

एवढं झालं तरी लाल किल्ल्याला पान काही लागत नव्हतं - खिंडार पडत नव्हतं. बाहेर आग्रा शहरात भर उन्हाची तल्खली सैनिकांचे जीव कासावीस करीत होती. हिंदोस्थानचा शहेनशहा असलेल्या बुढ्या शहाजहानला लाल किल्ल्यातील विहिरीचं पाणी आटल्यानं साधं पिण्याचं पाणी मिळेनासं झालं. किल्ल्याच्या खिजरी दरवाजानं बादशहाला मोठ्या यातायातीनं यमुनेचं पिण्याचं पाणी पुरवलं जात होतं. बाहेर ऊन हां हां म्हणून तापत होतं. औरंगजेबच्या मनात दिल्लीच्या तख्ताची अनावर हवस पेटली होती. 'बाप-बेटा' ही अतिशय नाजूक नाती या दुहेरी अग्नीत अगदी होरपळून नष्ट झाली होती. औरंगजेबानं आपल्या कडव्या हशमांचा घेर अगदी ऐन 'खिजरी' दरवाजावरच टाकला. लाल किल्ल्यावर जाणारं पिण्याचं पाणी त्यानं शिताफीनं तोडून टाकलं. हजारो मजूर वेठीला धरून 'इसा' नावाच्या कुशल बांधकाम तज्ज्ञाकडून ताजमहाल उठविणाऱ्या हिंदोस्थानचा शहेनशहा असलेल्या शहाजहानला ऐन उन्हाळ्यात साधं पिण्याचं पाणी मिळेना. कसेबसे त्यानं चारच दिवस काढले आणि संपूर्ण शरणागती घेत आपल्या विश्वासू हेजिबाकडून लाल किल्ल्याच्या भवती तळ ठोकून बसलेल्या औरंगजेबाला त्यानं शेवटचं पत्र लिहिलं- 'माझ्या सुरमा बच्च्या, त्या हिंदूंचं कौतुक करण्यासारखं आहे, की जे आपल्या मेलेल्या पूर्वजांना 'तर्पण' म्हणून पाण्याची ओंजळ देतात. तू मात्र आपल्या जिंद्या बापाला पाण्याच्या थेंबासाठी तडफडायला लावलं आहेस. तू सच्चा मुसलमान आहेस!'

औरंगजेबाची राजहवस शहाजहानला केवळ कैद करून भागणार नव्हती.

आग्रा जिंकून बापाला कडेकोट बंदोबस्तात, कोठडीत कैदेत टाकून औरंगजेब पुढे दिल्लीस पोचला. आपल्या हुशार व सावध बापाचा समूळ काटा काढण्यासाठी त्यानं जगातल्या कुठल्याही सेनापतीला नाही असा बेत मनोमन आखला होता! कसला? मालीशचा. शाही मालीशचा!

शहाजहानला रोज दवा-दारू करणाऱ्या शाही तबिबाला-अन्वरला-त्यानं आपल्यासमोर पेश घेतलं. त्याच्या काळजाचा देठच उन्मळून जाईल असा कडवा पेच त्याच्यासमोर टाकला. ''देखो, तबीब, तुम्हे हमारे अब्बाजान का मालीश करना होगा! बुढापे से बहुत बुरी है उनकी हालत! तसल्ली देनी होगी उन्हे! सुनते हो? शहेनशहा को मालीश करना होगा!'' आणि समोर उभ्या असलेल्या तबीब शहेनशहाच्या अंगाला शाही मालीशची आपली कल्पना सुनावली. अन्वरनं शहेनशहाच्या अंगाला फासण्याच्या औषधी तेलात जहर खिलवून ते आपल्या अन्नदात्याच्या अंगाला माखायचं होतं!

कितीही झालं तरी अन्वर शहाजहानचा इमानदार चाकर होता. ती कल्पना ऐकताच अंगावर उकळतं तेल पडल्यासारखं कळवळून उठत तो कानावर हात ठेवून म्हणाला, ''नहीं, कभी नहीं! हाथी के पैर नीचे दे दो मुझे! ये कभी नहीं होगा मुझसे!'' आणि पटकन गुडघे पायतळीच्या रुजाम्यावर टेकवून तो विजयी शहाजाद्याला कळवळून म्हणाला, ''कयामत का खयाल करो शहजादे! ये नीरा पाप है!'' आपले राजकारणी पातळ ओठ दुमडून घेत हातची तसबीहची माळ ओढत अगदी शांतपणे उलट औरंगजेबानंच समोरच्या इमानदार तबीबला पेच टाकला, ''जानते हो, ये मालीश न करने का नतीजा? तुम्हारा दामाद जो पंचहजारी है, भेजा जायेगा काबूल में! कभी न लौटने के लिए!''

गुडघे टेकलेला शाही तबीब अन्वर पेचात सापडल्यानं मान गदगदा डोलवून मुसमुसला. त्याच्या इमानदार डोळ्यांतले अश्रू-थेंब शहाजहानच्या रुजाम्यावरील औरंगजेबाच्या पायाशी कोसळले. मुकाट तयार झाला तो शहाजाद्याला पाहिजे होतं तसलं मालीश आपल्या खाविंदांना करायला. आजवर अनेकांना दिला होता तसा वर्माचा तोंड दाबून बुक्क्यांचा मार औरंगजेबानं शांतपणे शहाजहानच्या तबीब अन्वरला दिला.

इकडं आग्र्याच्या लाल किल्ल्यात शहाजहानच्या कोठीवर हत्यारबंद पहारे चढले होते. त्याच्या या बैठकीच्या कोठीला ये-जा करण्यासाठी असलेला मोठा दरवाजा विटा रचून बंद करण्यात आला होता. दिंडी दरवाजासारखा एक छोटेखानी रस्ता मोजक्या खिदमतगारांना शहाजहानला अन्न-पाणी देण्यासाठी खुला राखला होता. आपल्यावर गुदरलेल्या प्रसंगानं हाय खाल्लेल्या बुढ्या शहाजहानची आठ दिवसांत दृष्टीही निकामी झाली होती. ताजमहालाचं प्रतिबिंब बघण्याचं सुखही

त्याला पारखं झालं होतं. मोठ्या निकरानं अंगच्या कडव्या तैमुरी रक्ताच्या जोरावर तो दिवस ढकलत होता.

दिल्लीहून औरंगजेबाचा हुकूम घेतलेला शाही तबीब अन्वर आग्र्याच्या लाल किल्ल्यावर पोचला. त्यानं शहाच्या अंगाला फासायला तयार केलेलं खास मालीशचं तेल आपल्या जडीबुटींच्या पडशीतून आणलं होतं. निकरानं आपलं मन बांधून घेत मालीशच्या तेलाचं बुधलं बरोबर घेतलेला तबीब अन्वर दिंडी दरवाजातून शहाजहानच्या कोठडीत शिरला. आपल्या खाविंदला समोर बघताच मन गलबलून आलं त्याचं. झटकन पुढं होत आपलं मस्तक त्यानं शहाजहानच्या पायांवर ठेवलं. शहाजहाननं त्याचा हालहवाल विचारला. तो विचारता विचारताच आपल्या अंगावरच्या जाम्याचे फासबंद तो उकलू लागला. म्हणाला, ''तबीब, मालीश कर दो मुझे! बहुत दिन हुए! बदन जखडसा गया है!''

अन्वर काही बोलू शकत नव्हता. घशाशी आलेला त्याचा हुंदका बाहेर पडू शकत नव्हता. नेहमीसारखं त्यानं मालीशतेलाचं बुधलं पडशीबाहेर काढलं. आंधळ्या शहाजहानच्या पायाजवळ ते ठेवत डोळे भरून तो बादशहासाठी प्रथम कुराणातले कलमे पढला. एव्हाना त्यानं आपलं मन बांधून घेतलं होतं. शहाजहानच्या अंगावरचा जामा उतरवून खाविंदांच्या अंगावर अन्वर मालीशचं तेल चोळू लागला. शहाजहानही अधूनमधून त्याला विचारत होता, ''क्या हुआ? तबीब? बोलते नहीं कुछ? देहली में क्या हुआ है?''

अन्वर काही बोलू शकत नव्हता. ''जी कुछ नहीं हुजूर! ऐसे ही चूप हूँ!'' अशी उत्तरे देत होता. मालीश झालं. पडशी उचलून गर्दन खाली टाकून दिंडी दरवाजानं तबीब अन्वर बाहेर पडला. अर्धा एक घंटा झाला नाही, तोच शहेनशहा शहाजहानच्या अंगाची लाही लाही होऊ लागली. घशाला असह्य कोरड पडली. दिंडी दरवाजाजवळ धडपडत येत बाहेरच्या पहारेकऱ्यांना तो हिंदोस्थानचा शहेनशहा कळवळून म्हणाला, ''प्यास लगी है, पानी दो!''

पहारेकऱ्यांनी त्याच्या तडफडत्या आक्रोशाकडं ढुंकूनही पाहिलं नाही. थोड्या वेळातच संगमरवरी दगडाचे चिरे चिरे रचून ताजमहाल उठविणारा त्याचा निर्माता आपल्या बुढ्या शरीराचे चिरे चिरे फाकळून निघाल्यानं फरसबंदीवर पडून तळमळू लागला आणि थोड्याच वेळात शांत झाला!

ज्या दिंडी दरवाजातून आत जाऊन अन्वर बाहेर पडला, त्याच दिंडी दरवाजातून पालखीतून हिंदोस्थानच्या शहेनशहाचं प्रेत रात्रीच्या वेळी गुपचूप बाहेर काढण्यात आलं. नौकेवर घालून यमुनेच्या पाण्यातून बंदिस्त पहाऱ्यात ताजमहालमध्ये आणण्यात आलं. अम्माजान मुमताज महलच्या कबरीशेजारी शहाजहानचं, अब्बाजानचं फाकळलेलं प्रेत ठेवण्यात आलं. त्या काळ्याकुट्ट रात्री हिंदोस्थानच्या शहेनशहा शहाजहानला

मुस्लीम धर्म रीतीरिवाजाप्रमाणं शेवटचा कलमा पढायला त्याच्या रक्ताच्या खानदानीतलं कुणीच नव्हतं.

इकडं आग्र्याहून दिल्लीला परतलेला शाही तबीब अन्वर आपल्या तबीबपुऱ्यातील मकानात आपल्या दोन उमद्या पोरांना दिवाणखान्यात बैठकीत बोलावून घेऊन त्यांना शांतपणे म्हणत होता, ‘‘बेटे, बुढापा आ गया । अब तबीबी नहीं जमती । अब धंदा तुम्हेही करना पडेगा। लो ये मालीश लेकर पहला बिमार जो तुम्हारा बाप है उसपर इलाज करो । अंग जखड जाता है अब बुढापे से ।’’ त्यानं आपली इच्छा व्यक्त करून मालीशचं तेच बुधलं आपल्या थोरल्या मुलाच्या हाती सोपवून आपल्या जाम्याचे फासबंद उकलायला सुरुवात केली.

– आणि दुसऱ्या दिवशी शहाजहानच्या रियायानं यमुनेच्या पाण्यावर तरंगणारं मालीश केलेलं एक प्रेत आश्चर्यानं तोंडात बोटं घालीत पाहिलं. ते होतं शाही तबीब अन्वरचं. शहाजहानला केलं तसंच मालीश त्यानं आपल्या मोठ्या मुलाकडून स्वत:ला करवून घेतलं होतं. नमाज पढायला जातो असं आपल्या दोन्ही मुलांना सांगून अन्वर थेट यमुनेवर आला होता. तिच्यात शरीर झोकून द्यायला!

■

चलाख

एखादा दिवस कसा उगवेल आणि उगवत्या सूर्याबरोबर अफाट पसरलेल्या मानवी शब्दकोशातील कसला नमुना आपल्यासमोर उभा करील, काही सांगता येत नाही! थोरामोठ्यांनी जीवनाला रंगभूमी म्हटलं आहे ते यासाठीच असावं. माझ्या जीवनातील असाच एक दिवस व त्याला धरून आलेला एक नमुनेदार माणूस आजही मला स्पष्ट आठवतो.

त्या वेळी मी कोल्हापूरला राहत होतो. राजाराम हायस्कूलमध्ये मुलांना शिकवायची नोकरी करत होतो. तसे हजारो विद्यार्थ्यांचे नमुने माझ्या हाताखालून शिकून गेले. आज मात्र माझाच तास घेणारी एक वल्ली समोर येईल, याची मला कल्पना नव्हती.

त्या दिवशी हायस्कूलला सुटी होती. घरात घालावयाचा नाइट गाउन घालून मी रंकाळाकाठच्या माझ्या घरात काही वाचत पडलो होतो. दोन्ही मुलं खेळत होती. मोठी मुलगी कादंबिनी मधेच काही प्रश्न मला विचारून वाचनाची साखळी तोडत होती. वेळ असेल सकाळची दहा-

साडेदहाची. अचानक दारावरचा पडदा हटवीत कोणीतरी हाकारलं, ''आहेत का साहेब घरात?'' पडद्यामागं एक पुरेशा उंचीचा, निमगोरा, तरतरीत नाकाचा, केस परतलेला, अंगात पांढऱ्या मलमलीचा नेहरू शर्टासारखा अंगरखा घातलेला पायजम्यातील तरुण उभा होता. मी त्याला यापूर्वी कधीच पाहिलं नव्हतं.

व्यवहार म्हणून उठून मी त्याला 'या, बसा' म्हटलं. तो खुर्चीवर स्थानापन्न झाला. आपला परिचय त्यानं आपणच करून दिला. ''मी पुण्याहून आलोय, शरद पारसनीस माझं नाव. आपल्या लिखाणाचा मी अत्यंत चाहता आहे. 'मृत्युंजय' पाच वेळा वाचलंय मी.''

'वाचक' म्हणताच मी आदरानं सावरून बसलो. 'अच्छा' म्हणत त्याच्याशी बोलू लागलो. आमच्या गप्पा सुरू झाल्या. मी घरात चहा टाकायला सांगितलं.

पारसनीस बोलतच होता –

''मी नेव्हीमध्ये असतो. सध्या दीड महिना रजेवर आलो आहे. कोल्हापूरला पाहुण्यांना भेटावयाला व अंबाबाईचं दर्शन करायला आलोय. येताना ठरवलंच होतं तुम्हाला भेटायचच.'' पारसनीस दिलखुलास बोलत होता. त्याच्या उंचीवरून आणि तरतरीत नाकावरून तो नेव्हीत कुठला तरी अधिकारी असावा असं वाटत होतं. चहा आला. तो घेता घेता मी त्याला पुण्यातील माझ्या लेखकमित्रांची व नातेवाइकांची माहिती सांगितली.

चहा होताच त्यानं माझ्या छोट्या मुलीला 'बेबी–' म्हणून जवळ बोलावून खिशातून गोळ्यांचं एक पॅकेट काढून दिलं.

माझ्यासाठी एक बॉलपेन देत म्हणाला, ''मुंबईच्या डॉकयार्डमधून खास तुमच्यासाठी आणलेलं आहे!'' पेनचा उलगडा मला झाला, कारण तो माझा 'वाचक' होता. पण गोळ्यांच्या पॅकेटचा होईना. एक तर नौदलातील अधिकारी असा गोळ्याबिळ्या घेऊन भेटणं शक्यच नव्हतं आणि दुसरं म्हणजे मला मुलं आहेत हे या नवख्याला कळलं कसं? माझ्या मनात निसटती शंकेची पाल चुकचुकून गेली; पण समोरचा माणूस मोठा उमदा वाटत होता. मी शंका निपटली. आमच्या मराठी साहित्यावर दिलखुलास गप्पा सुरू झाल्या.

बोलता बोलता तो संगीताकडे वळला. आपला पंडित भीमसेन जोशी, वसंतराव देशपांडे यांच्याशी कसा निकटचा परिचय आहे हे त्यानं सहज सांगितलं. मी त्याला नौदलाबाबत काही मार्मिक प्रश्न विचारत होतो, तुमचं ट्रेनिंग कुठे होतं? नौदलाचे रिअर अ‍ॅडमिरल कोण? सुट्ट्या वर्षातून किती मिळतात? वगैरे वगैरे.

तो सगळ्यांची नीट उत्तर देत होता. उलट मला माहीत नसलेल्या नौदलातील गोष्टीही सांगत होता. घरात बसून कंटाळा आला होता म्हणून मी त्याला म्हणालो, ''तुम्हाला वेळ असला तर चला जरा पाय मोकळे करून येऊ.'' आम्ही बोलत

बोलत घराशेजारीच असलेल्या नगरपालिकेच्या बागेत आलो. तेथील सिमेंटच्या बाकावर बसलो. समोर रंकाळ्याच्या लाटा लपलपताना दिसत होत्या. सुखद गार वारा जाणवत होता. शरद पारसनीस आपल्या बोलण्याची नौका भीमसेन जोशी, बडे गुलाम अलीखाँ अशी संगीताच्या बंद्यावरून रणजित देसाई, ना. सं. इनामदार, पु. ल. देशपांडे अशा साहित्याच्या बंदरावर फिरवत होता.

मधेच काहीतरी आठवल्यासारखं करून पारसनीस म्हणाला, ''बरी आठवण झाली सावंतसाहेब, आम्हा नेव्हीच्या नोकरांना स्कूटरचा कोटा सवलतीत दिला जातो. आम्ही तर असतो वर्षभर समुद्रावरच. मलाही एक बजाज स्कूटर दलामार्फत मंजूर झाली आहे! मी काही ती वापरू शकत नाही. तुम्ही म्हणत असाल तर ती तुम्हालाच देऊन टाकावी म्हणतो!''

पारसनीसांचे उद्गार मला दिलाशाचे वाटले, कारण मी वाहनाच्या गरजेतच होतो. म्हणून म्हटलं, बरं झालं आपणहून माणूस चालत आला. मिळत असेल तर हे वाहन घ्यावं. एकतर हा व्यवहार सरळ होता आणि मलाही वाहनाची गरज होती. मी त्याच्याकडे किंमत, नोंदविण्याची पद्धत, डिलिव्हरी केव्हा मिळेल वगैरे तपशिलांची माहिती घेतली. 'उद्या भेटू आणि अधिक बोलू याबद्दल.' असं म्हणून मी बागेतच त्याचा निरोप घेतला.

घरी परतताना एका बाबीचा मात्र मला उलगडा होत नव्हता. या तरुण, उमद्या माणसाचं वय, त्याचा पेशा, त्याला मिळणाऱ्या सुट्ट्या हे सगळं लक्षात घेता, महाराष्ट्रातील साहित्य, संगीत, चित्रकला या क्षेत्रांतील नामवंतांची 'प्रत्यक्ष' भेट झाल्याचं तो सांगत होता, ते कुठंतरी खटकत होतं. कारण ही सर्व माणसं महाराष्ट्राच्या चार कोपऱ्यांत पांगलेली होती. आणि मुख्य म्हणजे तो म्हणत होता एवढ्या सलगीनं वागण्याचा सगळ्यांचाच स्वभाव नव्हता. हा विषय एवढ्या शंकेवरच माझ्या डोक्यातून निघून गेला. दुसऱ्या दिवशी मी माझ्या व्यापात कुणाबरोबर तरी घराबाहेर निघून गेलो आणि शरद पारसनीस हा विषयच विसरून गेलो.

तो मात्र ठरल्याप्रमाणं घरी यायला विसरला नव्हता. (नक्कीच माझा वाचक असला पाहिजे!) मी घरी नसताना छोट्या कादंबिनीला बरोबर घेऊन रंकाळा काठावर फिरून आला. या वेळीही त्याने नेमकं गोळ्यांचं पॅकेट तिला दिलं. मी माझी कामं आटोपून रात्री घरी येताच मला हा वृत्तान्त कळला. काल नव्हती, पण आज मात्र मला शरद पारसनीस हा लफंगाच असावा, अशी पक्की खात्री झाली. मी बायकोला रागावलो. छोट्या मुलीला त्याच्याबरोबर देण्याबद्दल तिला खडसावलं. विषय तेवढ्यावरच सुटला.

'शाहू मेडिकल' नावाचं दुकान चालवणारे माझे एक कवी स्नेही ना. वा. देशपांडे यांना शरद पारसनीसानं परस्पर केव्हा गाठलं मला काही कळलंच नाही.

ना. वां. ची आणि माझी महिना महिना भेट होत नसे. सुटीवर आलेला पारसनीस चार दिवस झाले तरी ना. वां. च्या दुकानात ये-जा करीत कोल्हापुरातच थांबला. ना. वां. चं मेडिकलचं दुकान हे भर सरस्वती थिएटर चौकातलं रहदारीचं दुकान होतं. ना. वां. ना शरदनं माझ्याशी दाट परिचय असल्याचं परस्पर सांगितलं. दुकानातल्या स्टुलावर रोज संध्याकाळी न चुकता तो बसू लागला. ना. वा. साहित्यप्रेमी असल्यामुळं त्यांच्याशी त्याची तार जुळून गेली. मेडिकल स्टोअर्समध्ये औषधासाठी येणाऱ्या गिऱ्हाइकांवर आपले टॉर्पेडो तो रोखतो आहे याची काही ना. वां. ना कल्पना आली नाही. पारसनीसानं झालेल्या बोलण्यातून मला पारखलं असावं. तो माझ्याकडे परत कधीच आला नाही. ना. वा. मात्र त्याच्या गळाला लागले! दुकानातून बाहेर पान खाण्यासाठी, चहा पिण्यासाठी जाताना ना. वा. त्यालाच दुकानावर लक्ष ठेवायला सांगू लागले.

पारसनीसानं ना. वां. ना स्कूटर पाहिजे का? हे विचारून चाचपून पाहिलं होतं. दुकानात येणाऱ्या खांडेकर नावाच्या मेडिकल रिप्रेझेंटेटिव्हलाही त्यानं हेरून ठेवलं होतं. खांडेकर ना. वां. च्या दुकानापासून १५-२० पावलांच्या अंतरावर राहत होते. ना. वां. ना कल्पना येणार नाही असा पारसनीस खांडेकरांनाही परस्पर भेटत होता.

एक पक्का बेत आपल्या कल्पक मेंदूनं शरद पारसनीसनं केव्हाच आखून टाकला होता. ना. वां. ना नव्हती, खांडेकरांना नव्हती आणि मला तर कल्पना असणं शक्यच नव्हतं. कारण पारसनीस कोल्हापुरात आहे हेच मला माहीत नव्हतं.

एक दिवस भल्या सकाळी माझे मित्र ना. वा. सायकलवरून धापा टाकत माझ्या घरी आले. घाबऱ्याघुबऱ्या मला म्हणाले, "राजे, तुमच्या वाचकानं आमच्या दुकानाची कॅशबॉक्स फोडली! असले कसले हो वाचक तुमचे?"

मी माझ्या मित्राचं ते गाऱ्हाणं ऐकतच राहिलो. माझ्या मित्रानं रात्री बंद केलेल्या दुकानाचं दार उचकटून आतल्या काउंटरची कॅशबॉक्स डुप्लिकेट चावीनं खोलून शरद पारसनीसानं त्यातले दोन-अडीचशे रुपये घेतले होते. ना. वा. ही कथा सगळ्या बारकाव्यानं मला ऐकवीत होते. शरद पारसनीसानं त्यांना सुरेख पर्गोलॅक्सची गोळी दिली होती. मी माझ्या मित्राचं शक्य तेवढं सांत्वन केलं. त्याला धीर देऊन, थोपटून घरी पाठवलं, चारपाच दिवस गेले आणि मुंबईच्या वृत्तपत्रात इससे बढकर माहिती देणारी बातमी झळकली. "श्री. खांडेकर या कोल्हापूरच्या औषधविक्रेत्याला स्कूटर देतो, सांगून पारसनीस या बनावट आडनावाच्या तरुणानं हातोहात तीन हजार रुपयांना फसविलं!"

ना. वां. च्या दुकानात बसताना पारसनीस या भामट्यानं खांडेकरांची संपूर्ण माहिती घेतली. आपल्या धंद्यासाठी त्यांना स्कूटर आवश्यक आहे हे हेरलं होतं. नौदलातील स्पेशल स्कूटर कोट्याची थाप, मला मारली तशीच त्यांनाही मारून

त्यानं पद्धतशीर घोळवलं होतं. मुंबईच्या एका हॉटेलचा पत्ता देऊन रोख तीन हजार रुपये घेऊन तिथे बोलावलं होतं. गरजू खांडेकर त्या पत्त्यावर पारसनीसच्या भेटीला गेले. खांडेकरांची पैसे असलेली बॅग नौदलाच्या ऑफिसमध्ये जाईपर्यंत 'सुरक्षेसाठी' म्हणून पारसनीसानं आपल्याकडं ठेवली. त्यांना चहा मागवून आपण स्वत: हात धुण्यासाठी तो बॅगेसह मुंबईच्या प्रशस्त हॉटेलात म्हणून गेला. दुसऱ्या दरवाजानं बाहेर केव्हा गेला, तेच खांडेकरांना कळलं नाही. तो त्या हॉटेलात उतरलाच नव्हता.

– आणि या चलाखीचा तिसरा अंक पार पडला, तेव्हा सर्वांत धक्कादायक बातमी मला वृत्तपत्रात वाचावयास मिळाली. 'पारसनीस हे बनावट नाव धारण करून आपण नौदलातील अधिकारी आहोत, असे सांगून सवलतीच्या दरात आपणांस मिळणारी बजाज स्कूटर तुम्हाला देतो, अशा प्रकारच्या थापा मारून लुबाडणाऱ्या नौदलातून काढून टाकलेल्या एका कर्मचाऱ्यास पोलिसांनी नुकतीच अटक केली आहे.'

मी सुन्नपणे ती बातमी वाचत होतो व हातातील बॉलपेनकडे बघत होतो. त्या 'चलाख' तरुण माणसाचा बराच वेळ विचार करीत होतो. त्यानं दिलेल्या बॉलपेननंच हा त्याच्या चलाखीचा किस्सा शब्दबद्ध करण्याचा प्रसंग त्यानं माझ्यावर आणला होता! आहे की नाही नमुनेदार दिवस आणि त्या दिवशी भेटलेला नमुनेदार 'चलाख' वाचक?

∎

शिवाजी-मल्लम्मा
समरोत्सव

एक काव्यवजा, बखरीसारखा लेख नुकताच बेलवाडीच्या एका अर्धशिक्षित मुख्याध्यापकाकडे उपलब्ध झाला आहे. तो कन्नडमध्ये आहे. त्याच्या आधारे भाष्य करताना वार्ताहर दीपकराव मुडबिद्री व रेणू नौरियाल यांनी आपल्या इंग्लिश वृत्तात एके ठिकाणी फारच एकतर्फी विधाने केली आहेत. दिग्विजयी शिवाजीराजांनी मल्लम्मापुढे शरणागत घेतली असे धादांत असत्यपणे म्हटले आहे. मराठी वाचकांचे लक्ष या समरोत्सवाकडे वेधून त्याच्याच आधारे स्पष्टपणे सिद्ध होणारे एक चित्र इथे देत आहे.

प्रथमच या बाबतीत या बखर शीर्षकाचे नावच नीट अर्थासह ध्यानी ठेवले पाहिजे. ते आहे समरोत्सव असे. त्याचा एका युद्धाचा उत्सव असा अर्थ दिला आहे. हे लिखाण १७०५ ते १७२०च्या मधले आहे. काही वर्षांपूर्वी म. म. दादासाहेब पोतदार यांनी फोटोसह बेलवाडीच्या एका वीरगलावर भाष्य केले होते. त्या वीरगलाच्या फोटोत असे खोदले आहे की– 'एक स्त्री

आसनावर बसली असून तिच्या मस्तकावर छत्र आहे. छत्रपती शिवराय, एक बालक वारस म्हणून तिच्या मांडीवर ठेवताना दिसत आहेत. त्या वीरगलाचा, या 'शिवाजी-मल्लम्मा समरोत्सवाचा' व बेलवाडीच्या मुक्कामात महाराजांनी सजा फर्माविलेल्या सखुजी गायकवाडचा आलेला एके ठिकाणचा उल्लेख या सर्वांतून एक ठसठशीत असे चित्र शिवचरित्र व राणी मल्लम्मा यांच्यावर स्वच्छ प्रकाश टाकते. कसे तेच बघायचे.

प्रथम समरोत्सवाचा विचार करू. हे लिखाण ताराबाईकालीन आहे. याचा लेखक शिसो श्रीनिवास याचा पुरस्कार देऊन ताराबाईंनी दरबारात गौरव केला होता. वीर मल्लम्मा या स्त्रीच्या चरित्राचा गौरव करण्याची ताराबाईंची वृत्तीही त्यातून दिसते. महाराणी ताराबाई या मराठा सरलष्कर हंबीरराव मोहित्यांच्या सुकन्या. त्या स्वत: घोड्यावर मांड घेऊन प्रत्यक्ष समरात लढाई खेळणाऱ्या वीर सेनानी होत्या. त्यांना तशाच वीर मल्लम्माचे चरित्र आदरणीय वाटणे साहजिकच आहे.

या समरोत्सवात लेखक श्रीनिवास यांनी प्रथम मल्लम्माची साद्यंत माहिती दिली आहे. ती सर्व बारकाव्यांसह प्रथमच उजेडात येत आहे. ही राणी मल्लम्मा कोण? तिचे शिवाजीराजांच्या सैन्याशी युद्ध का व कसे झाले? त्याची अखेर काय झाली? त्यातून शिवचरित्रावर कोणता प्रकाश पडतो? समरोत्सवामध्ये आलेले वर्णन खालीलप्रमाणे आहे.

मल्लम्मा ही 'पल्लव' राजकुळातील 'स्वादी' या राज्याचा नायक मधुलिंगमची कन्या. तिच्या आईचे नाव वीरम्मा. या दांपत्याला पहिला मुलगा होता सदाशिव. मल्लम्मा त्याची धाकटी बहीण. मल्लम्मा लहानपणापासून चौकस, चलाख व बुद्धिमान होती. मधुलिंगाने तिचे कन्नड, मराठी, उर्दू व संस्कृत अशा चार भाषांत शिक्षण व्हावे म्हणून दहा गुरू नेमले होते. या सर्व गुरूंमध्ये शंकर दीक्षित हा अत्यंत निष्णात होता.

मल्लम्मा संस्कृत आणि कन्नडमध्ये कविताही करीत असे. मधुलिंगाने आपल्या तरुण मुलांसाठी म्हणजे सदाशिव व मल्लम्मा यांच्यासाठी निष्णात असा रघुवीरसिंग नावाचा युद्धकलेचा गुरू नेमला. त्याच्या हाताखाली दोन्ही मुले मैदानी खेळांत व युद्धकलेत चांगलीच तयार झाली. मल्लम्मा तर चलाख व चौकस असल्याने विशेष तयार झाली. स्त्री असून पुरुष सैनिकाचा वेष धारण करून ती कमालीच्या कौशल्याने धनुर्विद्या, घोडदौड, भालाफेक इत्यादींचे नेत्रदीपक प्रात्यक्षिक दाखवी.

मूळची देखणी, चतुरस्त्र व हुशार, कविता करणारी अशी मल्लम्मा शूर योद्धा म्हणूनही विकास पावली. यामुळे ती पित्याला, मधुलिंगमला अतिशय प्रिय झाली. त्याने तिचे लग्न अतिशय थाटात बेलवाडीचा शूर नायक ईशप्रभू याच्याशी लावून दिले.

समरोत्सव या बखरवजा काव्याचा लेखक शिसो श्रीनिवास या 'राजस विवाहाचं' वर्णन करताना मात्र त्याला काल्पनिक अतिशयोक्तिची जोड प्रारंभीच कशी देतो हे बघणं रंजक आहे.

या 'विवाहाला' तो 'स्वयंवर' संबोधतो. त्यासाठी मधुलिंगमने 'पण' मांडला होता असे म्हणतो. कसला पण? तर वाघाच्या शिकारीचा! जो राजा अधिक वाघ मारील त्याला मल्लम्मा नवरा मानून वरमाला घालील. (मल्लम्मानेच बापाला ही आग्रही अट घातली होती असेही म्हणतो.)

यासाठी पणात भाग घ्यायला कोण कोण आले होते? तर केलादी, कुर्ग, मैसूर, अनागोंदी, बुंदेलखंड, जयपूर, उदेपूर, काश्मीर येथील राजे व राणे या स्वयंवरासाठी स्पर्धक म्हणून आले होते! इतकेच म्हणून श्रीनिवास थांबत नाही तर शिवाजीचे दोन मुलगेही (?) आले होते म्हणतो. या स्वयंवरात बेलवाडीच्या ईशप्रभूने पण जिंकून मल्लम्मा जिंकली म्हणतो. (थोडक्यात, मल्लम्माचे लग्न ईशप्रभूशी थाटाने झाले व दोघांनाही वाघाची शिकार खेळता येत नव्हती असा अर्थ घ्यायचा!)

मल्लम्मा माहेरच्या स्वादी या राज्यातून बेलवाडी या सासरच्या राज्यात आली.

बेलवाडी हे छोटेखानी राज्य बेळगावजवळ होते. स्वादी राज्याच्या दक्षिणेला त्याची हद्द होती. त्याच्या पार दक्षिणेला केलादी, कुर्ग आणि मैसूर अशी राज्ये होती. ही पाच राज्ये 'लिंगायत' असून अतिशय समृद्ध व शूर राज्ये होती. बेलवाडी हे राजधानीचे गाव. त्याच्या टेकडीवर एक भक्कम असा गढीवजा किल्ला होता. तिथे ईशप्रभूसह मल्लम्मा राहू लागली. (त्यांना एक मुलगाही झाला होता, याचे मात्र वर्णन त्यात नाही!)

एकदा नवऱ्यासह मल्लम्मा गोकर्णाला शिवलिंगाच्या दर्शनासाठी गेली होती म्हणे. परतताना ईशप्रभू उन्हाच्या तिरिपेमुळे झाडाखाली विश्रांती घेत असता अचानक डरकाळ्या फोडत दोन वाघ चालून आले. सावधानगीने मल्लम्माने एका वाघाचा तीराने व एकाचा कट्यारीने शेवट केला. झोपलेला नवरा आवाजाने जागा झाला. शरमून म्हणाला, "खरे तर तुझे रक्षण मी करायचे, पण उलट तूच माझे रक्षण केलेस."

यावर मल्लम्मा म्हणाली, "महाप्रभूने आपणा दोघांचे रक्षण केले आहे. त्याचे आभार माना."

(या सर्व उपाख्यानात वाघ मारून स्वयंवराचा पण व त्यामुळे मल्लम्मा जिंकणारा ईशप्रभू वाघामुळेच कसा संकटात आला व शूर मल्लम्माने तशा वाघांनाच मारून त्याचे रक्षण कसे केले हे रंजक पद्धतीने, अवास्तवपणे कसे सांगितले आहे याचे दर्शन घडते. हा रंजक अतिशयोक्तिचा धागा धरूनच लेखक

श्रीनिवास 'शिवाजी-मल्लम्मा-समरोत्सव' हे आपले दरबारी थाटाचे अतिशयोक्त बखरवजा काव्य कसे पूर्ण करतो, हे शिवप्रेमींनी बघण्यासारखे आहे.)

पुढे या समरोत्सवात असे वर्णन आले आहे, की 'मोगलांशी तोंड देण्यात गुंतलेला शिवाजीराजा कर्नाटक जिंकून परतताना सत्तर हजारांच्या दाबजोर सैन्यानिशी बेलवाडीच्या सीमेवर 'यादवाड' येथे येऊन तळ देऊन राहिला. त्याच्या सैन्यात पंधरा हजार धारकरी, तितकेच घोडेस्वार व इतर सैनिक व अधिकारी होते. आठशे उंट, दोनशे हत्ती व शंभरावर तोफा या सैन्यात होत्या.

शिवाजीच्या सैन्याने यादवाड धरून बेलवाडीचा प्रदेश जिंकायला सुरुवात केली. तेथील खिल्लारे व जनावरे हाकलून आपल्या तळावर नेली. त्यांची सुटका करण्यासाठी प्रथम नायक ईशप्रभूने आपला मुत्सद्दी सिद्दगोंडा पाटील याला मध्यस्थी करण्यासाठी मराठ्यांच्या तळावर पाठविले. दुर्दैवाने त्याची व शिवाजी महाराजांची भेटच झाली नाही. धनाजी जाधवांच्या पथकातील सैनिकांनी त्याला परस्परच मागे पिटाळले.

ईशप्रभूने शेजारच्या लिंगायत राज्यांना मदतीचे आवाहन करणारे दूत पाठविले. पण ते सर्व राजे शिवाजीराजांचे तहाने मांडलिक झाले होते. नायकाने होळीच्या लिंगायत धर्मगुरूंनाही मदतीची हाक दिली होती; पण त्यांनी धाडलेले सैन्य पोचण्यापूर्वीच ईशप्रभू दोन हजारांच्या फौजेनिशी यादवाडला तळ दिलेल्या मराठी फौजेवर चालून गेला. चकमक झाली. नायक वर्मी जखमी झाला. त्याला घेऊन त्याचे सैनिक बेलवाडीच्या गढीकडे परतले.

आता प्रत्यक्ष राणी मल्लम्मानेच पदर खोचला. आपले दोन हजार स्त्री सैनिक व त्यांच्या पिछाडीला तीन हजार पुरुष सैनिक अशी फौज घेऊन गढीतून राणी दिग्विजयी मराठी फौजेवर चालून आली. मराठी सेनापतीला 'स्त्रियांची फौज' हे खरेच वाटेना. त्याने प्रथम ते हसण्यावारी नेले. पण काही तासांतच जेव्हा त्याचे दोनशे धारकरी जखमी होऊन खाली पडले, तेव्हा त्याचे डोळे उघडले. तेव्हा पूर्वी राणीची दबावून आणलेली जनावरेच त्याने तिला परत केली नाहीत तर आपल्याकडील चारशे काबाडीचे बैलही तिला दिले.

हे कानावर येताच छत्रपती शिवाजी संतापले. राणी आपली जनावरे व शिवाजीचे काबाडचे बैल घेऊन गढीवर सुखरूप परतली. बेलवाडी शेजारी मराठी तळ अद्याप होताच. वर्मी घायाळ झालेल्या ईशप्रभूने राणी मल्लम्माकडून वचन घेतले की, – "शिवाजीचा पराभव केल्याशिवाय मी (राणी) विश्रांती घेणार नाही!" हे वचन घेऊन ईशप्रभूने आपल्या राणीकडे बघत प्राण सोडला.

राणीने आपल्या नवऱ्याला दिलेले वचन कसे पूर्ण केले? याचे वर्णन करताना तर शिसो श्रीनिवास या समरोत्सवाच्या कन्नड लेखकाने कल्पनाविलासाचा कहरच

केला आहे. तो या समरोत्सवात अवास्तवपणे लिहितो, की– राणीला चांगले माहीत होते की, शिवाजीराजाला जिंकणे शक्य नाही म्हणून तिने युक्ती योजली. तिने आपल्याकडील शांतय्या नावाच्या निष्णात गुप्तहेराशी गुप्तपणे मसलत करून त्याला संन्याशाच्या वेषात शिवाजीच्या सैन्यात पाठविले.

तो तिथे प्रथम सेनापतीला भेटला. त्याने संन्याशी शांतय्याला थेट शिवाजीसमोर उभे केले. धार्मिक वृत्तीचा असल्याने शिवाजीने त्याचा आदर करून भेट घेतली. शांतय्याने शिवाजीराजांना यल्लम्माचा पाडाव करण्यासाठी एक धार्मिक उपाय सांगितला. कुठला? तर मोजकेच रक्षक घेऊन राजांनी बेलवाडीच्या लगत असलेल्या 'लोकोध्याम्मवा' नावाच्या देवीच्या मंदिरात जाऊन तिची पूजा बांधून शरणभावाने विजयाची प्रार्थना करावी.

दुसऱ्याच दिवशी, देवीचा वार शुक्रवार असल्याने शिवाजी तसा निघाला! बरोबर निवडक सरदार होते. शिवाजी त्या मंदिरात पूजा बांधून, प्रार्थना करत असतानाच राणी मल्लम्मा झडप घालून एकदम प्रकटली. कशी तर हातात हत्यारे आहेत, डोक्यावर लोखंडी शिरस्त्राण आहे, पदर खोचला आहे अशा थाटात. भोवती तिचे महिला सैनिक होते.

शिवाजी चरकला! त्याला वाटले, साक्षात जगदंबाच समोर उभी आहे. त्याने तिला मुजरा केला. या वेळीच मराठी सैन्यात तहाची पांढरी निशाणे उठली, नगारे वाजू लागले. शिवाजीने सेनापती धनाजी जाधवला सांगून राणी मल्लम्माला पालखीतून आपल्या तळावर नेले. तिच्याशी तहाची गोष्ट काढली. तेव्हा नवऱ्याच्या आठवणीने घायाळ झालेल्या राणीने शिवाजीला शाप दिला, "तुझा मुलगाही असाच क्रूर वधाने मरेल." तरीही शिवाजीने राणीशी तह केला. तिला पेहराव देऊन तिची बोळवण केली.

अशा प्रकारे राणीने आपल्या नवऱ्याला दिलेले वचन पूर्ण झाले. पुढे राणीने भाकीत केले तसेच घडले. मुलगा संभाजीच्या इच्छेप्रमाणेच लवकरच शिवाजीचा शेवट झाला. त्याचा मुलगा संभाजी गादीवर आला. औरंगजेबाने त्याचा हालहाल करून वध केला. त्याने बेलवाडी ताब्यात घेण्याची जंग जंग कोशिस केली होती.

पुढे ताराबाईने मल्लम्माला आपल्या दरबारात बोलावून तिचा सत्कार केला, "राणी (राजारामाची दुसरी बायको?) व आपल्या नवऱ्यामुळे (?) हे दिवस आपल्यावर आले," असे ताराबाईने शोकपूर्वक सांगून 'शिवाजी मल्लम्मा समरोत्सव' काव्यात काहीही काटछाट न करता ते तसेच ठेवावे यासाठी संमती दिली. ताराबाईंनीच बेलवाडीचा वीरगल उभा केला, इ. इ. विधाने वरील वर्णित समरोत्सवाचा आधार घेऊन काही दिवसांपूर्वी मुडबिद्री व नौरियाल या पत्रकारांनी एका इंग्लिश वृत्तपत्रात केली आहेत. त्या वृत्तान्ताला नावही 'Discovery of a heroine'

('एका नायिकेचा शोध') असे दिले आहे.

आता 'समरोत्सव' या काव्याच्या आधारे, बेलवाडीच्या वीरगलाच्या आधारे, महाराजांनी बेलवाडीच्या तळावर सखुजी गायकवाड या आपल्या सरदाराला कडक सजा फर्माविली होती. हे ध्यानी घेऊन 'शिवाजीराजे व बेलवाडीची मल्लम्मा' हे उपाख्यान होते तरी काय हे नीट समजून घेणे अगत्याचे ठरते.

'समरोत्सव' धडधडीत अनेक कल्पितांची चळत रचताना स्पष्टच दिसते. यात भौगोलिक संदर्भ व राणीची आजवर उपलब्ध नसलेली माहिती तेवढी नव्याने आली आहे; पण म्हणून वाघांची शिकार, नवऱ्याची सोडवणूक, शांतय्याचा सल्ला, शिवाजीराजांचे देवीच्या मंदिरात जाणे, ताराबाईच्या दरबारात मल्लम्माचा सत्कार इ. सरळ नाट्यमय कल्पिते आहे. मल्लम्माच्या लहान मुलाचा यात उल्लेख नाही. वीरगल महाराणी ताराबाईंनी उभा केला असे म्हटलेले आहे. त्याला कारण व पुरावा नाही. महाराणी ताराबाईंनी 'सेन्सॉर' न करता हे काव्य असेच राहू द्या, अशी सूचना केल्याचे म्हटले आहे. कवीने स्वत: योजलेली सोय आहे ही.

या काव्यात राणी मल्लम्माच्या शौर्याचा एकतर्फी गोडवा गाताना अनेक मागील पुढील ऐतिहासिक संदर्भांची मोडतोड केली आहे. राणी मल्लम्मा महाराणी ताराबाईंच्या दरबारात आल्याचा इतरत्र कुठेच उल्लेख नाही. ताराबाईंना छत्रपती संभाजीराजांची 'पत्नी' मानून यात त्यांच्याच तोंडी काही संवाद आहेत. ते तर हास्यास्पदच आहेत.

हे सर्व असले तरी बेलवाडीला महाराजांच्या कर्नाटक स्वारीहून परतीच्या प्रवासात एक जबरदस्त असे विधिसंकेताने आखलेले नाट्य घडून गेले हे खरे. कसकसे घडले ते? त्याचे बारकावे काय काय हे बघणे आता म्हणूनच अगत्याचे आहे.

राजे व सैन्य कर्नाटक कब्ज करून परतत होते. मुक्काम यादवाड येथे पडला. राजांचे सैन्य सत्तर एक हजार होते. त्यांच्याबरोबर हंबीरराव मोहिते (ताराऊंचे वडील), धनाजी जाधव, दत्ताजीपंत, बाळाजी आवजी, मानाजी मोरे व सखुजी गायकवाड अशी सरदार माणसे होती. शिवाजीराजांच्या मोहिमेचीही एक कडक शिस्त होती. स्वारीच्या सैन्यात वाहतुकीचे खाते, मुदपाकाचे खाते, फिलखाना, पागा, शिलेखान्याचे तंबू, तोफखाना, जनावरांचे खाते अशी विभागणी असे. सखुजी गायकवाड हा बहुधा जनावरांच्या खात्यावर म्हणजे वाहतुकीच्या बैलांच्या व इतर जनावरांच्यावर देखरेखीसाठी प्रमुख म्हणून नामजाद असावा.

राजांच्या या स्वारीत स्वादी धरून, कुर्ग, म्हैसूर अशी लिंगायत राज्ये, तहाने 'मांडलिक' झाली होती. बेलवाडी झाली नव्हती. त्यामुळे सैन्य बेलवाडीजवळ येताच धनाजींच्या पथकाने यादवाडजवळील काही गावे लुटली. तेथील काही

जनावरे दबावून तळावर आणली. ती सोडावीत म्हणून बेलवाडीचा नायक ईशप्रभूने आपला वकील सिद्दगौंडा पाटील याला यादवाडच्या मराठी तळावर धाडले. त्याला धनाजी जाधव यांनी सेनापती म्हणून भेटून नायकाने राजांचे मांडलिक व्हावे, तसा तह करावा मगच जनावरे परत पाठवू असा निरोप देऊन परत पाठविले. त्यामुळे नायक ईशप्रभू बिथरला. शक्य होती तेवढी फौज घेऊन दिग्विजयी फौजेवर चालून आला. धनाजीच्या पथकांची व त्यांची परस्परच चकमक झडली. तिच्यात नायक ईशप्रभू वर्मी जखमी झाला. त्याला तसा घेऊन त्याचे धारकरी बेलवाडीच्या गढीकडे परतले.

नवऱ्याला जखमी पाहून शूर व स्वाभिमानी राणी मल्लम्मा बिथरली. तिने युद्धाचे शिक्षण घेतलेच होते. दुसऱ्याच दिवशी आपल्या स्त्रियांची फौज आघाडीला व पिछाडीला पुरुष धारकरी अशी कल्पक रचना करून प्रत्यक्ष राणी मल्लम्माच घोड्यावर स्वार होऊन यादवाडच्या प्रचंड तळावर चालून आली.

धनाजीने सूचना दिल्याने असेल, कर्तव्य म्हणून असेल, राणीची जनावरे धारकऱ्यांचा फेरा घालून आबादानीनं रक्षत सखुजी गायकवाड उभा होता.

पहिल्याच धाडीत सखुजीने 'बायकांची फौज' अशा हेटाळणीने या हमल्याकडे बघितले; पण ठरल्याप्रमाणे राणीची पिछाडीची फौज पुढे आली. त्यांनी शर्थ करून सखुजीला लढवीत ठेवला. राणीच्या जनानी फौजेने आपली तर जनावरे सोडविलीच; पण सखुजीचे ताब्यातील काही काबाडीचे बैलही सोडविले. बेलवाडीच्या गढीच्या वाटेला लावले. या सर्व घालमेलीत सखुजीला राणीची सर्व फौजच 'जनानी' आहे असे भासले. तो गोंधळला इथेच.

आता धनाजी, सखुजी मोरे यांची मराठी सेनेचे राणीने नेलेले 'काबाडीचे बैल' सोडविण्यासाठी परस्पर धडपड सुरू झाली. सत्तर हजारांचा तळ यादवाड धरून दूरवर राहुट्या टाकून पसरला होता. मध्यभागी 'खाशांच्या शामियान्यात' महाराज होते. एक-दोन दिवस झाले तरी तळ हालेना. महाराजांनी सेनापती हंबीररावांना कारण विचारले. हंबीररावांनी धनाजीच्या पथकात जनावर खात्याकडे जी घालमेल झाली होती, ती धाडसाने कानी घातली. महाराजांना यातील काही कल्पना नव्हती. येताच ते संतापले. दोन कारणांसाठी. एक बाईशी हत्यार-झुंज घेतली म्हणून आणि गाठीचे काबाडीचे बैल गेले म्हणून. (अर्थात चारशे नव्हेत. असतील शे-शंभर) वाहतुकीसाठी आता कसे आणायचे म्हणून त्यांनी बैल सोडवून आणण्यासाठी निवडक सरदारांची बैठक घेतली. सवाल घातला, "एवढा कर्नाटक कब्ज केलात. गढीत कोंडलेले बैल आणील असा मर्दाना कुणी नाही काय?" बैठकीत सखुजी गायकवाड होता. त्याने पुढे होत जबाबदारी उचलली.

दुसऱ्या दिवशीच निवडक धारकरी घेऊन सखुजी गायकवाड बेलवाडीची गढी

कब्ज करायला निघाला.

इथून पुढे खरे या विधिरचित ऐतिहासिक नाट्यमय समर प्रसंगाला तोंड फुटले.

सखुजीने बेलवाडीच्या राणी मल्लम्माच्या गढीला धडक दिली. बंद दरवाजा फोडून तो आत घुसला. आपले काबाडीचे बैल त्याने सोडविले. त्याची फत्ते झाली; पण विजयाच्या नादात त्याने दोन नको त्या गोष्टी केल्या. राणीचा विनयभंग होईल असे तिला तो काहीतरी लागट बोलला आणि तिला चक्क काढण्या घालून जेरबंदीनं आपल्या राजांसमोर पेश घालायला म्हणून निघाला. राणीचा पती जखमी नायक ईशप्रभू या वेळी वारला होता. ती त्या दु:खाने व आलेल्या प्रसंगाने आतून धुमसत होती. गढी सोडताना तिनं आपला पाळण्यातील सव्वा वर्षांचा वारस काखोटीला मारला नि मगच गढी सोडली. ही कृती तिने तिडिकेनं केली होती. तरी ती अक्कलहुशारीची होती. पिछाडीला पुरुषफळी व आघाडीला स्त्री-सेना असा आपल्या कल्पकतेचा नमुना तिनं सखुजीला नुकताच यापूर्वी दाखविला होता.

राणीला जेरबंद घेऊन सखुजी आपल्या बैल जाऊ देण्याच्या चुकीची भरपाई झाली, आता बैलांसह राणी शिवाजीराजांसमोर पेश घालू, त्यांची शाबासकी पटकावू, अशी खुशीची गाजरं खात गढी उतरला.

तळावर दुरूनच जेरबंद राणी व बैल नि धारकरी येताहेत हे पाहून शिवाजीराजे आपल्या डेऱ्यासमोर आसनावर बसले होते ते उठले. चालत पुढे आले. सखुजीच्यासह पथक नजरेच्या टप्प्यात येताच त्यांनी पहिली आज्ञा केली, ‘‘पहिले बाईच्या काढण्या उतरवा.’’

खाली गर्दन घालून कमालीच्या ताणाखाली असलेली राणी मल्लम्मा योद्ध्याच्या वेषात होती व तिच्या काखोटीला भेदरलेलं मूल होतं. ती एव्हाना रागानं डोळ्यातून आग ओकत होती. काढणीतून मोकळी होताच ती विजेच्या लोळासारखी पुढं झेपावली. आसनस्थ झालेल्या शिवाजीराजांच्या मांडीवर तिरीमिरीनं आपलं मूल आदळत ‘कानडीत’ गर्जली, ‘‘मोठा राजा म्हणवतोस. माझ्या कुंकवाच्या धन्याला मारलंस, गढी कब्ज केलीस. या माझ्या पोरग्याला तरी कशाला मागं ठेवतोस? जा घेऊन याला आणि दे कड्यावरून लोटून! मगच तुझा दक्षिण दिग्विजय पुरा होईल!’’

महाराज तो अकल्पित, काळीजवेधी हमला बघून - ऐकून क्षणैक सुन्न व स्तिमितच झाले. बाई काय म्हणतात हे त्यांनी जनार्दनपंत हणमंत्यांना मांडीवरचे मूल सावरत विचारले.

सर्व ध्यानी येताच निर्णयाला पक्का व तत्पर असलेला तो जाणता राजा मांडीवरच्या मुलाला भुजेवर घेऊन उठला. तिचे मूल तिला परत देत निर्धारपूर्वक

म्हणाला, "बाई, तुमच्या गढीची लालस ती आम्हांस काहीही नाही. ही गढी आम्ही तुम्हांस बहीण मानून चोळखण्यासाठी बक्ष करतो आहोत. सांभाळा हा गढीचा वारस आणि ही गढी. तुमच्या दर्शनाने आज आम्हांस साक्षात जगदंबेचेच दर्शन झाले!"

चमत्कारिक स्फुंदतच राणीने मुलाला आपल्याकडे घेतले. राजांच्या निर्णयाने आणि बोलांनी तीही भारावून गेली होती. म्हणाली, "राजा, तू एवढा मोठ्ठा मग तुझ्या हाताखालची ही माणसं अशी कशी? विचार तुझ्या सरदाराला तो गढीवर माझ्याशी कसा बोलला ते?"

शिवाजीराजांनी सन्मानाने पालखी देऊन, धनाजी जाधव व धारकऱ्यांचा पहारा देऊन राणी मल्लम्माला प्रथम बेलवाडीच्या वाटेला सुखरूप लावले.

ती नजरेआड होताच स्त्रीत्वाचा मन:पूर्वक आदर करणाऱ्या त्या लोककल्याणी शिवाजीराजानं आज्ञा फर्मावली, "– सखुजीरावास पेश करा!"

महाराजांचा आवेश बघूनच मनोमन चरकलेला सखुजी गायकवाड हात बांधून खालच्या गर्दनीनं पेश झाला. शिवाजीराजांनी बेलवाडीच्या गढीच्या हमल्यात झालेल्या प्रकाराचा करिना नीट सरतपास घेऊन, हल्ल्यातील धारकऱ्यांच्या तोंडूनच समजून घेतला. राजांना अपेक्षा नव्हती, की आपल्या सेनेतील सरदार विजयाच्या धुंदीत एका विधवेचा मानभंग करील.

सूर्यपेट डोळ्यांनी तापल्या शब्दाग्नीत त्यांनी तिथंच विचारपूर्वक आज्ञा फर्माविली,

"दुसऱ्याच्या बेवा बाईवर बदनजर टाकतात. यांचे जुलमी डोळे तापल्या सांडसीने भरल्या तळासामने नीट दुरुस्त करा. घेऊन जा यांना."

शिवचरित्रात कल्याणच्या सुभेदाराच्या सुनेला महाराजांनी सादर परत पाठविले याला लेखी पुरावा नाही. त्यामुळे ती घडलीच नाही असा आक्षेप काही जण घेतात. त्यांचे पूर्ण समाधान व्हावे असे हे बेलवाडीच्या मल्लम्माचे वीरगल व समरोत्सव यातून स्पष्ट होणारे उपाख्यान नाही काय? हा 'समरोत्सवच' होता - ती शरणागती नव्हे. शिवाजीराजे व मल्लम्मा यांच्या अनोख्या 'समराचा' उत्सव होता तो.

पुढे सखुजीला दिलेली शिक्षा राणी मल्लम्माला समजली. भारावून तिनेच शिवाजीराजांची यादगारी म्हणून तो प्रसिद्ध पाषाणी वीरगल घडवून आपल्या बेलवाडीच्या सीमेवर बसविला. आजही तो कर्नाटकात बघायला मिळतो.

शिवाजीराजांनी मल्लम्माला रणवेषात पाहून काढलेले उद्‌गार - 'तुम्हांस पाहून आम्हांस साक्षात जगदंबेचे दर्शन झाले!'

– या शिवबोलाचे सार्थपण सखोलपणे पटविते.

■

किल्ले सुधागड

कार्तिकी थंडीवर रानं दहिवरू लागली. शाहजादा अकबर आपल्या बापाशी, औरंगशी भांडून मराठी मुलखात येऊन सहा महिने लोटले होते. त्याची भेट घेण्याचा निर्णय घेतलेल्या छत्रपती संभाजी महाराजांनी कवी कुलेशांना बोलावून घेऊन मनसुबा दिला. ''कवीजी, सुधागडला जिवाजी हरिंना कळवा, आम्ही शाहजाद्याच्या भेटीस येतो आहोत. एकांत भेटीचा इंतजाम ठेवणे.''

''जी'' ही लांबणीला पडलेली भेट होणार याचे कुलेशांना समाधान वाटले.

आता शाहजादा अकबराला भेटणे भाग होते. चालून येणाऱ्या औरंगला शत्रू मानणारी मिळेल ती लहानथोर ताकद एकवट करावयाची होती. खरोखरच अकबर बापाविरुद्ध बंड करून उठला आहे काय हे पारखून घ्यायचे होते.

पालीच्या सुधागडला खलिते रवाना झाले. दानाध्यक्ष मोरेश्वर पंडितरावांनी सिद्ध केलेले एक वर्षासनपत्र महाराजांच्या दस्तुरासाठी आणले. हे वर्षासन महाबळेश्वरच्या रामभट अग्निहोत्रींच्या नावे होते. या रामभटांचे

वडील गोपालभट थोर अनुष्ठात्रे व सूर्यउपासक होते. त्यांच्यापासून कै. आबासाहेबांनी व राजांनी पूर्वी मंत्रोपदेश घेतला होता. अग्निहोत्र्यांना शंभर होनांचे, अरक्तवस्त्रांचे व पितांबर, धान्यगल्ल्याचे वर्षासन जोडून देणाऱ्या पत्रावर महाराजांनी दस्तुर दिला.

कार्तिकाचा शुद्ध पक्ष धरून कवीजी, प्रल्हाद निराजी यांच्यासह निवडक शिबंदी घेऊन छत्रपती रायगड उतरले. निजामपूर, रोहा अशा मजला ठेवत पालीच्या शिवेवर आले.

शिवेवर आपल्या माणसांनिशी जिवाजी हरि रुजू होते. डुयीला केशरी साफा बांधलेला, मध्यम वयाचा, ठसठशीत अंगलटीचा एक रजपूत मर्दानाही आगवानीसाठी खडा असलेला महाराजांना दिसला. तो डोळे जोडून मराठ्यांच्या छत्रपतींना निरखत होता.

पायउतार झालेले संभाजीमहाराज जिवाजींची अदब घेत पुढं झाले. त्या रजपूत सुरम्यावर नजर खिळलेले महाराज त्याच्यासमोर येताच त्यानं नम्रभावे गर्दन झुकवून रजपुती रिवाज दिला. जिवाजींनी तत्परतेनं त्याची ओळख पटती केली, ''हे दुर्गादास राठोड! शाहजाद्यांचा दोस्ताना राखण्यासाठी दक्षिणेत आलेत.''

''जय एकलिंगजी! बादशहा सलामत मुल्क मऱ्हाट के खिदमत में तसलीम.'' दुर्गादास पुन्हा मानेत लवला.

छत्रपतींनी झुकून आदरानं राठोडाला वर घेत ऊरभेट दिली. सर्वांसह राजस्वारी सुधागडच्या खासेवाड्यात आली.

थाळे आणि विश्राम होताच कलत्या दुपारीला कवीजी, नेताजी पालकर, प्रल्हादपंत अशा असामीनिशी महाराज बैठकीच्या दालनात आले. जिवाजींनी दालनाचा सरंजाम उंची लोड, गिर्द्या, रुजामे टाकून देखणा केला होता. छत्रपतींनी बैठक घेतली.

शाहजादा अकबर पाली भागातील कसबा धोंडश्याला एका साध्या कौलारू घरात तळ देऊन होता. त्याची माणसे उघड्या माळावर राहुट्या टाकून होती. जिवाजी अकबराला आणण्यासाठी त्याच्या तळावर गेले होते.

''कवीजी, आज तीथ कोणती?'' महाराजांनी पाठीशी उभ्या असलेल्या कुलेशांना विचारलं.

''जी! कार्तिक शुद्ध त्रयोदशी.'' कवींनी पूर्तता केली. महाराजांनी बैठकीवरच्या तबकातील एक गुलाबी गेंद उचलला. त्याला चिमटीत फिरका देत कसल्यातरी विचारानं ते गिर्दीला रेलले.

तीन सालांपूर्वीचे असेच थंडीचे दिवस त्यांना आठवले. ''तो माहुलीचा संगमघाट... सरसरत चाललेल्या नौका... पठाणी तळ... तगडा, बेगुमान दिलेर! भटकत्या क्षणांवर वाया गेलेलं आणि कधीच न पुसता येणारा काळिमा घेऊन

आलेलं पुरतं एक साल.''

आता भेटीस येणारा अकबर आणि त्या वेळचे आम्ही, यात तफावत काय? अकबर आपल्या जन्मदात्याविरुद्ध बंड करून आला आहे. आमचे होते आबासाहेबांविरुद्ध बंड? अकबराला दिल्लीच्या तख्ताची आस जडली आहे. आम्हाला होती रायगडच्या सिंहासनाची? नाही नाही. मग कुणाविरुद्ध होते आमचे बंड? तो आमचाच आमच्याविरुद्ध पुकारलेला उठाव होता. गाफील, अविचारी.

तो समजून घेण्याची कुवत होती आबासाहेबांच्यात म्हणूनच तर आम्ही परतलो. नाही तर? हा अकबर परतेल का आपल्या जन्मदात्याकडं कधी वाटले तर? लावेल औरंग त्याला आपल्या छातीशी पित्याच्या मायेनं? आणि हा तरी काय करेल. आपल्या मनासारखे फासे पडून दिल्लीतख्त हाताशी आले तर आपल्या बापाचे? आमच्या स्वप्नात तरी कधी आबासाहेबांबद्दल भलेबुरे आले होते? ही - हीच ती तफावत आहे. मोगली राजकुळ रक्तापेक्षा तख्त मोलाचं मानतं.... आणि मराठी राजकुळ रक्ताचं तख्तच मोलाचं मानतं.

जिवाजी लगबगीनं दालनात आले. त्रिवार मुजरा करत दरवाजाकडं हातरोख देऊन म्हणाले, ''शाहजादा अकबर येताहेत.''

छत्रपती बैठकीवरून उठले. जरीकोयऱ्यांच्या नक्काशीचा सफेद, तलम जामा अंगी घेतलेला, पाचूपदकाचा हिरवाकंच मोगली, बसका किमाँश मस्तकी चढविलेला, चुणीदार तलम तुमान पेहनलेला तरणाबांड शाहजादा अकबर आत प्रवेशला. त्याच्या छातीवर छत्रपतींनी नजर केलेला मोतीकंठा होता. कोरल्या दाढीची चर्या काटेफड्याच्या बोंडागत लालबुंद होती.

नकळत क्षणभर दरवाजातच खिळून पडल्या अकबरानं नजर एकवटून समोरचं मर्दपण निरखलं - बऱ्हाणपूर दफन करणारं! एकच विचार त्याच्या मनात सरकून गेला. ''ये इतने-तो इनके आब्बाजान क्या होंगे!''

अगदी हाच विचार छत्रपतींनाही चाटून गेला समोरचा शाहजादा बघताना - ''आता कसा दिसत असेल या देखण्या राजपुत्राचा कडवा बाप?''

शाही हास्य खुलवीत, हात पसरते घेऊन शाहजादा अकबर तरातरा पुढं आला. छत्रपतींनी त्याला खांदाभेट दिली. त्याचा हात हाती घेत इतमामानं त्याला बैठकीवर आणून बसविलं. मिर्झा यहुद्दिन शुजाई, वकील अब्दुल हमीद, दुर्गादास राठोड ही शाहजाद्याची विश्वासू माणसं त्याच्या बगलेला अदबीनं उभी राहिली.

परस्परांनी एकमेकांना नजराण्यांचा रिवाज केला. छत्रपती आपल्या हातचा गुलाब गेंद अकबराच्या हाती देत म्हणाले, ''हा तुमच्या देशीचा गेंद. आमचा पहिला मेहमान. आम्हास आवडतो. तुम्ही दुसरे मेहमान. तुम्हीही आवडाल!''

राजे काव्य बांधतात हे ऐकून असलेला शाहजादा दिलखुलास हसत उत्तरला,

''बहुत खूब शायरी मिसाल है ये आपका राजासाब. हम भी अच्छे लगेंगे आपको.'' दिला गेंद त्यानं चटकन नाकाशी नेला.

एकांत घेण्यासाठी आपल्या माणसांना महाराजांनी हात उठवून इशारत दिली. ठरल्याप्रमाणं कवी कुलेशांखेरीज सर्व बाहेर पडले. अकबरानंही दुर्गादास राठोडाखेरीज आपल्या माणसांना निरोप दिला.

छत्रपतींनी सावधपणे भेटीच्या विषयाला हात घातला, ''आमच्या देशीचे हे दख्खनी हवामान मानवेल तुम्हास शाहजादे?''

''शाही हवासे ये जरेदरेंकी हवा कम खतरनाक है राजासाब!'' रोख ओळखून आपल्या बापाबद्दलची सूचक नापसंती अकबरानं नोंदविली. एकमेकांचा अंदाज घेत मनं खुली होऊ लागली.

''आमच्याविरुद्ध बांधल्या बनावाचे कागदपत्र थेट आम्हाला धाडून थोर काम केले आहे तुम्ही शाहजादे.'' महाराज अकबराचे ते कृत्य विसरूच शकत नव्हते.

''वो इनकी करामत है.'' अकबरानं दुर्गादासाकडं हात केला. तगडा राठोड नम्रपणे लवला.

''आम्ही नाही समजलो.'' महाराज दुर्गादासाकडं बघत बोलले.

''वो इनकी नेक सलाह थी राजासाब. बडे इमानदार है दुर्गाजी. इनकी मसलत थी खलिते आपको पेश करने की.''

पहिल्या भेटीतच दुर्गादासाबद्दल महाराजांचे मत चांगले झाले होते. ते वाढले. आपल्या सेवकाबद्दल गौरवाचे बोल काढणाऱ्या अकबराबद्दलही ते अनुकूल होत चालले.

''पुढचा मनसुबा काय तुमचा शाहजादे?'' छत्रपतींनी मूळ धरले.

असंख्य चावऱ्या आठवणींनी अकबराची लालगौर चर्या वेढून आली. 'जन्मदात्याविषयीचे तिखट, कडवे बोल त्याच्या जबानीतून सुटले, ''अलमगीर हिंदोस्ताँको दफा कर देगा राजासाब । ये कोई तरिका है सल्तनतका कि रियाया हैराण हो? जिजिया, बुतशिकनी, जुल्म और कत्ल! कैसे रहेगा हिंदोस्ताँ का भरोसा शाही खानदानपर? अलमगीर अपने आपको और शाही खानदान को खतरे में डाल रहा है । ये रोकना है, जान की किमतपर ।'' अस्वस्थ, बेचैन शाहजाद्याचं उमदं छातवान वरखाली लपलपलं. तो बोलला ते सत्य होतं; पण कितीतरी अवघड! आपल्या बापाचे दोष अकबराला अचूक कळले होते, पण त्याच्या ताकदीचा अंदाज शाहजादा विसरत होता!

''सही आहे तुमचे शाहजादे, पण अलमगीराच्या फौजीबळाचा खयाल ठेवला पाहिजे. ज्याच्यापुढे तुमचे दादाजी बादशहा शहाजहान, चाचा दारा, मुराद, शुजा शिकस्त झाले, त्याच्याशी हा जंग आहे. त्यासाठी काही मसलत?'' शांतपणे महाराजांनी अकबराला, त्याच्या रक्ताची अलमगीरानं लावलेली वासलात कौशल्यानं

कानी घालून सुरावर घेतलं. अकबर दाराचा जावई होता आणि त्याच्या विचारांवर बरीचशी दाराचीच छाप होती. सरळधोप चाल बोलीभाषेला ठीक असली तरी राजकारणाला ती कधीच लागू नसते. औरंगजेबासारख्या पाताळयंत्री व शूर प्रतिस्पर्ध्याबाबत तर ती कधीच नसते हे छत्रपती पुरते जाणून होते. आग्ऱ्याची कोठी ते विसरू शकत नव्हते.

शांत झाल्या अकबरानं छातीवरचा मोतीकंठा क्षणभर चाळवला. औरंगजेबाला शिकस्त देण्याची मनची मसलत त्यानं खोलली, "बिल्कुल दुरुस्त है आपका खयाल राजासाब । अब अलमगीर दख्खनपर चला आ रहा है । हम राजस्तान लौटना सोचते है । हिंदोस्ताँ में अलमगीरकी होड लेने की ताकद दोही मुल्कों में है - रजपूत और मरहट्टों में. जयपूरका राजा, मिर्झा राजे जयसिंग का कुवर रामसिंग अलमगीरपर खफा है । जो दगा अलमगीरने मिर्झा जयसिंग को देकर, जहर खिलवाकर उसे कत्ल किया, उसका बदला रामसिंग चाहता है । हमे उम्मीद है दुर्गाजीकी । पर्शिया के शाहको भी हाथ देने के लिए लिखा है हमने ।

"राजासाब, इस वक्त आप साथ देते है तो अलमगीर का नामोनिशा मिटा देंगे हम ।" अकबर उजळत्या डोळ्यांनी मुद्द्यावर आला.

"आम्ही जोड करावी ती कसली?" महाराज शांतच बोलले.

"चुना पच्चीस हजार मरहट्ठा हशम साथ देने की। यही वक्त है हमारा जंग अजमाने का ।" अकबराचे कान महाराजांचा होकार ऐकायला आसावले. मोठ्या आशेनं तो राजांच्या डोळ्यांत बघू लागला.

छत्रपतींची नजर दुर्गादास राठोडाकडं वळली. अकबरापेक्षाही कानी आल्या माहितीवरून महाराजांचा दुर्गादासावर अधिक भर होता. राठोड होता म्हणून तर समोरचा अकबर जिवंत होता.

"दुर्गाजी, आपका खयाल?" छत्रपतींना राठोडाच्या नेकीचा विश्वास होता म्हणून त्यांनी सवाल केला.

"जी, अलमगीर पहला हथियार अब मरहट्टोंपर धरेगा राजासाब । आदिलशाही और कुत्बशाही सल्तनत के मातहत है । मरहट्टे नहीं । अब दख्खन लडाना सिर्फ आपके खंदेपर है । चाल अलमगीर की और जबाब आपका, ऐसाही ढंग रखना चाहिए इस जंग का । पहले अलमगीर को फौज के साथ दख्खन में उलझाना होगा । वही मौका होगा उत्तर में रजपुतों के छलांग का । सोचकर आप फैसला रखना राजासाब!" मुरब्बी दुर्गादास महाराजांच्या मनातलंच बोलला.

"बिल्कुल दुरुस्त दुर्गाजी । शाहजादे, दुर्गाजींची मसलत आम्हास पटते. औरंगजेब दक्षिणेत गुंतला तरच तुमच्या उठावाला आम्ही माणूसबळ पुरवू शकू. मातब्बर गनिम ऐन तोंडावर असता गाठीची फौज आम्ही कुठेच गुंतवू शकत नाही." छत्रपतींनी अकबराला निर्णय दिला.

खट्टू झालेल्या अकबराच्या हातच्या चुरत्या गेंदाच्या पाकळ्या बैठकीवर केव्हा उतरल्या हे त्याच्या लक्षात आलं नव्हतं तरी महाराजांनी ते टिपलं होतं.

आवाजात समजुतीची हलक भरून महाराज अकबराचा हात थोपटीत म्हणाले, ''शाहजादे, तुमचा सल आम्ही जाणतो; पण मनाच्या जहालीनं राजकारण चालत नाही. तुम्ही आमचे मेहमान आहात. आमच्या राज्यात सुखरूप आहात. विश्वास ठेवावा. मौका येताच तुमचे मनसुबे कार्यी लागतील. धीर ठेवा. जयपूरच्या राजा रामसिंगांना आम्ही लिहू. तुम्हीही लिहा. तुमच्या आमच्या भेटीचा निवाडा समयच देईल.''

''ठीक है राजासाब । हम रुकते है । लेकिन खयाल रखना, जबतक हम आपके मुल्क में है चैन की नींद नहीं देगा अलमगीर आपको!''

ते ऐकताना महाराजांना म्हणावेसे वाटले - 'आजवर ती कधीच लाभलेली नाही आम्हास.' वरकरणी हसत ते म्हणाले मात्र, ''प्रत्यक्ष आपल्या फर्जदांची नींद हराम करणाऱ्याचा आमच्याबाबतचा तेवढा अधिकार मानतो आम्ही शाहजादे!''

निरोपाचे विडे आले. ते घेऊन बैठकीवरून उठणाऱ्या शहाजाद्याच्या हाती समोरच्या तबकातील एक तवाना गुलाबगेंद देत महाराज नुसते हसले.

न राहवून अकबरानं भावभऱ्या डोळ्यांनी छत्रपतींच्या खांद्यांना खांदे भिडविले. आपल्या माणसांसह तो आपल्या तळाकडे निघाला. पाच पावलांची रिवाजी सोबत त्याला करून महाराज थांबले. पाठमोऱ्या अकबराची जाती पावलं बघताना त्यांच्या मनात विचार एकवटून आले – 'किती वनवास दिला आहे त्या पावलांना त्याच्या निर्मात्यानं! औरंग! कसल्या मुशीचा हा असामी? हा कसला नातेसंबंध?' गुंतत चाललेल्या मनाला तोडून समोरच्या कुलेशांना ते म्हणाले, ''कवीजी, तुम्ही शाहजाद्याच्या सोबतीत इथंच राहा. त्याच्यावर नजर ठेवा. राजकारण म्हणून नसली तरी भांबावून तो भलतीच उचल खाण्याची शक्यता आहे. यास सावरले पाहिजे.''

''जी.'' कुलेशांनी राजाज्ञा झेलली.

महाराज विचारांवर फेर घेऊ लागले. त्यांच्या आणि धोंडश्याला चाललेल्या अकबराच्या मनात टिपरी झडत होती ती एकच – अलमगीर.

आणि नेमक्या याच दिवशी, शाही सवारीच्या सजत्या हत्तीवर अंबारीत बसून औरंगजेब झडती शाजणं, नौबती-डंक्याच्या उसळत्या गजरात, प्रचंड फौज पाठीशी घेऊन बऱ्हाणपूरच्या वेशीत प्रवेशत होता. त्याची घारीसारखी नजर बऱ्हाणपुराभोवतीची तटबंदी नीट उठली आहे की नाही याचा हौद्यातूनच तलास घेत होती! खैरियत मिळालेले फकीर, मुल्ला, मौलवी त्याला हात उठवून तोंडभर दुवा देत होते. उठणाऱ्या कालव्यानं आता मात्र 'दख्खन दरवाजा' थडथडू लागला.

■

आम्ही 'श्रीं'चे ध्यान धरतो!

गेले अकरा दिवस उभा रायगडच नव्हे तर त्याची पंचक्रोश धरून पुरता मराठी मुलूख चिंताक्रांत होता. रायगडच्या बालेकिल्ल्यातील खासे महालात छत्रपती शिवाजी महाराज मंचकावर पडून होते. दिवस ऊनतापीचे होते.

महाडचे मुलूखख्यात वैद्य गंगाधरपंत शास्त्री महाराजांना दवादारूच्या मात्रा आलटून-पालटून देत होते. राजमंडळातील महाराणी सोयराबाई, रामराजे, सकवारबाई व गडाचे किल्लेदार चांगोजी काटकर, मुधोजी सरखवास, बाळाजी, हिरोजी फर्जंद, येसाजी कंक अशा असामी अहोरात्र मंचकाला घेर टाकून होत्या. महाराजांच्याच आज्ञेने किल्ले पन्हाळ्यावर ठाण झालेले युवराज संभाजीराजे पन्हाळा सोडून रायगडी दाखल होण्याचा महाराजांचा हुकूम होईल म्हणून वाट बघत होते. तो हुकूम काही येत नव्हता.

चढत्या दुखण्यावर महाराज संभाजी-राजांची रोज सय काढीत होते. बाळाजी आवजींना पन्हाळगडी खलिता धाडण्याची

समज देत होते. बाळाजी, 'जी' म्हणत होत; पण काही करू शकत नव्हते. राजधानीच्या गडाचे सर्व दरवाजे, दिवस-रात्र कडेकोटीनं बंद ठेवण्याचे हुकूम, आपल्या अखत्यारीत 'महाराणी' सोयराबाईंनी केव्हाच देऊन ठेवले होते. अगोदरच रायगड गरुडाच्या बसकणीसारखा सर्वांहून उंच, बिकट जागी उभा, त्यात गडाचे दरवाजे बंद झाल्यानं पुरता एकाकी झालेला. तशात खास महाराणी, आपली 'घारी नजर' ठेवून महाराजांच्या मंचकाजवळ खड्या. येसाजी सोडून अष्टप्रधान मंडळातील सारे जाणते लोक नेमून दिल्या कामगिरीवर मुलूखभर विखुरलेले. नव्हे, तसे महाराणींनी हेतुत: पखरून ठेवलेले.

चैत्र शुद्ध चतुर्दशीची उन्हाळी सांज रायगडाच्या उतरणीवरून घरंगळू लागली. उतरंडीवरच्या आंबा, जांभूळ, ऐन, खैरांच्या झाडांच्या उदास लांबट सावल्या भयाण दिसू लागल्या. उद्या चैत्री पुनव होती. चैत्री पुनव! हनुमान जयंतीचा दिवस! खरं तर दरसाल या 'उच्छावाच्या' दिवशी केवढी झिम्मड उडायची रायगडावर. गडावर असले तर खाशा महाराजांची स्वारी भल्या पहाटे, दिवसफुटीच्या आत अंगी राजआसवाब लेवून सरंजामानिशी, समर्थांनी प्रतिष्ठापना केलेल्या हनुमंताच्या घुमटीत दाखल व्हायची.

स्वत:च्या शिव-हातांनी बाल हनुमानाच्या पाळण्याला झोल द्यायचे. चौघडे, नगारे, रणहलगी, शिंगं यांचा एकमेकांत मेळ झालेला कल्लोळ उठायचा. उखळींचे बार उठायचे. तोफांची भांडी फुटायची. महाराजांनी शेंदरी लेप दिलेल्या हनुमान मूर्तीच्या तोंडाला सुंठवड्याचा प्रसाद लावला, की मग परातीच्या पराती भरून, जमलेल्या हनुमानभक्तांना सुंठवड्याचा प्रसाद वाटला जायचा. पण आज? आज खुद्द रायगडाचा हनुमंतच अंथरुणाला खिळला होता.

ही चैत्र शुद्ध चतुर्दशीची सांजवेळ धरून राजधानी रायगडाच्या अठरा कारखान्यांतील कामगार माणसं, रायगडाच्या उतरंडीवर जागजागी पसरलेल्या रुईच्या झुडपांची पानं व कळ्या खुडताना दिसत होती. रुईची पानं, कळ्या हनुमंताला प्रिय. उद्या तर त्याचा जन्मदिवस होता. रायगडाच्या पायथ्याशी बसलेल्या, जिजाऊंच्या शेवटच्या दिवसांच्या आठवणी अजून मनात ओल्या असणारे, पाचाडचे पाचाडकरही याच पान-कळ्यांच्या खुडकामाला लागले होते. पाने तुटली जात होती. कळ्या खुडल्या जात होत्या. रुईच्या झुडपांचे तुराटे उघडे बोडके होत होते. घरट्या घरट्यातल्या अस्तुऱ्या त्या पाना-कळ्यांच्या माळा हरवल्या काळजांनी गुंफीत होत्या. कुणाचाही जीव थाऱ्यावर नव्हता. सर्वांचा 'धनी' अंथरुणावर शेवटच्या घंटा साजऱ्या करीत होता.

रायगडाच्या बालेकिल्ल्यावरची समर्थस्थापित हनुमंताची घुमटी, तिचे मानकरी पुजारी आंबवतीनं सजवीत होते. घुमटीला कुंकू-हळदीचं स्वस्तिक रेखलेलं श्रीफल

लटकणारं तोरण चढलं होतं. सगळ्या घुमटीची नव्यानं चुनकळीत रंगोटी झाली होती. कळसावर एकपाती भगवी पताका, रायगडाच्या बेलाग वाऱ्यावर फडफडत होती (की तडफडत होती?) साऱ्या घुमटीभर मंत्रित पवित्र जलाचा शिडकावा करण्यात आला होता. मध्यरात्र उलटून गेली तशा पुजाऱ्यांनी प्रसाद-सुंठवड्याच्या पराती, सोवळ्याच्या अंगानं आणून घुमटीत हारीनं मांडून ठेवल्या. रात्रीनं पाठ फिरवली. दिवसफुटीचा चैत्री पहाटवारा सुरू झाला. गडाच्या अठरा कारखान्यांतील माणूस एक एक करता घुमटीसमोर एकवटू लागलं. आज हनुमंताच्या पाळण्याला हात लागणार होता रामराजांचा. या हनुमान जयंतीला राजकुळाचे, घुमटीत येऊ शकतील असे रायगडावर या वेळी ते एकले अधिकारी होते. या वेळी त्यांची उमर होती आठ वर्षांची!

माणूसमेळ जमला. कुणी कुणाशी चकार बोलत नव्हतं. राजपेहरावात सजल्या महाराणी सोयराबाई सरंजामासह कुणबिणींच्या मेळाव्यातून रामराजांच्या पाठीवर तळहात ठेवून येताना दिसू लागल्या. हनुमान घुमटीतल्या घंटा पुजारी घणघणवू लागले. त्यांचे नाद पहाटवाऱ्यात मुरू लागले.

गडाच्या बालेकिल्ल्यात, खासेमहालात, मंचकावर लेटल्या महाराजांच्या कानांवर ते पडले. छताकडं जडलेल्या त्यांच्या पापण्या फडफडल्या. सही हात छातीला भिडला. डोळे मिटते झाले. ओठांतून क्षीण नांदी उमटली – "जगदंऽब जगदंऽब! रामभक्ताचा जन्म झाला वाटतं!" ओठ पुन्हा मिटले गेले.

त्यांच्या मनात अनेक वेळा समर्थांनी प्रसंगोप्रसंगी खड्या बोलीत ऐकवलेले हनुमानस्तुतीतले निसटते बोल फिरू लागले. प्रत्येक बोलाबरोबर राजमन हिंदोळू लागलं.

भीमरूपी महारुद्रा...
रामदूता-प्रभंजना ॥
महाबळी 'प्राणदाता'!

'प्राणदाता' या समर्थबोलाबरोबर त्यांच्या मनाची चळवळ क्षणभर थांबली. त्यांना मिटल्या डोळ्यांसमोर साक्षात समर्थांचेच रूप दिसू लागले. राजमन त्या रूपाशी क्षणभर संवादून गेलं - 'समर्थ, आपण हयातभर कधी प्राणांची पर्वा बाळगली नाहीत. तरीही रामभक्ताला आपण 'प्राणदाता' म्हणालात! कुणासाठी?'

पुन्हा त्यांच्या मनाची भिंगरी हनुमानाभोवती फिरू लागली.

'सौख्यकारी..... दुःखहारी....'

'दुःखहारी' या शब्दाबरोबर राजपापण्या उघडल्या गेल्या. पळभर समोरच्या छताला जोडल्या गेल्या. पुन्हा फडफडल्या - मन कळवळून उठलं - 'एवढा राग आमच्यावर युवराजांचा? या क्षणीही भेटीस यावे असे त्यांना वाटले नाही? केवढे

जिद्दी! पण युवराज, जिद्दीला जोड लागते जिव्हाळ्याची! त्याविना सारे खोटे. आम्हीही हयातभर जिद्दच केली. पण आमचा आणि आऊंचा जिव्हाळा - आमचा आणि समर्थांचा जिव्हाळा - शंभूराजे, आमचा आणि तुमच्या मांसाहेब सईंचा जिव्हाळा!... जाऊ द्या.'

महाराजांच्या परतल्या मनावर पुन्हा हनुमानस्तुती घिरट्या घेऊ लागली.

'सुंदरा... जगदांतरा!'

'जगदांतरा तर आम्ही चाललो आहोत. ते जग या जगाहून कसे आणि केवढे वेगळे असेल? भेटतील आम्हास तेथे आमच्या मांसाहेब, आबासाहेब - आमचे बाजी - तानाजी - मुरारबाजी - प्रतापराव - आमचे सावळे पान - सई?' सोनेरी रंगाच्या ठिणग्याच ठिणग्या महाराजांच्या मिटल्या डोळ्यांसमोर कारंजागत उधळल्या गेल्या. उधळल्या आणि निळसर होत-होत गायब झाल्या.

पुन्हा समर्थबोल थडथडले -

'लोकनाथा-जगन्नाथा'

- मारुतीला 'लोकनाथा' म्हणणाऱ्या समर्थांची दृष्टी केवढी थोर. खरे तर 'लोकनाथा' म्हणून प्रभू राम विख्यात, मग हनुमानाला समर्थांनी 'लोकनाथा' का म्हणावे? मर्म काय त्याचे? तो सेवेच्या गुणानं त्या रामभक्ताला हासिल झालेला अधिकार होता. दुनियेच्या नजरेत आम्ही 'छत्रपती' झालो. पण.... पण खरे 'छत्रपती' आमचे तान्हाजी-बाजी-प्रतापरावच! विचारांबरोबर महाराजांच्या ओठांतून समर्थांची गोसावी-नांदी क्षीण सुरातून सुटली ''जय-जय रघुवीऽर समर्थ'' त्यांनी कूस पालटण्याची कोशिस केली. कुडी साथ देत नव्हती.

एलगार केल्या मावळी-फौजेसारखे हनुमान-स्तुतीचे बोल त्यांच्या राजमनावर चालूनच येत होते -

'पुण्यवंता-पुण्यशीला-काळाग्नि
काळरुद्राग्नि देखता कापती भये!'

रामसेवेनं त्या हनुमंताला केवढे बळ लाभले होते हे! साक्षात काळ थराथरा कापत होता त्याच्या सामने! लोटक्यातलं दही एकवट जमून यावं तसं त्यांचं खूप सोसलं-भोगलेलं राजमन आता एकाएकी भक्कम एकवटून आलं.

'ठकारे पर्वताऐसा!'

साक्षात पर्वतासारखा ठोसर असा तो हनुमंत! महाराजांचं मन आता उभार झालं!

'कोटीच्या कोटी उड्डाणे - झेपावे उत्तरेकडे!'

जिन्दगीचा पूर्वार्ध आता मागे पडला, आता उत्तरेकडे कूच करणे आहे. कूच-कूच.... उत्तरेकडे!

महाराज मनाच्या अशा एका गुहेत जाऊन पोहोचले होते की जिचा अंदाज फक्त योगी पुरुषांना-संत महंतानाच आजवर निसटता लागला होता.

घुमटीतला 'हनुमान-जयंतीचा' 'उच्छाव' केव्हाच उलगला होता. चैत्री-पुनवेचा दिवस कासराभर चढून भवानी टोकावर तळपत होता.

महाराज केव्हा डोळे उघडतात याची वाट बघत मंचकाभोवती गंगाधरशास्त्री, सोयराबाई, रामराजे, चांगोजी, हिरोजी, मुधोजी, बाळाजी, सकवारबाई असा माणूसमेळ आपल्या डोळ्यांत जीव आणून वाट बघत होता.

पुनवेचा, हनुमान जयंतीचा सूर्य आता ऐन मध्यान्हाकडं आकाशकडा चढू लागला. मंचकाभोवती जमलेले लोक हवालदिल झाले होते.

रायगडाच्या महाद्वाराचे भव्य दरवाजे आस्ते आस्ते खोलावेत तसा 'क्षत्रिय कुलावंतस, सकळ गुणमंडित, अखंड लक्ष्मी अलंकृत, गोब्राह्मण प्रतिपालक, हिंदुपद पादशहा, राजाधिराज छत्रपती राजा- शिवाजी' या बिरुदावलीच्या अधिकाऱ्याचे राजनेत्र आस्ते आस्ते खुलले.

लगबगीनं गंगाधरशास्त्री सरसे झाले. त्यांनी प्रथम जयंतीच्या प्रसाद-सुंठवड्याची चिमूट महाराजांच्या ओठांना चाटवली. एक क्षीण-सुंदर हास्य राजमुखावर अंकुरले.

'बजरंग! जगदंब!' म्हणत आपली नजर महाराजांनी भोवतीच्या जमल्या असामींवर हळूहळू फिरवली. नजरेच्या इशारतीनंच रामराजांना जवळ बोलावलं. सोन्याचं कडं भरलेला आपला हात त्यांच्या पाठीवरून क्षणैक फिरविला. मग सर्वांनाच जवळ येण्याची इशारत दिली. जमली माणसं कानांचे शिंपले करून ते शेवटचे शिवबोल ऐकू लागले. रायगडाच्या राजसिंहासनावर बसून बोलत तसे महाराज स्पष्ट खणखणीत बोलले. कुठलं आकाशबळ त्यांच्या वाणीत या वेळी उतरलं होतं जगदंबाच जाणे!

महाराज सर्वांवर नजर फिरवीत बोलले –

"सगळे बरे ध्यानी ठेवा. ये तो मृत्युलोक! येथे जितुके आले तितुके गेले. राम-कृष्ण आले तेही गेले. आता सारे आई जगदंबेच्या कार्यी चुकूर होऊ नका. आता अवघे बाहेर बसा. आम्हास एकांत द्या! आम्ही श्रींचे ध्यान धरतो!" चांगोजी, हिरोजी, मुधोजी ही डोंगराच्या छातवानाची माणसं, पण ती ते बोल ऐकून हमसू लागली. हटत्या कदमांनी आपल्या धन्याचा शेवटचा हुकूम पाळत, मुजरा भरत मुकाट बाहेर पडली.

गंगाधरशास्त्री समजून चुकले, की 'मृत्युलोक' म्हटलेल्या स्वामींचा अंतकाळ समीप आला आहे. त्यांनी झपाझप जाऊन देवमहालातील जगदंबेच्या चंदनी देव्हाऱ्यातील गंगाजलाची कुपी आणली. तुळशीपत्र त्या गंगाजलात डुबविलं आणि...... आणि गंगाधरानं गंगाजलाचं तुळशीपत्र शिवओठांवर ठेवलं!

मुजरा भरत-हटत्या पायानं गंगाधरशास्त्रीही बाहेर पडले. त्यांनी खासेमहालाचा दरवाजा बाहेरून ओढून घेतला. महाल आता 'एकांती' झाला. पूर्ण एकांती.

डोळे मिटते घेतल्या महाराजांना आता हनुमान आणि जगदंबा यांची रूपेच रूपे दिसू लागली. कानात आलटून-पालटून समर्थनांदी आणि अंबेचा उदोकार घुमू-गर्जू लागला.

'उदं गं अंबे उदं!'

'जय जय रघुवीऽर समर्थ!'

'आला गेला मनोगती, मनासी टाकले मागे-मागे-मागे...'

महाराजांचे मन आता त्यांच्या पवित्र आत्म्याच्या पायात इमानी कुत्र्यासारखं घोटाळू लागलं.

आई जगदंबेची नमनं म्हणणारा तो भुत्याचा आत्मा त्या मनाला झिडकारू लागला.

'या या गोंधळासी माये अंबे-लवकर या!'

'उदो गं अंबे उदं!'

आता घुमणारी समर्थनांदी आणि अंबेचा उदोगार एकमेकांत मुरून गेले. एकजीव झाले.

'आरक्त देखिले डोळा, ग्रासिले सूर्यमंडळा! सूर्यमंडळाऽऽ सूर्यमंडळाऽऽ जगदंबा!'

चैत्री पुनवेचा, हनुमान जयंतीचा सूर्य रायगडाच्या बालेकिल्ल्याच्या ऐन माथ्यावर होता. रायगडाच्या हनुमंतानं उड्डाणी झेप घेतली....

सूर्यमंडळ कब्ज करण्यासाठी!!

■

शिवभक्त सरलष्कर

भीमा नदीच्या विस्तीर्ण काठावर ब्रह्मपुरीच्या गावठाण्याला धरून हिंदोस्तानचा शहेनशहा अलमगीर महंमद औरंगजेब गाझी बहादूर याची शाही सैन्यछावणी पसरली होती. साल होतं १६९५. तसा हंगाम होता दसऱ्याचा, थंडीचा.

'ब्रह्मपुरी' गाव नावापुरतंच 'ब्रह्म' पूर उरलं होतं. पाच वेळा उठणाऱ्या नमाजी बांगेनं ते दणाणून जात होतं. निसूर, चिडीचाप होतं.

औरंगजेबानं सहा वर्षांपूर्वी याच भीमा नदीच्या तीरावर वढू-तुळापूर इथं छत्रपती संभाजीराजांचा हालहाल करून, साठ हजारांच्या फौजीतळासामने क्रूर वध केला होता. त्याच्या शाही दिमागात एकच अंदाज होता, 'काफर रियाया ये देखकर, सुनकर ही कचदिल होगी! शाही तख्त के सामने झुक झुककर कुर्निस करने आयेगी...'

त्याचा हा अंदाज साफ अळवावरचं पाणी ठरला होता. घडत आलं होतं ते नेमकं उलटं. घडणार होतं ते याहून उलटं. 'औरंगजेब' ज्यानं आपल्या 'तैमुरी' रक्ताचा

अजब मासला उभ्या देशाला दाखविला होता, ज्यानं खुद्द जन्मदात्या, आब्बाजान शाहजहानला आग्र्याच्या लाल किल्ल्यात कोंडून, ऐन उन्हाळ्यात त्याला पाण्याच्या एका थेंबासाठी तरसायला लावून शेवटी शाही हकीम अन्वरकडून त्याला विषारी तेलाचं मालिश करविलं होतं, शेवटचा 'अल्लाताल' स्मरायला लावला होता, ज्यानं दारा शिकोह, मुराद, शुजा या आपल्या सग्या भाईजानांचा, राजहव्यासापोटी पद्धतशीर क्रमश: काटा काढला होता. दिल्लीच्या लाल किल्ल्याचं तख्त ज्यानं रक्तानं धुऊनच आपल्या बैठकीसाठी पक्कं केलं होतं. ज्यानं तीन एप्रिल १६८० रोजी मराठी दौलतीचे छत्रपती शिवाजीराजे यांचं रायगडावर झालेलं निधन 'खूशखबर' म्हणून ऐकून दोन वर्षांतच १६८२ साली दिल्लीचा शाही ऐश-आरामाचा लालकिल्ला सोडला होता. कशासाठी?

- तर बुऱ्हाणपूरची 'दख्खन दरवाजा' म्हणून ओळखली जाणारी, या प्राचीन देशाची बरोबर उत्तर व दक्षिण हिंदोस्ताँ अशी भौगोलिक रचना दाखविणारी वेस ओलांडताना त्यानं कसमच घेतली होती, किताबे कुराण हाती उठवून की - ''मैं कांजीवरम से लेकर काबुल तक ये काफर मुल्क इस्लाम का बंदा करूंगा!''

हे केवढे तरी भव्य ध्येयस्वप्न दिलाशी कुरवाळतच महंमद औरंगजेब गाझी दख्खनेत उतरून आता पुरती तेरा वर्षं झाली होती! त्यानं बरोबर आणलेले पस्तिसावर बिनीचे लढाऊ खान, त्याचे शहाअलम, मुहम्मद असे बच्चे, नातू सब थकदिल झाले होते. चौदा कोटींचा खजिना या तेरा वर्षांत नुसता पाण्यासारखा त्यानं ओतून बघितला होता. सूर्य उगवत होता. मावळत होता. उडत होती फक्त संताजीच्या घोड्याच्या टापांखालची अशरण धूळ!

औरंगजेबाच्या सुखस्वप्नांना चूड लावण्याची ही महान मर्दानगीची कर्तबगारी शिवरायांच्या सामान्यांच्या फौजेतून उठलेल्या दोन पहाडदिल सरलष्करांनी केली होती. तसे कोल्हापूर प्रांतातीलच होते हे दोन्हीही फाकडे मर्द! एक वडगावचे सरलष्कर धनाजी जाधव आणि दुसरे माद्याळ कापशीचे, सेनाधुरंधर, सरलष्कर संताजी घोरपडे. हे दुसरे संताजी धनाजीबाबापेक्षाही वयाने, अंगलटीने, लष्करी अनुभवाने सर्वच बाबतीत 'थोराड हाडाचे' होते.

गेल्या तेरा वर्षांत औरंगजेब अलमगिराच्या दख्खनेतील शाही अंदाजाचे तीन तेरा करण्यात 'काफर की औलाद, जहान्नुम का वारिस' संताजी घोरपडा यानं तर बादशहातालाची नींदच हजम केली होती. खाना खराब केला होता. नुकतीच त्याच्या ब्रह्मपुरीच्या तळावर खबरगीरांनी खराब खबर पेश केली होती. कसली?

'संताने खानदेश का सब सुभा तसनस किया। गुजरात में सुरत को दहशत दिलाकर लौटते लौटते उसने नंदुरबार को घेर डाला। संता तुफाँ की तरह घोडों की लाटों पें सवार होकर आता है - और कयामत पैदा कर तुफाँ की तऱ्हा जाने

कहाँ चला जाता है । तौबा-तौबा शैतानकी नस्ल ।''

आलमगिरानं ते ऐकताच घुश्श्यानं लालेलाल होत आपल्या फिरत्या दरबारातच शाही चुड्यांचा दस्ता मागविला होता. आपल्या रियायाचं रक्षण करायला नालायक ठरलेल्या बुऱ्हाणपूरच्या आपल्या मोगली सुभेदाराला पुरेपूर खिजवायला त्यानं तो 'नजराणा' शाही तबक, त्यावर तलम सरपोसबंद झाकून हत्यारी पहाऱ्यातील हशमांच्या हातून बुऱ्हाणपूरला पाठविला होता. त्याची प्रतिक्रिया त्याच्या तमाम फौजेत उठली. कुणीच कसल्याही वर्दीसाठी आका अलीसामने जायलाच डरू-बिथरू लागले.

पेटलं! एक धडधडीत अग्निकुंड - जीवनाच्या अस्तित्वात पिढ्यान्‌पिढ्यांच्या काही जीवनप्रणालींच्या रक्षणासाठी अगदी अटीतटीनं पेटलं. त्याचं कार्यक्षेत्र होतं आता - औरंगजेबाच्या आणि त्या फौजबंद खानखानानांच्या फौजा फिरतील तशा बदलणारं. औरंगाबादपासून ते अकलूज, माळशिरस, टेंभुर्णी, माचनूर, मंगळवेढे, सोलापूर असा मराठी मुलूख धरून ते बेळगाव, हुबळी, धारवाड, रामदुर्ग, चित्रदुर्ग, जिंजी अशा कर्नाटकच्या विस्तीर्ण भूप्रदेशापर्यंत पसरलेलं.

एका जीवनप्रणालीचा नायक होता कमालीचा पाताळयंत्री, हाती पुऱ्या हिंदोस्ताँची कर्तुमकर्तुम शाही सत्ता, सेना, खजिना असलेला शहेनशाह हिंदोस्ताँ औरंगजेब अलमगीर गाझी. हा पाताळयंत्री केवढा? तर बापाला जहरी तेलाचं मालिश त्याच्याच शाही हकीम अन्वरकडून करविणारा. हा पठ्ठा मराठी मुलखातील, या वैराण प्रदेशात वणवण भटकताना आपला रोजचा थाळा मात्र आपली एकमेव कन्या झिन्नतुन्निसा हिला प्रथम समोर चाखायला लावून मगच ओठांआड करायला चुकत नव्हता!! स्वत:च्या सावलीवरही आता त्याचा भरोसा नव्हता!

त्याला तोंड देण्यासाठी दुसऱ्या जीवनप्रणालीचा म्होरक्या नायक शिखर शिंगणापूरच्या शंभूमहादेवाला कौलाचं बेलपत्र लावून सगळ्या प्रतिकूलतेत पहाडासारखा पाय रोवून ठाकला होता - मराठ्यांचा सेनाधुरंधर, शिवभक्त सरलष्कर संताजी घोरपडा! त्याच्या पाठीशी होती दौडत्या जानकुर्बान मावळी घोडदळाची आता संभाजी महाराजांच्या क्रूर वधाचं उट्टं वसूल करायला पेटलेली, लाल मुंग्यांगत डसणारी, डिवचलेली आगफळी!

या संताजीची प्रतिकूलता केवढी? तर हा ज्या राजाच्या नजरेखाली मराठी सेनेत दाखल झाला त्या छत्रपती संभाजी महाराजांनी संगमेश्वरावर अचानक कोसळलेल्या मुकर्रब आणि इखलासखान यांच्या धाडीशी अटीतटीची आखरी हातघाईची हत्यारमारी करताना साक्षात याचे जन्मदाते म्हलोजी घोरपडेही स्वामीकार्यावर देशकामी आलेले. त्यांचं प्रेत संगमेश्वराच्या मैदानावर पडलेलं.

प्रत्यक्ष संभाजीमहाराजांनी हत्यारघाईत असताना या संताजीला ओरडून 'आज्ञा'

केलेली - “रायगड जवळ करा. निघा. राणीसाहेब, बाळराजे यांची प्राणबाजीने राखण करा. तुम्हांस आण भुईवर पडलेल्या म्हलोजी बाबांची! भवानीची.”

हा तरीही हट्टाला पेटलेला. नरड्याची तरणीबांड घाटी फुलवीत गावरान मावळबोलीत हातचं हत्यार फिरवीतच ओरडला, “धनी, हतं मरनाच्या तोंडावर. आबा तर पडलं. हुयाचं ते हुयील. धन्यास्नी वक्ताला एकलं सोडनार न्हाई!”

“संताऽ निघ. हा ‘हुकूम’ असे. आण असे!” संभाजी महाराजांच्या शंभू महादेवागत त्या क्षणी दिसणाऱ्या निर्धारी पेटत्या डोळ्यांना संताजी घोरपडा पुढे हयातीत कधीच विसरला नाही.

“जी -” म्हणत संतानं काढत्या पायानं संगमेश्वराच्या ऐन रणधुमाळीतून घोड्यावर मांड धरली ती कायमसाठीच! जिकडं फुडा, तिकडं दौडता मुलूख थोडा, असं मानतच.

पुढे याच्या दौडत्या जीवनचालीत त्याला काय काय आकरीत बघायला मिळालं. दिलाचा दगड करून त्यानं ते बघितलं. सोसलं. प्राणप्यारे संभाजी महाराज जाताच सहा महिन्यांतच शिवरायांच्या राजधानीचा किल्ले रायगड पडला. झुल्फिकारखानाच्या ताब्यात नांदता-राबता किल्ला देण्यापूर्वी दिसण्या-असण्यास दुसरी जिजाऊच असलेली, विचारानं, बोली-चालीनं ‘शिवकन्या’ वाटणारी, शंभुपत्नी मराठ्यांची तेजस्वी महाराणी येसूबाई, आपला आठ वर्षांचा बच्चा शाहू संगती घेऊन मेण्यात बसली. खानाच्या हवाली ‘शाही कैदी’ म्हणून सुपूर्द होताना त्याला रोखठोक बजावायला मात्र विसरली नाही- की, “जोवर आम्ही गड उतरत नाही, तोवर खानांनी रायेगडाच्या नगारखान्यावरचा आबासाहेबांचा जरीपटका खालती उतरवू नये! आम्ही ‘महाराणी’ आहोत!”

खानानं ही निरोपाची मिर्चपूड मुकाट गिळली. त्यालाही येसूबाईंचं केवढंतरी कौतुक वाटलं त्या वेळी.

आता महाराष्ट्राचे सरलष्कर संताजी घोरपडे यांच्या अखत्यारीला महाराष्ट्र कसा होता? नुसतं कल्पनाचित्रच डोळ्यापुढं आणून बघण्यासारखं आहे. संताजीच्या मांडाखालचा निर्णायकी महाराष्ट्र असा होता -

शिवरायांचा राजधानी किल्ले रायगड पडलेला. महाराणी येसूबाई, शंभुपुत्र बाळराजे शाहू व अन्य पन्नास एक स्त्री-पुरुष यांच्यासह औरंगजेबाच्या ‘शाही कैदी’ झालेल्या. त्याच्या फौजी तळाबरोबरच या कबिल्याचीही फिरती सुरू झालेली.

दुसरे उमदे शिवपुत्र राजे राजाराम, येसूबाईंनीच कैद होण्यापूर्वी अक्कलहुशारीने जिंजीच्या किल्ल्याकडे अर्जोजी व गिर्जोजी यादव या इमानदार बंधूंसह खंडोजी बल्लाळांच्या नेक देखरेखीत सुखरूप पोहोचते केलेले.

संताजीरावांना काही हालचाल करावी तर रास्त ‘हुकूम’ द्यायलाही जाणते,

जबाबदार कोणीही मराठप्रांती मौजूद नाही. उभा महाराष्ट्र अधांतरी.

अशा स्थितीत पुरी सहा वर्षं 'संताजी' नावाच्या स्वातंत्र्याची आग पिऊन, सतत घोड्यावर मांड घेऊन दौडणाऱ्या 'साक्षात् मरणानं' अलमगिराला सळो की पळो केलं होतं.

आपल्या ब्रह्मपुरीच्या शाही डेऱ्यात बोलावून बादशहानं वजीर आसदखान आणि बक्षी मुखलिसखान यांना त्यासाठीच सक्त शब्दांत सुनावलं, "लईम संता की हद हो गयी आसद. कडक फर्मान भेज दो - फौजदार कासिमखाँ को कर्नाटक में लिखो - रुहूल्लाखान ऊर्फ खानाजादखाँ, महमद मुरादखाँ, सफशिकनखाँ, असालतखाँ सबकी फौज और तोपखाना तुम्हारी दिम्मत में दिया जाता है । उनसे मिलकर तुम अब जिहाद पुकार दो! काफर संता का नामोनिशान तक मिटा दो!"

फर्मान सुटलं. औरंगजेब इकडे ब्रह्मपुरी, सोलापूर, माचनूर, औरंगाबाद असा शाही डेरे टाकत महाराष्ट्रात राहिला. तिकडं कर्नाटकात मात्र त्या फर्मानानं चार-पाच बिनीचे खान आणि हजारोंची मोगल फौज जाळावर पडली. त्यांची गतच भुकेलेल्या बिबळ्या वाघासमोर मेंढरांचा तांडा सोडावा अशी झाली.

ही धाड आपल्यावर सततच कोसळणार हे मनोमन पुरते जाणून असलेल्या सरलष्कर संताजीरावांनी नाना प्रकारे, चातुर्ये करून चित्रदुर्गचा स्थानिक नायक बरमप्पा याला आपल्या हातमिळवणीत घेतलं. कर्नाटकात एक भक्कम फळी खडी ठाकली.

इकडे कासिमखान आपल्या 'अधोनी' गावाच्या ठाण्यावरून निघाला. त्याने औरंगबादेहून येणाऱ्या, औरंगजेबाच्या मावशीचा नातू हे बरंच जवळचं (!) नातं सांगणाऱ्या खानजादखान ऊर्फ रुहूल्लाखान याची तबियत निहायत व्हावी यासाठी मोठा शाही पेशखाना बरोबर घेतला. कसला? तर नवे कोरे डेरे, चिनीमातीचे पुलाव-बिर्याणीचे थाळे, सोन्याचांदीचे तबके-पानदाने! हे स्वारीला नव्हे, जैसे काही सैर-शिकारीला चालले होते!

संताजीचे घारीच्या नजरेने घिरट्या घालणारे, नाना वेषांत फिरणारे रामोशी खबरगीर या वेळी उभ्या कर्नाटकात विखुरले होते. त्यांनी पटापट खबरा उचलून आपल्या दर्यादिल सरलष्कराच्या कानावर वेळीच ठेवल्या.

कासिमखान, रुहूल्लाखानसह, मुरादखान त्याचा मुलगा खुदादाद मिर्जा हसन यांच्यासह दाबजोर, मालेमाल शाही पेशखाना घेऊन अधोनीहून चित्रदुर्गकडे जायला निघालेत. सध्या ते दोड्डेरी गढी पार करून वीस कोसांवर पोचलेत. पेशखाना मधे आहे. पुढे रुहूल्ला आहे. अद्याप अधोनीत कासिमखान - निघण्याच्या वाटेवर आहे!

बहिरी ससाण्याला ससा करवंदीच्या जाळीबाहेर पडलाय याचा अंदाज आला मात्र, त्यानं मान तिकोनी करून पवित्रा घेतला. संताजीरावांनी पेशखाना समूळ

लुटीवर घालण्यासाठी आपल्या फौजेच्या तीन फळ्या केल्या.

एकीनं हत्यारबंदीत पुढं चाललेल्या पेशखान्याला लुटल्याची नुसती हूल भरायची. त्याची खबर मिळताच मागे अधोनीत राहिलेला कासमखान आपल्या साथीदारांसह पेशखान्याच्या रक्षणासाठी बाहेर पडेल. त्याला मधेच गाठायचा. ही खरी हातघाई. यासाठी नेमकी इथंच कडवी, लढाऊ फळी टाकली. कासमखान धड अधोनीत नाही, धड पेशखान्याच्या हत्यारबंद फौजेजवळ नाही, असा मधेच घेरला गेला. घनघोर लढाई झाली. इकडे संताजीच्या पहिल्या फळीने पेशखाना तर राखीव फळीने मागचे खुद्द अधोनीचे ठाणे साफ लुटीवर घातले. 'क्या हुआ?' असं चौकून कुणाला विचारायलाही कासमला वाव मिळाला नाही. तो आपल्या सर्व शाही मेहमानांसह जवळच असलेल्या मुरादखानाचा दोड्डेरीच्या आसऱ्याला गेला. या लढाईत मिर्जा हसन मारला गेला. मुरादखानचा मुलगा खुदादाद जखमी झाला.

दोड्डेरीचा किल्लेदार मूळचा चित्रदुर्गच्या बरमापाचा सेवक. त्यानं गढीचे भक्कम दरवाजे लावून घेतले. औरंगजेबाचं फर्मान घेऊन, जिहाद गर्जून रुहूल्ला, मुरादखान, सफशिकन यांसह निघालेला कासम कात्रीत पडला. समोर दोड्डेरीच्या भक्कम गढीचे बंद दरवाजे! पाठीवर 'हर हर महादेव'च्या रणघोषावर खवळून येणारं रणकुशल संताजीच्या गर्जत्या घोडदळाचं आग्यामोहोळ! करायचं काय?

शिवरायांच्या रायरेश्वरावर शपथा घेऊन स्थापन झालेल्या गोरगरिबांच्या, देवाधर्माच्या, मायबहिणींच्या शीलरक्षणासाठी कमरबंद झालेल्या राज्यात आजवर अनेक सरलष्कर सेवा रुजू घालून गेले होते. माणकोजी दहातोंडे, नेताजी पालकर, प्रतापराव गुजर, हंबीरराव मोहिते अशी ही गौरवशाली नामरेखा होती; पण संताजीराव घोरपडे यांची जातच अलग. ऐन पडत्या, अधांतरी काळात, साक्षात औरंगजेब मराठी मसनदीच्या उरावर, ती केव्हा एकदा संपवतो म्हणून इरेला पडला असताना - हा कापशीचा करडा घोरपडा, त्याला प्रत्येक लढाईत त्यांच्या हशमांच्या पाठीवरच्या ढालींच्या धूळपाट्या करून, त्यानं हयातभर गिरवावेत असे एकेक अजब धडे धाडीत होता!

कसं होतं या सेनाधुरंधर, निधड्या, कमालीच्या तत्पर, चपळ हालचाली करणाऱ्या सरलष्कराचं युद्धतंत्र?

तर कधी तो अधोनीसारखी 'हुल मारणाऱ्या' तंत्राची लढाई करीत होता. कधी 'चढाई'ची खेळत होता. म्हणजे मुगली तळावर रमजानच्या ऐन दिवसात पहाटेच चालून जात होता. कधी 'पलटी'ची लढाई रचत होता. हे तर त्याचं खासच तंत्र होतं. ज्या मोगली छावणीजवळ दरी आहे, तिच्यावर हटकून या संताजीच्या पलटीच्या लढाईची धाड कधीही पडायची. आपल्या सेनेच्या अशा वेळी तीन फळ्याच तो करी. दरीच्या दोन्ही बगलेत दोन पेरून ठेवी. तिसरी अत्यंत चपळ घोडेस्वारांची थेट छावणीवर जिहाद पुकारल्यागत चालून जाई. मारो-काटो करताना

छावणी जागी झाली, तिचे हशम हत्यारबंद होऊन लढाईला तयार झाले, की संताजीचा अत्यंत हुशार म्होरक्या 'भागोऽ पळोऽ'ची इशारत करी. मावळे त्यांना पाठीवर घेत घेत दरीच्या डोंगराजवळ कात्रीत आणत. शिंगाड्या शिंगाची एक सणसणीत - 'तुत्तूरऽत्तू' अशी शहारेदार ललकारी दरीभर घुमावी. तिची इशारत मिळताच दरीच्या दोन्ही बगलांना दबा धरून बसलेले संताजीचे राखीव धारकरी हत्यारं पेलत दरीची पुढची-मागची वाट रोखून धरत, ती इशारत पकडून आतापर्यंत घाबरून पळणारं घोडदळ खिंकाळणाऱ्या तट्टांचे लगाम आवरून चक्क मोहरा फिरवत - पलटी घेत.

दरी हत्यारांच्या खणखणाटानं घुमून जाई, माय-बहिणींना नाडणाऱ्या चोराचिलटांच्या असुदानं रंगून जाई.

हा संताजीराव कमालीचा 'शिवभक्त' होता. सेवेसाठी शिवरायांचा चाकर तर भक्तीसाठी साक्षात शंकराचा सेवक, सततच्या घोडदौडीतही तो शिवपिंडीची भक्तिभावानं पूजा बांधी. उगवत्या सूर्यदेवाला जिंदगीचा साक्षीदार म्हणून भरल्या ओंजळीनं तो अर्घ्य देई. घोरपड्यांच्या घरात सदैव जगदंबा आणि खंडोबा पूजले जात. या शिवसेवेमुळं त्याच्या जवानीला त्रिशूलाची जशी शिकलदार गती आली होती. अधांतरी मऱ्हाट मुलखाला संताजी घोरपडा पहाडाचा आधार झाला होता. त्याच्या नाकपुडीचा श्वासदेखील चौरंगी दळातले मावळे धारकरी खाली म्हणून पडू देत नव्हते. संताजी त्यांच्या कंठीचा प्राणप्यारा ताईतच झाला होता.

नडलं होते ते नेमकं इथंच. औरंगजेबाच्या सदेह दक्षिणेत येण्याबरोबर ज्यांनी आपली वतनं राखायला 'पलटीची राजकारणं' खेळायला सुरुवात केली, त्यात एक होते म्हसवडचे रा. रा. नागोजीराव माने! यांना बेडूक-उड्या मारण्यात नेमका आड येत होता तो हा संता!

यातच फितवेखोरांना दरोबस्त अद्दल घडावी म्हणून, अशा आपल्या सोयीनुसार उड्या मारणाऱ्या अमृतराव निंबाळकराला धडा देण्याची नौबत संताजीरावावर आली. अशा उड्या मारणाऱ्या सरदारांचे श्रींच्या राज्याला काय आणि कसे धोके आहेत हे सरलष्कर म्हणून कर्तव्यभावनेने वेळोवेळी जिंजीला आपले राजाराम महाराज यांना तपशिलाने खलिते धाडून संताजी कळवत होता.

अमृतराव निंबाळकर हा सातारा प्रांतातील दहीगावाचा. त्याचा भाऊ हणमंतराव. दोघेही मातब्बर, दोघांची सख्खी बहीण ही म्हसवडच्या नागोजी मानेला दिलेली! हाही म्हसवड सुभ्याचा-आदिलशाहीचा तोलदार, मातब्बर मानकरी. म्हसवडच्या मान्यानं - दहीगावचा मेहुणा अमृतरावाला हाताशी धरून सुलतानी संकटाला तोंड देण्यात कडव्या अटीतटीनं गुंतलेल्या- शंभूराजे आणि आता रामराजे यांच्या चालत्या राज्याच्या सुलतानी गाडीला खीळ मारण्याचा असा न भूतो न भविष्यति

खेळ दाखविला आहे की त्याला जगाच्या इतिहासात तोड नाही.

रा. रा. नागोजीराव रत्नोजीराव माने-मुक्काम म्हसवड, यांचे चिरंजीव सिधोजी ऊर्फ सुभानजी यांना राजाराम महाराजांनीच बापाच्या विनंतीवरून संताजीरावांच्या हाताखाली नामजाद करून दिले होते. या सुभानराईनेच पुढे पर्वत उभा केला. संताजीरावांना तो फार नडला. सुभानजी-सरलष्करांच्या अपेक्षेप्रमाणे वेळेवर कधीच आपल्या दिमती फौजा घेऊन उपयोगी पडतील अशा चलाख हालचाली करीत नव्हता. सदा काही ना काही लटकी कारणे झुकल्या गर्दनीने सरलष्करांसमोर ठेवत होता. संताजी पेचात सापडले. त्यांच्या धोरणाला हे मानवणारे नव्हते. सुभानजी 'बडे बाप का बेटा' म्हणून त्याला काही बोलताही येत नव्हते. सरलष्कर संताजी सुभानजीला कंटाळले. एक दिवस मनाचा हिय्या करून सुभानजीला त्यांनी आपल्या सरलष्करी खाशा डेऱ्यांत बोलावून घेतले. म्हणाले, ''तुमचं आमचं पटायचं न्हाई-निभायचं न्हाई- सुभानराव माने. आम्ही तुम्हास्नी निरोप देतो! ह्ये इडं घ्या - नि जिकडं तुम्हास्नी चोख-चखोट वाटंल तिकडं म्होरा धरा!'' संताजींनी रांगड्या, रोकड्या शिलेदारी मनानं आपल्या धावत्या पायात येणारा 'गुंता' आपल्या अक्कलहुशारीनं सोडविला. सुभानजीला निरोपाचे विडे दिले. 'नाग' सर्पाच्या बच्च्याच्या शेपटावर हा नकळत पाय पडत होता याची त्या भाबड्या, कर्तबगार दिलाच्या माणसाला त्या वेळी नीट उकल झाली नाही.

पहिली ठिणगी पडली. सुभानराव बापाजवळ - नागोजीजवळ जाऊन मळमळतं गरळ ओकला. नागोजीने थेट जिंजी गाठली. आता मसलत देणारे देतील तीच ऐकणं हाती राहिलेल्या छत्रपती रामराजे यांच्यासमोर कैफियतीनं सादर झाला. त्याला जिंजीदरबारातील त्याचा वजनदार मेहुणा हणमंतराव निंबाळकर यानं तोंडभर रामअदब ठेवून बेमालूम साथ दिली. मेहुणे मेहुणे मिळाले. संताजीला नडले!

छत्रपती राजाराम महाराज यांचा मराठी दौलतीच्या सरलष्कर संताजी घोरपडे यांना करडी समज देणारा पहिला खलिता जिंजीहून निघाला. - ''यैशास नागोजीचे पुत्र राजश्री सुभानजी माने त्या प्रांते जमावानिशी आहेत. त्यास तुम्ही कित्येक उपेक्षेच्या गोष्टी बोलोन पाने पाठवून दिली. मनास येईल तिकडे जावे म्हणून सांगोन पाठविले. हे वर्तमान स्वामीस कलो आलो. हे उचित नव्हे! माने यांच्या एवढ्या जमावास तऱ्हा द्यावी हे कोण गोष्ट? या उपरी यैसे न करणे! सुभानजी माने याचे समाधान बहुता प्रकारे करून शफत जे द्यावयाची ते देवोन, फोजे समागमे त्यास जमावानिशी घेऊन जाणे! त्यास दिलगीर होऊ न देणे!''

संताजी घोरपडा छत्रपतींच्या नजरेतून उतरत चालला. त्याचा काही दोष, अपराध नसताना.

याच संधीची वाट बघत बसलेल्या हणमंतराव निंबाळकर व बंधू अमृतराव

यांनी जिंजी दरबारात कौशल्यानं (?) संताजींना हतप्रभ करण्याचं कारस्थान केलं. धनाजी जाधव यांची 'दुसऱ्या सरलष्कर पदासाठी' त्यांनी मधेच बाजू लावून धरली! एक सेना, दोन सरलष्कर! मराठी दौलत दुफळीवर पडली.

छत्रपती रामराजांनी धनाजी जाधवांना सरलष्करपदाची वस्त्रे दिली. ही अफवा कानी पडताच सैरभैर झालेले संताजी घोरपडे न्याय आणि दाद मागण्यासाठी ऐन उन्हाळ्यात वीस हजार फौजेनिशी धापावत थेट जिंजीला महाराजांच्या पायाशी आले. आपली कैफियत त्यांनी पुरत्या आदरानं, अदबीनं महाराजांसमोर निधडेपणी पेश केली. रामचंद्रपंत अमात्यांची एकांती भेट घेतली. त्यांनी सांगितलेल्या दोन सरलष्करांच्या नामजादीमागील विचार शांत मनी ऐकून घेतला.

शिवरायांच्या एकदिलाच्या, एक घोडदौडीच्या श्रींच्या राज्यसूर्याला समूळ खग्रास ग्रहण लागणार हे भविष्य सांगायला आता राजज्योतिषाची गरज उरली नाही.

अपार खंतावलेले, शंभूराजांचे आखरी बोल कानी-मनी घुमणारे, आखरी टप्प्यातले थोरले महाराज सदैव डोळ्यांसमोर खडे असलेले, म्हलोजी घोरपड्यांचे पुत्र आपल्या वीस हजार घोडदळासह पुन्हा मनाची पाटी कोरी ठेवून जिंजीच्या वेशीबाहेर पडले. त्यांच्या फौज-फळ्या त्यांना मिळू लागल्या.

कांचीपुरमजवळच्या 'आयोवारकुट्टी' या छोटेखानी गावाजवळ संताजीच्या चाळीस हजार सेनेचा तळ पडला होता. दिवस उन्हाळ्याचे होते. संताजीराव आपल्यावरील आरोप जिंजी दरबारात अटीतटीनं खोडून काढण्यात पुरते अपयशी झाले होते. तळावर विचार करीत होते. या बेबनावाचं मूळ कुणाकडं आहे? इतक्यात धुळीचे प्रचंड लोळ पुढे सरकत येताना तळाच्या चलाख टेहळी पथकाला दिसले. पाठोपाठ 'हर हर महादेव'च्या ललकाऱ्या कानावर आल्या. संताजीरावांनी काय समोर वाढून आलंय हे क्षणात ओळखलं. घोड्यावर मांड जमविली. त्यांनी चेतावणी देताच त्यांची चाळीस हजार फौज पातं लवायच्या आत शिस्त धरून खडी ठाकली. त्यांनीही रणघोष उठविला ''हर हर महादेव!!''

डुयीच्या कंगणीदार पगडीखाली, भुवयावर हाताची झड धरून संताजीरावांनी अंगावर येणारी सेना कुणाच्या म्होरकेपणानं दौडते आहे हे निरखलं. छातीत 'रामबाणच' घुसल्यागत झालं त्यांच्या! नवे सरलष्कर धनाजी जाधव, अमृतराव आणि हणमंतराव निंबाळकर यांच्या कड्यातून हत्तीच्या अंबारीत बसलेले साक्षात थोरल्या स्वामींचे अंकुर, मराठी दौलतीचे अभिषिक्त महाराज छत्रपती रामराजे चालून येत होते!!

तुळजापूरची भवानी, आभाळीचा तापदेव आणि संतांनी बुक्का म्हणून मस्तकी धारण केलेली मायमाऊली मराठीची पावन धूळ हे आकरीत बघताना शरमिंदी झाली.

दोन कासरा दिवस धरून सुरू झालेली ही घरच्यांची लढाईची धुंदळ अटीतटीनं चालली. संध्याकाळपर्यंत आयेवारकुट्टीच्या कन्नड माळावर स्वामींना, आजवरच्या पिढीजात सरलष्करांचं हत्यार भिडलं. धुमश्चक्री माजली. दोन्ही तर्फेचे कैक अकारण खाली कोसळले.

संध्याकाळपर्यंत नवे सरलष्कर धनाजी जाधव लढाईतून पळाले. हणमंतराव, अमृतराव काढणीबंद झाले आणि वर्दी आली तसे संताजी घोरपडे काळीजदेठातून गलबलेले. प्रत्यक्ष छत्रपती रामराजे महाराज फौजेचे 'कैदी' झाले होते!

याही होत्याचं नव्हतं होण्याच्या काळात एकच घडलं होतं, महाराजांचा हौदाबंद हत्ती संताजीच्या कडव्या, लढाऊ सेनेनं मैदानात भाल्यांच्या टोचा लावून बसता केला होता. पुरी अदब देत त्यांच्याभोवती हत्यारी पहारा राखत त्यांना एका डेऱ्यात कोंडलं. रामराजांना कैद करणं म्हणजे साक्षात सूर्य मुठीत धरणं होतं!

त्या रात्री संताजीराव आयेवारकुट्टीच्या माळावर आपल्या बिछायतीवर तळमळत होते. दोन कारणांसाठी. एक म्हणजे सदा आपल्या मार्गात काटे पसरणाऱ्या अमृतराव या नागोजीच्या कैद मेहुण्यांना घेऊन ते त्याला काही समजुतीचं म्हणून सांगायला गेले, तेव्हा तिरकस चालीचा अमृतराव पार बिथरला. हाताच्या फासल्यावर उभ्या असलेल्या संताजींच्या तोंडावर - "धन्याला कईद करनारा कुतरा तूऽ" असं म्हणून थुंकला! भरल्या तळासामने!

कमालीची शांत वृत्ती सदैव धारण करणारे संताजीरावही नखांपासून संतापी होमात पेटून उठले. अमृतरावाच्या मुखरसाचा थेंबही मुखड्यावरून न निपटता त्यांनी आपल्या फीलखान्याच्या मुखत्याराला सर्वांच्या अंगावर शहारे उठविणारी आज्ञा दिली,

"मोत्तद्दार! या दहीगावच्या माजोर निंबाळकराच्या ध्याईची हत्तीच्या पायाखालते धई हांडी कुचला! आमचं ईमान भरल्या तळासामने तोलनारी याची बेगुमान जबान भुईसपाट करा!"

झालं! अमृतराव निंबाळकरला हत्तीच्या पायी देण्यात आलं! या गोष्टीची आणि चालून आलेल्या खुद्द स्वामींना कैद करण्याची आपल्या धारकऱ्यांवर नौबत आली याची काळीज तोडणारी वेदना संताजीच्या ईमानदार, शिवभक्त मनाला रात्रभर कुरतडत राहिली. बिछायतीवर तो रात्रभर या कुशीवरून त्या कुशीवर असा पाण्याबाहेरच्या माशासारखा तळमळत राहिला.

ज्याच्या नुसत्या – 'घोरपड्या अयाऽ' या खबरीबरोबर मोगली हशमांच्या फौजा हाय खाऊन चौखूर प्रथम पळण्याच्या वाटेला लागत होत्या, ज्याच्या नावाची दहशत एवढी घुमत होती, की - घोडा पाणवठ्यावर पाणी पिता पिता रुकला तर मोगली प्यादी-फर्जी त्याच्या खुब्यावर थाप देत म्हणत होता - "क्यों बे अरबी

लौंडे, पानी में तुजे संता नजर आता है क्या?''

– त्या नरसिंहाची डौलदार आयाळ झडून जाण्याची वेळ आली.

'हे काय चाललंय? धनी असं हलक्या कानानं मराठी दौलत कशी निभावून नेणार? काय आपलीच काहीतरी गफलत हुतीया?' – असे उलटसुलट विचार करून करून संताजी रात्रभर हैराण झाले. कोंबड्याच्या बांगेवर पहाटे पहाटे त्यांनी कसला तरी ठाम निर्धार केला. अर्धा घंटा डुलका घेतला. उठून आपली अंघोळ आणि उगवत्या देवाची अर्घ्य देऊन पूजा केली. नेहमी दौडीत बरोबर असणाऱ्या थोरल्या छत्रपतींच्या गाठी होती तशीच एक स्फटिक शिवलिंगाची ठेव सरलष्करापाशी होती. तिची बेलफुलं वाहून पूजा केली. फौजेला कूचाचा तयारीचा डंका द्यायला सांगितला. अंगावर सरलष्करी साज घेतला. निवडक विश्वासू असामी आपल्या डेऱ्यात बोलावून घेतल्या.

तळावर अनेकांच्या मनात पाल चुकचुकली. काल संध्याकाळी अमृतरावाची आरडाओरड सर्वांनी ऐकलीच होती. छत्रपती रामराजे सरलष्करांचे आता 'कैदी' होते. त्यांना घेऊन ते जिंजीला परतणार काय? तिथलं मराठी तख्त ताब्यात घेऊन धन्याला अंधारकोठडीत टाकणार काय? गायब झालेल्या धनाजीला शोधून काढून त्यालाही हत्तीच्या पायी देणार काय? काय आहे नेमकं सरलष्कर संताजीराव घोरपड्यांच्या मनसुब्यात? कुणालाच अंदाज येईना. पुढं होऊन त्याबद्दल विचारायची तर कुणाचीच छाती होईना.

दिवस कासराभर वर आला. त्या कन्नड मुलखाच्या माळावर मराठ्यांचे कैदी छत्रपती राजाराम महाराज हत्यारबंद डेऱ्यात अस्वस्थ पायफेर घेऊ लागले. त्यांना कळेना, आता आपली निर्गत काय? हा घोरपडा असा कसा निघाला - कुऱ्हाडीचा दांडा गोतास काळ?

तोच वर्दी आली - ''सरलष्कर संताजीराव घोरपडे भेटीस येताहेत!''

राजाराम महाराजांनी ते ऐकताच चक्क कनातीकडे पुढा धरून पाठ फिरवली. फत्ते झालेल्या, मगरूर चाकरांकडून कानी पडतील ते कटू बोल ऐकायला त्या शिरावर सतत आपदांचा डोंगर कोसळत आलेल्या मानी शिवपुत्र राजानं मन घट्ट केलं.

आयेवारकुट्टीच्या माळावर मराठी साम्राज्यानं सुवर्णाक्षरांत नोंदवावं असं सत्य साकारत होतं.

संताजी घोरपडे! भरदार छातवानावरची बंदी ताणत, डौलदार कंगणीदार पगडीवरच्या मानाच्या मोतलडी डुलवीत येत होते - पण कसे? जोडलेले दोन्ही हात शेल्यात बांधून! खाल मानेनं! अपराधी 'शरणागत' म्हणून आपल्या स्वामींचे पाय धरून क्षमा मागायला!

संताजीरावांचा ऊर अनेक आठवणींनी भरून आला होता. त्यांच्या बगलेला बंधू बहिरजी होते. मागे सातआठ विश्वासू लढाऊ सरदार होते.

डेऱ्यात येताच बांधल्या हातांनीच सरलष्करांनी धन्यांना मुजरा भरला. मराठी दौलतीचे अनभिषिक्त छत्रपती पाठमोरे!

काळ कुचमलेला. मनं कोंदटलेली. भाग्य हिरमुसलेलं. उभ्या दौलतीचंच!

त्यांना तसं बघताच वयानं, उन्हाळ-पावसाळ्यांच्या आघातानं पोक्त झालेले संताजीराव कलकलले. झपकन पुढं सरसं होत त्यांनी रामराजांच्या पायांवर आपल्या बांधल्या हाताची बेलपाने वाहून म्हटलं, "महाराऽज, गर्दन उतरून ठेवावी मर्जी असंल तर - पर आमास्नी असं पाटमुरं होऊ नगा. आमी संगमेसुरात धन्यास्नी आणभाकेचं ईमान दिलंय. थोरल्या म्हाराजांची आन हाय. आमचं काय चुकलं तर थेट बुलावा धाडून आमास्नी सांगावं. हलक्या जुबानीची मान्सं निकरानं दूर सारावी. हे पाय शिवपिंडीगत मानल्यात आमी! भरोसा राखावा. असं बेमान कशापायी मानलं आमास्नी? का चालून आला असं स्वामी आम्हांवर? एक खलिता देऊन हारकारा धाडायचा हुता - आम्ही जिंजीला टाकोटाक रुजू झालो असतो. धनी केवढा केवढा नामोष दिला ह्यो आमच्या उभ्या इमानदार जिनगानीवर? का? का? आमी हालहाल पत्करून गेल्या छत्रपतींच्या अपमानाचं उट्टं, मुगलांशी रातध्याड झुंज घेऊन काढतोय म्हणून? कैद झालेल्या महाराणी, बाळराजे यांची सुटका व्हावी यासाठी तळहातावर शिर घेतलंय म्हणून? कशापायी?" संताजीरावांना मनीच्या भरल्या कढांनी धड बोलवेना. एखाद्या लहान बच्चासारखा तो पहाडपुरुष गदगदून हमसला. त्याच्या इमानदार अश्रूंनी रामराजांच्या चरणपिंडीला अभिषेक घातला.

आता मसलतीत नसलेले, एकले रामराजेही काळजाच्या देठातून हालले. त्यांनाही महाराणी येसूबाईंनी आपल्यावर - 'माणसं राजी राखण्याची' केवढी जोखीम टाकलेय याची याद झाली. संताजीरावांचे खांदे धरून त्यांना वर उठविताना म्हणाले, "संताजीराव, आम्हास किल्ले जिंजीस पावते करा. जसे दौलतीचे दोन भाग झाले. मराठी मुलखाचा एक - कन्नडचा एक तसे आता दोन सरलष्कर आवश्यक. तुम्ही आता सातारियास जा. धनाजी कर्नाटकी सेवा देतील. त्याशी तेढ धरू नका."

छत्रपतींनी स्वत:सह मराठी व कन्नड मुलूख धरून पसरलेली विशाल मराठी दौलत सांभाळण्याचा प्राप्त स्थितीतला रास्त निर्णय संताजीरावांच्या कानी घातला.

छत्रपती रामराजे आपली फौज घेऊन जिंजीकडे आणि सरलष्कर सातारा प्रांताकडे निघाले. दोघांनाही कल्पना नव्हती - असण्याचं कारण नव्हतं की - दोघांनाही गोत्यात आणणारं राजकारण आता खेळणार होता रा. रा. नागोजी रत्नोजी माने!

संताजीरावांच्या फौजा आता मराठी मुलखात शिखर शिंगणापूर, म्हसवड, सातारा अशा फिरू लागल्या. त्यांचे कैदी होणारे छत्रपती आता हतप्रभ झालेत हे नागोजी माने आणि हणमंतराव यांनी ताडलं. म्हसवड, दहीगाव अशा मेहुण्यांच्या मसलतीच्या बैठका बसू लागल्या. बेत एकच. अमृतरावाला हत्तीच्या पायी देणाऱ्या संताजीराव घोरपड्याचा समूळ काटा काढायचा!

यात आघाडी घेतली नागोजीच्या बायकोनं - राधाबाईनं. अमृतराव आणि हणमंतराव यांची ती सख्खी बहीण. भावाच्या वधामुळं ती चवताळून उठली. म्हसवडच्या बैठकीत पावण्यारावळ्यांची उठबस करताना आपल्या धारदार जिभेचं तेल ती नागोजी आणि हणमंता यांच्या सूडभरल्या मनाच्या खाईत आस्ते आस्ते, पळीपळीनं ओतू लागली. एक कटाव बेमालूम नागफण्यासारखा फुलत चालला.

संताजीराव कर्नाटकातून मराठी मुलखात क्रमांक एकचे सरलष्कर म्हणून आले खरे; पण त्यांचं मन आता मुलुखगिरी, मर्दानगी याला उबगलं. येता येता त्यांनी आर्काटजवळ, रायगड पाडणाऱ्या जुल्फिकारखानाला प्रचंड शिकस्त दिली होती. हीच त्यांची अखेरची कामगिरी ठरणार होती. त्यांचं मन पराकोटीचं विषण्ण व्हायला कारण घडलं ते पुन्हा जेव्हा धनाजी जाधव आणि हणमंतराव निंबाळकर मिळून मुलखाच्या सीमेवर त्यांच्यावर चालून आले तेव्हा! पुन्हा त्यांच्याशी लढताना!

दुसऱ्या हल्ल्याचा अर्थ स्पष्ट होता. संताजी घोरपडे मराठी दौलतीस आता डोळ्यांसमोर नको होते. या लढाईत उबगलेल्या संताजीचा पराभव झाला. शंभू महादेवाचा, हयातभर त्यांनी पावन केलेला डोंगर आपल्या ईमानदार घोड्यानिशी व मोजक्याच निवडक धारकऱ्यांनिशी जवळ करायचं ठरविलं. संताजींचे काही सरदार धनाजींना मिळाले. काहींना त्यांनी स्वत:च निरोपाचे विडे दिले. कारण जिंजीहून राजाराम महाराजांचा - 'तुम्हास बडतर्फ केले असे' असा हुकूम आला. जिंजीत संताजींची बाजू शर्थीनं मांडणारे अमात्य रामचंद्रपंत यांचाही त्यांच्याबद्दल गैरसमज झाला होता.

अशा स्थितीत साताऱ्यात हणमंतरावांच्या दहीगावाजवळ संताजीरावांची धनाजी जाधव आणि हणमंतराव निंबाळकर यांच्याशी शेवटची गाठ पडली. पिसारा पार झडून गेलेल्या मोरासारखी या लढाईत संताजीरावांची स्थिती होती. गाठीशी शे-पन्नास धारकऱ्यांची एकच फळी! तरीही संताजी दहीगावची ही आखरी लढत प्राणपणानं लढले. निभाव लागला नाही. साफ शिकस्त घेऊन दौडत्या पायांनी म्हसवडच्या रानात शेवटी शंभू महादेवाच्या डोंगरदरीत दोन गुहांच्या आसऱ्याला आले. संताजी म्हाळोजी घोरपडा, सरलष्कर मराठी दौलत! ज्याच्या इशारतीवर साठ साठ हजारांच्या घोडदळी फौजा क्षणात तीन फळ्या धरून दौडत होत्या - विजनवासी झाले!

त्यांच्या पाठलागावर पाळत ठेवून भावाच्या वधाच्या सूडानं पेटलेला हणमंतराव, त्याचा आता पूर्ण मोगलधार्जिणा झालेला मेहुणा- नागोजी, त्यांना संताजींची कानावर पडेल ती खबर टाकोटाक पोचवणारी त्याची बायको राधाबाई अशांनी मेळ धरला. औरंगाबादेहून खास संताच्या पाडावासाठी बादशहानं गाजिउद्दीखान फिरोजजंग पिटाळला. तो सैन्यासह सातार्‍यात ठाण झाला. त्याच्या हाताखालच्या सरदार लुत्फुल्लाखान पाच हजारांचा घोडामेळ घेऊन म्हसवड, कोरेगाव या भागातच घिरट्या घालू लागला.

खान, मान्यांचा जमाव, निंबाळकरांचे धारकरी यांनी म्हसवडच्या घनदाट रानाला घेर टाकला! संताच्या वाटा रोखल्या गेल्या. कोंडी करण्यात आली. संताजीराव घोरपडे या ईमानदार सरलष्करांच्या जिंदगीची शिवपिंडी काळ्याशार विंचवांनी घेरली!

सन १६९७ चा मृग म्हसवडच्या किर्रर दाट रानावर भरपेट कोसळून गेला. संताजीराव बुद्रुक कारखेळच्या लगतच्या रानातील गुहांत आपल्या फक्त आठ-दहा नेक सोबत्यांसह मुक्काम करून होते. रानाबाहेर हत्यारबंदांची घोडी दौडत होती. त्यांची मान्यांच्या माणूसमेळानं पुरती कोंडी केली होती.

ढगाळलेला मास आषाढ उजाडला. कोसळलेल्या पावसानं नदी-नाले लालेलाल पाण्यानं तुडुंबले. ९ जुलै १६९७ चा कोंदट दिवस म्हसवडच्या रानातील बगलेच्या कारखेळ गावठाण्यावर फटफटला. गुहेतल्या आपल्या नेकदारांना 'शिवपूजा आवरून येतो', असं नेहमीसारखं सांगून विजनवासी मराठी सरलष्कर संताजीराव घोरपडे आसरा घेतलेल्या गुहेबाहेर पडले. अंगावर तोच लढाऊ पेहराव होता. कंगणी पगडी, पाठीशी ढाल, कमरेला म्यानबंद तेग.

गुहेपासून अर्धा कोसावर असलेल्या नेहमीच्या अंघोळीच्या ओढ्याकाठी ते आले. ओढा लाल पाण्यानं तुडुंबला होता. नुकतीच भरीची आकाडी सर कोसळून गेली होती. ऊनतापीच्या हंगामात या पैस जागेवरून आभाळीच्या तापदेवाचं दर्शन मनाजोगतं घेता येतं, त्याला निवांतपणी अर्घ्याच्या ओंजळी अर्पायला जमावं म्हणून ही एकांती जागा सरलष्करांनी निवडली होती.

आज काही दिवसाचा देव दिसत नव्हता. दिसणार नव्हता. पुढं सरावणाच्या उघडीपीत ते जमणार होतं. मनात उभ्या हयातीची घोडदौड फिरत असलेल्या संताजींनी अंघोळीसाठी अंगचा एक एक पेहराव उतरून ओढ्याकाठी पालथ्या ढालीच्या आबादान जागेवर ठेवला. नुसत्या लंगोटधारी, पिळदार माटांची त्यांची लिंबूवाणाची अंगलट ढगाळ उजेडातही तळपत होती. कंगोली मिशांच्या त्या मर्द आणि उघड्याबंब पुरुषावर नजर ठरत नव्हती. कमरेची उतरलेली तलवार मस्तकी लावून ती त्यांनी ढालीवरच्या पेहरावावर ठेवली. येतानाच त्यांनी रोज पूजेची

चैत्रीचाफ्याची चार फुलं आणि बेलाची चार पानं असा एका मुठीत मावेल असा साज आणला होता.

काठची एक कातळी फरशी ओंजळीनं पाणी वाहून संताजीरावांनी अलगद साफ केली. तिच्यावर ओढ्यातल्या ओल्या जलवंत चिखलाची छोटेखानी, आटोपशीर शिवपिंडी सुबक माटात हां हां म्हणता सिद्ध केली. पूर्वीची स्फटिक शिवपिंडी घोडदौडीच्या रगाड्यात गदबळली होती. कुठंतरी हरवली होती! लंगोटानिशी ओढ्याच्या लालवट पाण्यात त्या अखंड घोडदौडीनं, तापल्या तांबेरी कांबीसारख्या लालवट झालेल्या पिळदार मावळपुरुषानं 'शिव शंभोऽ!' म्हणत एक डुबकी घेतली. ओढ्याच्या करामती पाण्यानं त्यांच्या मिशांचे भरदार कंगोल हनुवटीकडं खालती कलते केले. ओलेत्या अंगी बाहेर जाऊन त्या शिवभक्त सरलष्करानं पेहरावालागत ठेवलेली बेलफुलं घेऊन ती ओंजळीनं शिवपिंडीवर वाहिली. माथा त्या चिखलपिंडीच्या शाळुंकेला भिडवला. अपार श्रद्धेनं डोळे मिटले.

केवढं 'शिवायन' फिरून गेलं त्यांच्या मिटल्या, जागत्या डोळ्यांसमोर! भवानीचा भंडारा माथ्यावर मिरवत मराठी, कर्नाटक प्रांती किती खानबहादुरास शिकस्त दिली - शेख निजाम, सर्जाखान, रणमस्तखान, जानसारखान, रुहूल्ला, मुराद, मिर्जा हसन-नावेसुद्धा याद नाहीत! कशासाठी? एका स्वप्नाच्या पाठपुराव्यासाठी! कसले स्वप्न? थोरल्या स्वामींचे, शंभूराजांचे, श्रींच्या राज्याचे. काय चालले आहे त्या राज्यात आज? वतनासाठी इथला हरेक बादशहाच्या पायी मुजरा घालावयास धावतो आहे. यातच म्हसवडचे हे नागोजी माने - दहीगावचे निंबाळकर, घाटगे, पांढरे कैक. आम्ही कसला केला आटापिटा? हाती काय आले? घनघोर शिकस्त. काय होणार या राज्याचे? यातील रयतेचे? आम्हावर का हा भार? आम्ही थकलो, एकले पडलो. दिसतात रायगडावर कुडी ठेवताना बोलणारे "हे राज्य निर्णायकी होणार नाही. असे समस्त पोख्त वागा," म्हणणारे थोरले स्वामी दिसतात. संगमेश्वरावर "तुम्हास आता तुमच्या म्हाळोजीबाबांची आण!" म्हणणारे शंभूराजे. शिव-शंभो!

संताजींनी पाणभरल्या डोळ्यांनी समोरच्या पिंडीला हात जोडले. पुन्हा ओढ्यात कमरभर पाण्यात उतरून ते दिवसाच्या न दिसणाऱ्या देवाला रिवाजी अर्घ्य वाहू लागले. त्यांच्या ओठातून पडणारे 'शिव शिव' हे अस्फुट प्राणबोल ओढ्याच्या मंद खळखळीत मुरू लागले. तो शिवभक्त सरलष्कर आपली पुष्ट गर्दन उंचावून मिटल्या डोळ्यांनी तापदेवाला अर्घ्य वाहताना शिवरूप झाला. तो एकला, नि:शस्त्र पाठमोरा नि शिवपूजेत असताना.....

ओढ्याकाठची करंजीची झुडपं अचानक खसपसली! रा. रा. नागोजी रत्नोजी माने म्हसवडकर खुद्द हाती जाड पात्याची, धारदार तेग पेलत झेपावले! त्यांच्या

पाठीशी तीन-चार आणखी धारकरी. नागोजींनी पाठमोऱ्या सरलष्कर संताजीराव घोरपड्यावर मान धरून वार उतरविला.

ओढ्याच्या पाण्यानं आपली लाली वधारून घेतली. संताजीचं मस्तक धडावेगळं करण्यात आलं. धड ठोकरीनं पाण्यात लोटण्यात आलं.

महावीर माने सरलष्करांचं शिंकाळ्यात घातलेलं शिर घेऊन म्हसवडच्या फौजदार रणदुल्लाखानासामने आला. त्यानं ते मानी मस्तक फिरोजजंगाच्या हाताखालच्या अधिकारी लुत्कुल्लाखान याच्या ताब्यात दिलं. त्यानं ते आपल्या मालकासमोर मर्दानगी म्हणून पेश केलं. फिरोजजंगनं दुष्मनांच्या सालारजंगाचं हे शिर तबकात घालून झाकून आपल्या आकाताला औरंगजेब आलमगीर गाझी याला शाही नजराना म्हणून भीमा नदीच्या काठी तळावर ब्रह्मपुरीला पाठविलं. हे करताना सरलष्कर संताजींनी त्याला कर्नाटकात दिलेलं जीवदान तो विसरला होता. आता त्याला लालच होती ती या फत्तेबद्दल मिळणाऱ्या खिल्लतीची.

"काफर सालार संता का कटा सर आ रहा है!" ब्रह्मपुरीच्या औरंगजेबाच्या तळावर दवंडी फिरली. वाजत-गाजत मराठ्यांच्या सरलष्कर संताजी घोरपड्यांचं सरपोसबंद शिर बादशहाच्या सजलेल्या शाही शामियान्याकडे जाऊ लागलं. मोगली हशम, त्यांच्या जोरू, बच्चे बेहोश चित्कारू लागले.

औरंगजेब आपल्या डेऱ्यात शांतपणे हातच्या सुईचे टाके फिरवीत खैरतीची टोपी शिवत होता. समोर वजीर असदखान, बक्षी मुखलिसखान हात बांधून उभे होते. वरवर तेही शांत दिसत होते - पण त्यांच्याही अंतर्यामी उबळ आली होती - 'शैतान संता का कटा सर देखने की.'

आसदखानानं समोर ठेवलेल्या कागदी वळीकडं बघत अंमळ वेळानं औरंगजेबानं विचारलं, "ये क्या है वजीर?"

"अर्जी आकाताला."

"किसकी?"

"मरहट्टों की मलिका येसूबाय की!"

"मतलब?" कपाळी आठ्यांचं जाळं चढवीत औरंगनं विचारलं.

"येसूबाई अपने शहिद सालार का दिदार करने की शाही इजाजत माँग रही है मेरे आका!"

औरंगजेब ते ऐकताना केवढा तरी खोल खयालात गेला. त्याला अजब वाटलं - कैदी मलिकाए मरहट्टा येसूबायचं! ही त्यांची पहिलीच अर्जी होती. काही एक निवाडा घेत औरंगजेबानं ती मंजूर केली! येसूबाईंना तशी वर्दी गेली.

आज पहिल्यानं बाळ शाहूराजे यांच्या खांद्यावर तळहात ठेवून डाव्या हाताच्या चिमटीनं डुयीचा कुलवंत पदर सावरत हत्यारी पहाऱ्यातून महाराणी येसूबाईसाहेब

बादशहाच्या सजलेल्या शामियान्यात आल्या. त्यांचं आजवरचं फौजेतील 'कैदी' म्हणून वागणं ऐकून दिपलेला औरंग आता तर त्या समोर उभ्या ठाकताच आपोआप खडा झाला. त्याच्या हातातील तसबीहची माळही थराथर करून रुकली!

शामियान्यात मधोमध एका मेजावर तबकात राव संताजीचं शिर सरपोसानं झाकलं होतं. वजीर आसदखानानं पुढं होत त्यावरचा पोस हटविला. एक शांत, प्रसन्न शिवभक्त मुद्रा ध्यानस्थ दिसत होती.

ती बघताच महाराणी येसूबाईंच्या शिवमनात कल्प कल्प दाटून आलं. त्या आतबाहेर शिवकन्याच झालेल्या राजस माउलींच्या नेत्रांतून गंगा-यमुनेचा वसा सांगणाऱ्या दोन आत्मरेखा उतरल्या.

"सरलष्कर, तुम्ही खरे शिवभक्त! आजवर आम्हास केलात, आता या क्षणी आमचा मुजरा रुजू करून घ्या!"

येसूबाईंनी किंचितसं झुकतं होत हातपंजा मस्तकी भिडवीत समोरच्या सरलष्करांना साजेसा मरातब दिला. त्यांचं अनुकरण शाहूबाळांनीही न सांगताच केलं. औरंग, आसद, मुखलिस, पहाऱ्याचे हशम तो नजारा डोळे फाड फाडून बघतच राहिले. काही क्षणातच पदर व त्या पदराचा वसा बाळराजे यांना आबादानीनं सावरीत मराठ्यांच्या महाराणी आल्या तशा संथपणे निघूनही गेल्या!

औरंगजेबाच्या हातातील तसबीहची माळ मात्र सरासर मण्यांना पलट्या देत फिरत होती. शाही खयाल त्याच्या मनी घुमत होते - "ऐसी एक भी बहू-बेटी-बेगम हमारे तैमूर खानदान में क्यों नहीं पैदा होती? ये मुल्क कभी नहीं शिकस्त लेगा - जहाँ ऐसे सालार है - ऐसी मलिकाए है । ऐसे शाहजादे हैं । तौबा! हम लौटेंगे लाल किल्ले देहली या नही?"

ब्रह्मपुरीच्या गावठाण्याला अनादि घेर टाकून जलवंत भीमा नदी मात्र मूक संथपणे वाहत होती - वाहणारच होती. तिच्या काठावरचं, काही मजलांवरचं 'श्रीक्षेत्र पंढरपूर' विठूच्या नामगजरानं शतकानुशतकं दुमदुमणारच होतं!!

■

भिजाणे

नाना आता थकत चालले होते. त्यांच्या सुरकुतलेल्या कानशिलाजवळ डोक्याभोवती कसा पांढऱ्या केसांचा टोप घातल्यासारखा दिसत होता. हिवाळ्यात येणारे समुद्रपक्षी हिवाळा संपताच कुठेतरी निघून जावे तसेच त्यांच्या टाळूवरचे काही केसही उडून गेले होते. नाना कधीकाळी तरुण होते, पेटत्या मनाचे होते, हे पटावं म्हणूनच भुवयांतील फक्त चार-दोन चुकारमुकार, बरेचसे लांब असे काळे केस, बसच्या खिडकीतून डोकावून दुहातीच्या दुकानांच्या पाट्या वाचणाऱ्या धीट पोरांसारखे दिसत होते. त्या चार राठ, काळ्या केसांनीच नानांना कसला तरी न कळणारा अबोध असा धीर दिला होता! पण.... पण आताशा आताशा मनाची उभारीसुद्धा वेळोवेळी पार ढासळून जात होती. काहीसे स्वतःवर चिडलेले नाना, त्या धीट केसांना स्वतःशीच पण इतरांना ऐकू जाईल असं पुटपुटत म्हणत, 'अरे, कशाला एवढे प्रामाणिक राहिलात? जा काळं करा.'

त्यांच्या मुलांना ते कुणाशी बोलताहेत

ते कळत नाही. आपलंच काही चुकलं असावं असं वाटून ते त्यांच्याच रक्तामांसाचे जीव घारीच्या चित्कारानं कोंबडीची पिल्लं घुसपटली जावीत तसे घुसपटतात. मिचक्या डोळ्यांनी नि हातांच्या खुणांनी उगाच एकमेकांना दटावीत कामाच्या निमित्तानं पटापट घराबाहेर पडतात. इंजिनीयर झालेला पण जीवनाच्या वास्तूचं प्लॅनिंग आपल्या स्वार्थी पत्नीच्या हाती दिलेला सर्वांत थोरला पद्माकर, टायची सरळ व नेटकी असलेली गाठ पुन्हा उगाचच नीटनेटकी करून नानांनी ऐकावं म्हणून बायकोला मोठ्यानं सांगतो, "अगं, मी जरा साईटवर जाऊन येतो प्रभातनगरात!" क्षणभरातच व्हेस्पा फडफड करीत रस्त्यांवरील वाहनांच्या गदारोळात जाते. तिच्या फडफडीनं मात्र नानांच्या मनात भूतकालाचा वेध घेणाऱ्या विचारांची फडफड दाटून राहते.

मॅट्रिकच्या वर्गात असताना उलटलेल्या टायफॉईडच्या माऱ्याने हाडं उरलेला मरणोन्मुख पद्माकर त्यांच्या डोळ्यासमोर उभा राहतो. 'चले जाव'च्या राष्ट्रप्रेमी घोषणांचा प्रतिसाद उरात घोळविणाऱ्या त्यांच्या घराभोवतीच्या ओल्याचिंब रात्रीचं पुणं फेर धरू लागतं. रात्रभर जळणाऱ्या दिव्याबरोबर आपल्या पत्नीची मूर्ती डोळ्यांसमोरून तरळून जाते. उगाचच डोळ्यांचच मग पाणी झाल्यासारखं त्यांना वाटतं. मान-मरातब आल्यावर स्वत:ची सावली स्वत:च्या पायाखाली घेऊ पाहणाऱ्या मुलातील अनपेक्षित बदलामुळं नव्हे, तर संसाराचा रामरगाडा खेचताना आपल्या आवडी-निवडींना होमून खस्ता खात उदबत्तीगत मालवलेल्या पत्नीच्या - शारदाबाईंच्या आठवणीमुळं! ४२ च्या लढ्यात धुंद होऊन गेलेल्या कॉलेजविद्यार्थ्यांनी बंद पाडलेल्या फर्ग्युसनच्या स्मृतीमुळं!

तसे फर्ग्युसनला नाना विसरूच शकत नव्हते, कारण त्यांच्या जीवनातील उभारीचे क्षण त्या महाविद्यालयाच्या परिसरातच रमले होते. विविधरंगी, सुगंधी ताटव्यांनी डवरलेल्या रमणीय उद्यानाच्या भोवती फेर धरून उभ्या असलेल्या काटेरी कुंपणातील चुकार बटमोगऱ्यासारखंच नानांचं फर्ग्युसनच्या परिसरातील जीवन होतं. एका ओढग्रस्त कारकुनाचं! तरीही स्वत:ला त्या परिसरात धन्य मानीत आले होते. काहीतरी पाहावं, ऐकावं, अगदी स्वत:ला विसरून असं त्यांच्या वेळचं फर्ग्युसन होतं. स्वातंत्र्यप्राप्तीसाठी भडकून उठलेल्या आगवेड्या तरुणाची पिढी त्यांनी पाहिली होती.

सध्या सध्या तर नानांना त्या जुन्या आठवणी पार अस्वस्थ करून टाकीत होत्या. चपलात खडा अडकलेला माणूस चालतो तसेच आपण चालत आलो आहोत, असंच त्यांना उगाच वाटू लागलं होतं. सुट्टीच्या दिवशीसुद्धा कधीमधी एक्स्प्रेस पत्र आणून देणाऱ्या पोस्टमनसारखी विचारांची एक अशीही सणक त्यांना कधीकधी बेचैन करून टाकीत होती, की की बूड नसलेल्या या भोवतीच्या

आत्मविस्मृत जगात जगण्यापेक्षा बेचाळीसच्या लढ्यास आपणही घराबाहेर पडलो असतो तर? त्या मरणातसुद्धा आनंदाच्या, अभिमानाच्या, आत्मसमर्पणाच्या धुंदीचा आनंद तरी मिळाला असता. आजचं आपलं जगणं? छे, हे जीवनाचं गंजणं आहे! ही केवळ जीवनाची नक्कल आहे.

हे आणि हेच नानांचं दु:ख होतं, शल्य होतं. त्यांच्या मुलांना ते कधी कळलं नव्हतं. पुढंही कधीकाळी कळेल काय ते सांगवत नव्हतं. आपल्या एकातरी मुलानं इतरांसाठी झिजता झिजता संपावं असं त्यांना पुन:पुन्हा वाटत होतं.

विचारांचे असे उलटसुलट झोत मनात गर्दी करून सैरभैर करू लागले की नाना बैठकीच्या तक्क्याला सोडून उठत. कोट-टोपी घालून हातात नेहमीची काठी सावरीत पर्वतीच्या दिशेनं घराबाहेर पडत. शारदाबाई गेल्यापासून त्यांना या निर्जीव काठीनेच मोठा आधार दिला होता. पर्वतीच्या उंच टेकडीनेच धीर-दिलासा दिला होता.

आजही नाना तसेच उठले. पद्माकरची स्कूटर भल्या पहाटेच क्लबवर टेनिसचा खेळ पाहायला गेली होती. त्यांच्यापेक्षा धाकटा, बी.एस्सी.च्या वर्गात शिकणारा शाम आपल्या नॅरो पॅन्टचा निमुळता कट ओसरीवरच्या नानांना दिसणार नाही अशी हातातील छत्री त्यांच्या आणि आपल्यामध्ये धरून प्रॅक्टिकल्ससाठी म्हणून घराबाहेर पडला. बाहेर वाट पाहणाऱ्या टोळक्यात मिसळला. पहाटेच्या धुक्यात का कसल्यातरी धुरात विरला ते कळलंही नाही.

आरशासमोर उभी राहिलेली सुनंदा जे काम पंधरा मिनिटांचं होतं ते वेणी-सावरणं एक तासभर पुन:पुन्हा आरशात पाहत करीत होती. आर्ट्सच्या पी.डी. च्या वर्गात शिकणारी ही नानांची पोर 'या, या हिप्पी हिप्पी, या, या' सारखं निरर्थक गाणं (?) तालात गुणगुणण्यात स्वत:ला विसरली होती. नानांना तिच्याबद्दल आताशा बरंचसं ऐकायला मिळत होतं. पण एकुलती मुलगी आणि लाडात वाढलेली म्हणून तिची कठोर कानउघाडणी करण्याचं धाडस त्यांच्यात आता उरलं नव्हतं. न जाणो बिथरून ही भावनाप्रधान पोर कॅन्टोन्मेंटमधल्या आपल्या पारशी सोन्याबरोबर घराबाहेर निघून गेली तर, ही भीती त्यांच्या अनुभवानं पक्क्या झालेल्या वृद्ध मनाला तिला काही बोलण्यापासून परावृत्त करीत आली होती.

तिचं हे रोजचं गुणगुणणं आता त्यांना जुनं झालं होतं. ऐकू येईनासं झालं होतं.

कोट-टोपी चढवून एका हातात काठी आणि छत्री घेऊन ते पर्वतीकडं जाण्यासाठी म्हणून घराच्या उंबरठ्यावर जात चपला पायांत सरकवू लागले. बाहेर आकाशाचा काळा माठ पाझरल्यामुळे पावसाची भुरभुर चालूच होती.

"नाना-" त्यांच्या सर्वांत धाकट्या मुलानं, सदानंदानं आपल्या अभ्यासाच्या खोलीतून त्यांना अस्पष्ट ऐकू जाईल अशी हाक घातली. पंधरा वर्षांच्या दहावीत

शिकणाऱ्या या पोराचं ओझं अजून आपल्या शिरावर आहे असं थकल्या नानांना नेहमी वाटत आलं होतं; पण मोठ्या मुलांनी लावलेल्या दिव्यांनी त्यांचे डोळे इतके दिपून गेले होते, की.... की हा पोर आपला आहे असंही त्यांना वाटेनासं झालं होतं. नात्यांचे अंकुर कोळपत आले होते. प्रेमाची धार बोथट होत होती.

त्याची हाक ऐकूनच आली नाही असं भासवीत नानांनी उंबरठा ओलांडला. छत्रीचा खटका सर्रर्र चटक असा आवाज करून स्थिर झाला. हातातील काठी अंगणातल्या दगडी फरसबंदीवर लयीत ठक ठक करू लागली. शांत चालीनं नाना चालू लागले.

तरीही मागून धावत येणाऱ्या सदानंदानं त्यांना गाठलंच. 'मी.... मी आज शाळेतल्या वक्तृत्वस्पर्धेत भाग घेण्यासाठी जाणार आहे नाना,'' त्यानं वाकून नानांना नमस्कार केला. नानांच्या छत्रीच्या तारांवरून ओघळलेले चार-दोन टपोरे थेंब त्याच्या पाठीवर पडले. त्याचं कोवळं अंग कसं सरसरून शहारलं.

''मग, कुठं युद्धावर निघालास की काय? जा.'' एवढ्या क्षुल्लक कारणासाठी आपल्या मुलानं हट्टीपणानं रस्त्यात येऊन नमस्कार करावा हे नानांना मुळीच आवडलं नाही. त्यांच्या सर्वच थोरल्या मुलांनी अशा स्पर्धेत भाग घेतला होता. नानांनी त्यांना उमेदीनं आशीर्वाद दिला होता. त्यांनी पहिला, दुसरा क्रमांक पटकावताच त्यांची भरल्या डोळ्यांनी पाठ थोपटली होती. पण काय निघालं होतं त्या सगळ्या खुळ्या आशीर्वादांतून? काहीच नाही! त्यांच्या दृष्टीनं खरोखरच काही नाही!

मागं वळूनही न पाहता ते त्याच शांत चालीनं आपली नेहमीची वाट चालू लागले. हातातील छत्री मिटावी आणि पावसाच्या ओघळत्या सरी तरी अंगावर घ्याव्यात, असा एक विचित्र विचार त्यांच्या मनात तरळून गेला. त्याला झटकून टाकण्यासाठी डांबरी रस्त्यावर टकरा घेणारी उजव्या हातातील काठी त्यांनी डाव्या हाताच्या खुंटाळीवर अडकविली, आणि जसं त्यांचं मन म्हणालं अरबी कथेतील माकडासारखं माणसाला आपलं काळीज आपल्या घरट्यात टांगता आलं असतं तर? त्या कल्पनेने ते क्षणभर स्वत:च शहारल्यासारखे झाले. फारच म्हातारे झालो - आपण फारच म्हातारे झालो. या विचाराने एकदम पुण्यातील अनेक जुन्या वाड्यावरच्या प्रवेशद्वारावरच्या लाकडी गणपतीच्या काळपट आणि कोळीष्टकांनी झाकलेल्या मूर्ती त्यांच्या डोळ्यांसमोरून पावसाच्या धावत्या सरीसारख्या धावू लागल्या! आपणही त्या मूर्तीसारखेच आहोत या जगात असं त्यांना वाटलं.

सैरभैर झालेल्या तत्त्वनिष्ठ नानांची पावले झपाझप पडू लागली. छत्रीच्या घुमटाचा नगारा करून पावसाच्या सरी फेर धरून नाचू लागल्या. जोराचा नसला तरी हा भिजपावसासारखा मुरमुरता नव्हता. त्यानं जोर धरण्यापूर्वी पर्वतीचा माथा त्यांना गाठायचा होता. विचारांच्या तंद्रीत ते पर्वतीच्या पायथ्याशी येऊन पोचले

होते. डाव्या हाताच्या खुंटीला टांगलेली काठी पुन्हा उजव्या हातात केव्हा आली ते त्यांचं त्यांना कळलं नव्हतं.

छत्री कलती करून त्यांनी पावसाच्या धाग्यांतून पर्वतीचं शिखर एकदा न्याहाळलं. किती वर्षं नेमानं या पायऱ्या आपण बघत आलो. किती असंख्य माणसांनी या पायऱ्या चढल्या उतरल्या आहेत. ही टेकडी मात्र आहे तशीच उभी आहे! खंबीर, आशावादी! आल्या गेल्या माणसाला मूक धीर देणारी.

त्या टेकडीच्या विचारानं त्यांना शारदाबाईंची पुन्हा आठवण झाली. उगाचच आपण हातातील काठीवरची मूठ अधिकच घट्ट आवळल्याची त्यांची त्यांनाच जाणीव झाली. एक एक करीत ते पर्वतीच्या पायऱ्या चढू लागले. पायऱ्यांवरून इकडे तिकडे धावू पाहणारे मन एकत्र बांधण्याचा प्रयत्न करू लागले. ते जमत नव्हतं, खूप खटपट करूनही. आपल्या बायकोच्या आकांक्षावादाचं बिंब ज्यात स्पष्ट पडलं आहे अशी एक घटना त्यांना मनातून काढून टाकता येईना.

प्रत्येक मुलाचं नाव ठेवण्याच्या वेळी शारदाबाई त्यांना आवर्जून म्हणाल्या होत्या -

'छान नाव ठेवायचं हं! मुलांच्या मनावर नावाचा फार परिणाम होतो!'

कॉलेजमध्ये इंग्लिश शिकविणाऱ्या प्राध्यापकांचे विचार जवळून ऐकलेले नाना त्यांना म्हणायचे, "वेडी आहेस तू शारदे. अगं, नावात काय आहे?"

आज मात्र नानांना शारदाबाईंचे विचार खरोखरच द्रष्टे वाटू लागले... पण... पण किती विचित्र अर्थानं किती उलट्या अर्थानं आणि मनातून हलायला तयार नसलेल्या आपल्या पत्नीला पायऱ्या चढता चढताच मूकपणे म्हणू लागले, 'खरं आहे. तू म्हटल्याप्रमाणंच मुलांनी आपली नावं सिद्ध केलीत प्रामाणिकपणाबद्दल, सालसपणाबद्दल. तू घटकान्‌घटका बोलायचीस. तो थोरला पद्माकर नावाप्रमाणेच झालाय! नावातील 'कर' विसरून तो 'पद्म' झालाय. कमळाप्रमाणे! आपल्याच तळ्यात केवळ आपल्यासाठी फुलणारा, कधीही फळ न देणारा! शामच्या फुलल्या जीवनात कॉलेजच्या रंगीत जीवनाचे काळे-शाम ढग आताशा डोकावू लागलेत ... आणि सुनंदेचं जीवनही आता तिच्या नावानुसार नांदत चाललंय!! शारदे, राहता राहिला तुझा सदानंद! छान आहे तो. तू त्याचं नाव सदानंद ठेवलंस. तरीही मी सदाशिव म्हणतो. या उतारवयात आनंदापेक्षा 'शिव' तोंडात असावा म्हणून! पार पार उधळलीत गं आपली स्वप्नं!'

त्याच तंद्रीत ते पर्वतीच्या माथ्यावर आले आणि समोरचं भान ओसंडून चाललेलं मुठेचं पुरातील पात्र पाहताच त्यांचं लक्ष पक्ष्यांचा थवा उडून जावा तसं दूर निघून गेलं. वाऱ्याची झुळूक अंगावर झेलताच त्यांना मोकळं मोकळं वाटू लागलं. दूरचा शनवारवाडा एक अबोध, मूक प्रेरणा देत असल्याचा त्यांना भास

झाला. शांत मनानं कठड्यावर स्थिरावण्यासाठी त्यांनी कोटाच्या खिशातली पिशवी कठड्याच्या ओलसर पाठीवर अंथरली. कठड्यावर बसताना बरंचसं हलकं हलकं वाटलं. बराच वेळ ते तसे बसून राहिले. निश्चल! एकाएकी डोक्यावरच्या छत्रीच्या काठावर पावसाच्या सरींचे झेपावणारे पक्षी तडातड झेपावले. नानांनी छत्री कलती करून आकाशाच्या दिशेनं दृष्टी टाकली. चटका बसल्यासारखं ते ताडकन उठले. पाऊस वेड्यासारखा कोसळणार हे त्यांच्या अनुभवी मनानं ताडलं. मांडीखालची अर्धवट भिजलेली पिशवी कोटाच्या खिशात कोंबून पर्वतीची उतरंडी ते झपाझप उतरू लागले. प्रत्येक पायरीवर पावसाचा जोर वाढू लागला. ते जेव्हा पायथ्याशी पोचले, तेव्हा धोतराचा सोगा पोटरीपर्यंत भिजून पार ओला चिंब झाला होता. कुठेतरी निवारा घ्यावा असं त्यांना वाटत होतं. तरीही ते चालत होते. ''अरे... नाना, पावसाची झड उठलेय आणि चाललायस?'' या अशा वेळी कुणी ओळखीचं गाठ पडेल - याची नानांना कल्पना नव्हती. ते फर्ग्युसनच्या ऑफिसमधले त्यांचे सहकारी वामनराव होते. पार लांब, पुणं सोडून ते नागपूरकडं स्थायिक झाल्याचं नानांनी ऐकलं होतं. एका जुन्या मित्राला समोर पाहून नानांचा सुरकुतलेला चेहरा फुलासारखा टवटवला!

''अरे, तू नागपुराकडं..''

''होय! होय नाना, मी नागपुराकडंच बरेच दिवस होतो. आता सहा महिन्यांपूर्वीच पुण्यात पुन्हा आलोय! थोरला मुलगा स.प. मध्ये प्रोफेसर आहे. पलीकडच्या कॉलनीत ब्लॉक आहे. चल आता. प्रथम गरम गरम चहा घे आणि मग पावसाची झड कमी झाली की जा. फार दिवसांनी..... छे! दिवसांनी कसलं - वर्षांनी भेटतो आहोत आपण.'' वामनरावांनी कॉलनीच्या दिशेनं बोट उंचावलं.

''मग तू इकडं कशाला बाहेर पडला होतास या पावसात?'' नानांनी धोतराचा पूर्वीच भिजलेला सोगा भिजू नये म्हणून मांडीच्या कैचीत उगाच धरला. काहीतरी विचारायचं म्हणून प्रश्न विचारला.

''मार्केटात गेलो होतो जरा. अरे, उद्या नागपंचमी नाही का? पंचमीला लागणारे 'भिजाणे' आणायला गेलो होतो. काय महागाई तरी वाढलेय नाना, या पुण्यातसुद्धा नागपंचमीसाठी देशी हरभऱ्यांचे भिजाणे मिळणं कठीण झालंय! म्हणून हे आणले.'' वामनरावांनी हातातील पिशवीतून भिजाण्यांची एक भरलेली मूठ वर घेतली आणि नानांसमोर उघडी केली. ते विदेशी वाटाणे होते. जाड टरफलामुळं त्यातील बऱ्याच दाण्यांना मोड फुटले नव्हते. भिजाणे पाहून नाना स्वतःशीच हसले.

''का? हसलाससा? नागपंचमीसाठी मी हे परदेशी वाटाण्याचे भिजाणे आणले म्हणून? पण खरं सांगू नाना? आता जगच बदलत चाललंय. जुन्यांतलं चांगलंसुद्धा

राहिलं नाही. नव्यातलं चांगलं काही कुणाला गवसलं नाही!'' वामनरावांनी मूठ पुन्हा पिशवीत मोकळी केली.

''नाही, वामन, मी त्यासाठी नाही हसलो. तुझ्या हातातील भिजाणे पाहून एक विचित्र विचार आला माझ्या मनात. माझं-तुझं... आपणा सर्वांचंच भवितव्य हे भिजत घातलेल्या भिजाण्यासारखं नाही काय? कितीही भिजले तरी त्यातील गणंग हे गणंगच राहणार! जिथं मोड फुटायचे तिथं ते फुटायचे थांबणार नाहीत!''

वाऱ्याची एक सनसनाटी झुळूक आली. नानांच्या हातातील छत्री वाकडीतिकडी हलवून पसार झाली. चार सणसणीत टपोरे थेंब अंगावर पडताच ते दोघेही जुने स्नेही भानावर आले. भोवतीच्या पावसाची झड त्यांना जाणवली.

दोघंही जुन्या आठवणी घोळवीत वामनरावांच्या मुलाच्या ब्लॉककडं चालू लागले. आता पावसाच्या संगीतानं पंचमाची पट्टी जोडून सप्तक गाठायला सुरुवात केली होती. ते ब्लॉकवर पोचले आणि कॉलनीतल्या लालसर मातीत लपलेल्या खड्यांचे कंगोरे दाखविण्यासाठी वेडावलेल्या मुसळधार पावसानं धरतीवर जोरदार हल्ले चढविण्यास सुरुवात केली! ब्लॉकच्या स्लॅबवरून धपाधप कोसळणाऱ्या पन्हाळीच्या पाण्याचे तुषार आत येऊ नयेत म्हणून वामनरावांच्या सुनेनं गडबडीनं खिडक्यांचे दरवाजे बंद करून घेतले. आपल्या वृद्ध मामंजींसाठी आणि त्यांच्या मित्रासाठी गरमागरम चहा करावा म्हणून तिनं गॅस पेटविला. वामनरावांचा मुलगा कॉलेजकडे गेला होता. त्याची नानांनी विचारपूस केली.

कांदापोहे आणि चहा घेताच नानांना बरीचशी हुशारी आली. वामनराव आणि ते खुल्या मनानं स्मृतींची जुनी, तलम वस्त्रं उसवू लागले. एक तास गेला... दोन तास गेले, तरीही रोमन योद्ध्यासारखा झपाटलेल्या पावसाचा मारा काही क्षणभरही कमी झाला नाही.

''ताटं तयार आहेत!'' वामनरावांच्या सुनेनं आतूनच आवाज दिला आणि नानांना घरची आठवण झाली.

''पोरं वाट बघत असतील! चलतो मी -'' नानांना कोसळत्या पावसातून घर कसं गाठावं हे सुचत नसतानाही ते बोलून गेले.

''अरे, या मुसळधार पावसातून तुला बाहेर सोडलं तर माझा मुलगा मला फाडून खाईल! आणि सूनबाईने 'ताटं' मांडलीत असं सांगितल्याचं ऐकलं नाहीस वाटतं?'' वामनरावांनी आग्रह करून नानांना जेवायला वाढलं. त्यांना घरची जाणीव होऊ नये म्हणून जुन्या रोमांचक आठवणी सतत बोलून एकसारख्या जागत्या ठेवल्या.

जेवणानंतरची विश्रांती झाली. तरीही पावसाची सनई एकदा लांबविलेल्या स्वराचा धागा थोडाही कमी करायला काही तयार नव्हती. कंटाळलेल्या वामनरावांनी

टेबलावरच्या रेडिओचा कान पिरगाळला. काटा सरकू लागला. एकदम कधी नव्हता तो अचानक पुणे केंद्रावरच्या परिचित आवाजाचा एक धागा थोडासा सापडून निसटला. 'अरे, या वेळी पुणे केंद्र कसं?' म्हणून पुढे घेतलेला काटा वामनरावांनी पुन्हा सर्रकन मागे घेतला. काही वेळाची शांतता दाटली आणि स्पष्ट टपोरे शब्द वामनरावांच्या ब्लॉकमध्ये घुसले.

'हे आकाशवाणीचं पुणे केंद्र आहे...

'एक खास निवेदन... काल रात्रभर व आज दिवसभर कोसळलेल्या पावसानं मुठा नदीचं पात्र महापुराच्या धोक्याची मर्यादा ओलांडून वाहत आहे, किनाऱ्यावरच्या काही वसाहती हलविण्यात आल्या आहेत.'

पुन्हा शांतता दाटली. नुसतीच खरखर सुरू झाली. घरापासून तीन-चार तास बाहेर असलेल्या नानांच्या उरात सलू लागली.

''वामन, मला आता गेलंच पाहिजे!'' त्यांच्या उत्तराची वाट न पाहता नानांनी कोट-टोपी चढविली. पायात वहाणा सरकविल्या. 'येतो', म्हणत ते ब्लॉकच्या फाटकाबाहेर पडलेही. शर्यतीच्या गाडीचा खोंड शर्यत संपवून धापावून थांबावा तसा पाऊसही आता कमी कमी होत आला होता. नानांची पावलं घराच्या दिशेनं झपाझप पडत होती.

ते घरी परतले नाहीत म्हणून स्कूटरवरून पुणं पालथं घातलेला, फोन करून थकलेला पद्माकर शेवटचा उपाय म्हणून पोलीस स्टेशनवर वर्दी देऊन नुकताच परतलेला होता. शामा, सुनंदा भेदरटपणानं एकसारखे दरवाजाकडे टक लावून बसले होते. स्पर्धेसाठी म्हणून सकाळीच बाहेर पडलेला सदानंद अजूनही परतलेला नव्हता. एक प्रकारची भयाण, असह्य शांतता ते तीन जीव जीवनात प्रथमच अनुभवीत होते. त्यांचा एक भाऊ आणि जन्मदाता घरी आला नव्हता.

जाताना जेवढ्या शांतपणानं बाहेर पडले होते, तेवढ्याच शांतपणानं नाना वाड्याच्या दिंडी दरवाजातून डोकावत आत आले. माडीवरच्या गच्चीवर वाट बघत असलेला पद्माकर कर्तव्य संपलं, म्हणून नि:श्वास टाकून आत गेला.

'तुम्ही कुठं होतात?' - असं नानांना विचारण्याचं धाडस एकातही नव्हतं.

हात-पाय धुऊन कपडे बदलून नाना नेहमीप्रमाणं ओसरीवरच्या पायरीवर बसले. पावसाच्या झडीमुळं मी वामनरावांकडं होतो, असं मुलांना सांगावंसं त्यांना पुन:पुन्हा वाटत होतं. पण एकही जण काही त्यांच्यासमोर यायला धजावत नव्हता. एवढ्यात दिंडी दरवाजाचं दार पुन्हा करकरलं. नानांनी आवाजाच्या रोखानं मान उंचावली. दरवाजात संपूर्ण भिजलेल्या सदानंदाला पाहून त्यांना आश्चर्य, कणव, प्रेम यांचा झटका बसला.

''म्हणजे? तू अजून बाहेरच होतास? आणि भिजलास की! छत्री काय

केलीस?'' एकदम तीन-चार प्रश्न त्यांनी त्याला सटासट विचारले.

''छत्री... छत्री!'' सदानंद चाचरला. स्वत:शीच बोलल्यासारखा पुटपुटला.

''अरे, छत्री का नाही नेलीस? असा चाचरतोस का?'' काठीच्या आधारानं बैठकीजवळून उठून एक एक पाऊल टाकीत नाना दिंडी दरवाजाजवळ आले.

''भिजत का आलास? छत्री का नाही नेलीस?'' जवळ जाताच नानांनी शब्दातील अधिकार जाणवेल असा प्रश्न त्याला विचारला.

''छत्री... छत्री... गेली.'' सदानंदाच्या केसावरून पाण्याचे थेंब ओघळले. त्याच्या हातात कसली तरी एक पुडी होती त्यावर टपकले.

''का गेली? कशी हरवली? आणि त्या स्पर्धेचं काय झालं?'' कठोर पित्याचा आवेश नानांच्या मुखातून ओसंडू लागला.

''नाही! नंबर नाही आला माझा!'' सदानंदाला आता त्यांच्या डोळ्यांना डोळा देण्याचा धीर होत नव्हता. त्यांच्या हातातील काठी आता केव्हा पाठीवर पडेल ते त्याला सांगवत नव्हतं. त्याचे अरागस डोळे भेदरले होते. शरीर शहारत होतं.

''का नाही आला? तयारी नको, कष्ट नको. कसा येईल नंबर? केली नाहीस तयारी?'' नानांचा आवाज चढला. सदानंदाची मान खाली गेली.

''तयारी-तयारी केली होती... पण मी स्पर्धेत भाग घेतला नाही.''

''निर्लज्ज! काय म्हणतोस? लाज नाही वाटत असं सांगायला?'' रागानं थरथरणाऱ्या नानांनी मागचा पुढचा कसलाही विचार न करता हातातील काठी उंचावून एक सणसणीत तडाखा त्याच्या हातावर दिला. मोठ्यानं ओरडत नानांनी दुसरा तडाखा देण्यासाठी हात उंचावला - ''का नाही भाग घेतलास? कुठं उलथला होतास दिवसभर? बोल –'' ठिणगीसारखे शब्द बाहेर पडत होते. थरथरणारे डोळे आग पाखडत होते.

कळवळणारा सदानंद रडवेल्या स्वरात हात हालवून मोठ्यानं ओरडत होता, ''सांगतो-सांगतो. नाना, मारू नका.''

''बोल, खरं बोल, कुठं गेला होतास दिवसभर?'' उंचावलेली काठी क्षणभर तशीच स्थिरावत एका हातानं त्यांनी त्याला गदागदा हलविलं. त्यामुळं त्यानं हातात धरलेली पुडी सुटून खाली पडली. ती उचलण्यासाठी तो वाकू लागला. नानांनी त्याला तीही संधी दिली नाही. कॉलरला धरून त्याला तसंच वर उठवीत ते कडाडणाऱ्या विजेसारखे ओरडले, ''बोल! बोल, नाहीतर अंग फुटेपर्यंत फोडून काढीन!''

त्यांचं सर्वांग हे शेवटचं आशास्थान असलेलं पोरही हातून गेलं या वैषम्यानं उभं पेटलं होतं. माथ्यावरून कोसळणारी पावसाची भुरभुर ती आग थोपवायला असमर्थ होती.

भेदरलेला सदानंद भिजल्यामुळे कुडकुडत एक एक शब्द बोलू लागला. "तुम्हाला... नमस्कार करून स्पर्धेसाठी म्हणून मी... मी बाहेर पडलो.... शाळेजवळ गेलो. इतक्यात-इतक्यात एक पोलिसांची गाडी.. पुकारत चालली होती. मुठेचं पाणी... पाणी वाढत आहे. काठावरची काही घरं... घरं हलवायची आहेत.. त्यासाठी स्वयंसेवकांची अत्यंत... अत्यंत आवश्यकता आहे. ज्यांना... ज्यांना इच्छा असेल त्यांनी नाव नोंदवून पोलीसगाडीतून मुठेच्या काठी जावं!... मी नाव नोंदवलं! दिवसभर मुठेच्या काठी होतो. सामान हलवीत होतो तिथं... तिथं एका झाडाखाली... एक... एक म्हातारी आपल्याबरोबर नऊ वर्षांच्या एका... एका मुलीला घेऊन भिजत उभी होती म्हणून... म्हणून मी माझी... माझी छत्री... त्यांना देऊन टाकली! चुकलो, नाना... नाना... एकदा मला क्षमा करा!"

सदानंदाची मान काही वर उठत नव्हती. तो कुडकुडतच हमसू लागला. नानांच्या हातातील काठी खाली कोसळली. त्याच्या भिजून चिंब झालेल्या केसांतून नानांची थरथरती बोटं अपार मायेनं सरसर फिरू लागली. डोळ्यांतील दोन अश्रुबिंदू पायाजवळ पडलेल्या कागदाच्या पुडीवर टपकन कोसळले. सदाही हमसतच त्यांना कडकडून बिलगला.

"काय आहे त्यात?" घोगऱ्या स्वरात नानांनी आपल्या सदाशिवाला पुडीकडं बोट दाखवत विचारलं.

पुडी उचलून ती सोडून दाखवीत सदा पुटपुटला - "शेजारच्या सरलाकाकूंनी भिजाणे आणायला सकाळीच पैसे दिले होते. उद्या नागपंचमी आहे." पुडी सोडून तीत भिजाणेच आहेत याची नानांना खात्री करून देणाऱ्या सदाला त्यांच्या हातातील काठी का गळून पडली ते कळत नव्हतं. सदाच्या हातांतील पुडीतील 'देशी हरभऱ्याच्या' भिजाण्यांना तरारून आलेले मोड पाहताना नानांचा ऊर अभिमानानं काठोकाठ भरून आला. ते 'भिजाणे' होते, अंगभर मोड आलेले - देशी हरभऱ्याचे. नानांच्या प्राणप्रिय लाडक्या 'सदानं' आणलेले... नानांना ते फाऽर फाऽर 'शिवकर' वाटले.

■

मुकी

तिचं नाव काय? मला नाही, कुणालाच ते माहीत नाही. तिला नाव नाही हेच ठीक आहे. तिच्या नावाला भलीबुरी नावं ठेवणं त्यामुळं कुणालाच शक्य नाही.

सगळी तिला 'मुकी' म्हणतात. नाही म्हटलं तरी हेच तिचं नाव होऊन बसलंय. साफ आहे, मुकीला बोलता येत नाही. आज म्हणाल तर तेही ठीकच आहे. तिला बोलता आलं तर- तर असंख्यांची वाचाच बसेल!

जन्माबरोबरच तिची जीभ घशाकडे जखडून बसलीय. गळा दाबून जीव घेताना कुणाच्याही घशातून कोंडमारलेले शब्द बाहेर पडतील, तसे मुकीच्या तोंडून नेहमीच 'ऑ-ऑ' एवढेच शब्द बाहेर पडतात.

कुण्या बाबू बोरगावकराची ही पोर. जन्मली आणि - 'पहिली बेटी -धनाची पेटी' म्हणत बाबूनं आणि त्याच्या बायकोनं तिचं थाटात बारसं घातलं.

मक्याच्या कणसात असतात तसल्या तांबूस तंतूसारख्या केसांची ही गोरीपान पोर. वाढत चालली - पण तिच्या घशातले

सूर वाढले नाहीत. फक्त 'ऑ-ऑ!'

बाबूला कळून चुकलं, पोर मुकी निघालीय. परकर-पोलक्यात आलेल्या पोरीला त्यानं हातात काठी देऊन रानात पाठवून दिलं, ढोरांमागं. हे ठीक होतं. ढोरं डोंगर-कपारीला चरणार होती. कधी चुकूनसुद्धा मुकीला प्रश्न करणार नव्हती.

रानचा वारा आणि फळांचा चारा यामुळं जिभेशिवाय मुकीचं बाकी शरीर फुलत गेलं. मुकी रानकेळीगत वाढली. एकदा तिनं बघितलं. बाळू गावड्याचा भरलेला खोंड ओठांतून फेसाची तार सोडून, खुरांनी माती उकरून कसातरीच डुरकला. शेपटी उठवून तिच्या 'हंबीर' गाईवर धावून गेला. सरळ तिचा खुब्यावरच चढला.

'ऑ-ऑ' करीत मुकी हातातील काठी उगारून त्याच्यावर धावून गेली. पण - पण त्याचे डोळे कसेतरीच दिसत होते. डुरकाळी देत, शिंगं रोखून तो तिच्याच अंगावर चालून आला. भेदरून ती मागं पळाली. दूर जाऊन फुललेल्या लालबुंद पळसाच्या झाडाखाली उभी राहून त्याच्याकडं बघत राहिली.

गावड्याचा काळाबाळा खोंड डुरकत होता. कुणीतरी उचलल्यासारखा हंबीरच्या पाठीवर चढत होता. तिला वाटलं, डोईवरच्या पळसाची लाल लाल फुलं अंगावर पडताहेत. अंग-अंग भाजून निघतं आहे!

'ऑ-ऑ!' ती कशीतरीच ओरडली. तिच्या छातीत काहीतरी सरसरत होतं. मांडीवर मांडी दाबून तिनं छातीशी घट्ट आवळली. एकदा आभाळाकडं बघितलं. मावळतीला ढळू घातलेला सूर्य तिला वितळल्यागत वाटला. ती पुन्हा चित्कारली. 'ऑ-ऑ!' त्या वितळल्या सूर्याचा पाट आपल्या मांड्यांवरून वाहत चाललाय या भीतीनं तिची भरली छाती धडधडली! कितीतरी वेळ धडधडतच राहिली.

तिला आठवण झाली आपल्या आईची. हातातली काठी फेकून, कधी नव्हे ती आपली गुरं डोंगरकपारीला तशीच सोडून ती धावत सुटली. आपल्या घरकुटाच्या रोखानं.

भगुण्यात जनावरांचं आंबोण मुरतीला घालणाऱ्या आईच्या पाठीशी ती आली. 'ऑ-ऑ!' ती मांड्यांकडं, छातीकडं हात नेत होती. मधेच खाली बसत होती. सैरभैर होऊन पुन्हा उठत होती. पुन्हा बसत होती.

"मुके, ढोरं कुटं हाईत?" आईनं भगुणं बाजूला सारीत विचारलं.

"ऑ-ऑ!" तिनं डोंगराच्या रोखानं हात केला. गावड्याच्या खोंडाची खूण द्यावी म्हणून तिनं उजव्या हाताची दोन बोटं उभी करून आईला दाखविली. आपल्या 'हंबीरची' खूण पटावी म्हणून आपल्या गळ्यातील लोंबतं मनगट धरून तिच्या गळ्यातील घंटेची नक्कल केली. गावड्याच्या खोंडानं हंबीरला छळलं हे सांगण्यासाठी आपल्या पालथ्या डाव्या हातावर उजव्या हाताचा पंजा आपटला! आभाळातला सूर्य वितळून आपल्या मांडीवरून वाहतोय, पळसाची आगफुलं आपल्या अंगावर

पडताहेत हे मात्र आपल्या आईला कसं सांगावं तेच तिला कळेना.

ती एकसारखी मांडीकडं हात नेत होती. आता तिचं पातळ आतून मांड्यांना चिकटलं होतं. ती खूपच भ्याली होती. ''ऑ-ऑ!'' करून तिचं थोबाड फुटू घातलं होतं. तिला वाटत होतं, नेसू वर धरून आपल्या आईला आपल्या मांड्या दाखवाव्यात!

ती हिरमुसली. परसात आली. उंच गेलेल्या पपईच्या झाडाच्या शेंड्याकडं बघत धुण्याच्या दगडावर बसून राहिली. लटकलेल्या पपईतील एका फळाला पिवळी झिलई चढलेली तिला दिसत होती. आता अंधारून यायला लागलं. तिच्या गालांवरून ओघळलेल्या पाण्याच्या धारा त्या अंधारानं पिऊन टाकल्या. तिच्या मांड्यावरचा सूर्याचा पाट आता थंडावला होता. बुडाखालचा धुण्याचा दगड गरम लागत होता. तिला तसंच बसून राहावंसं वाटत होतं– ''तुला काही काही कळत न्हाई!'' तिनं घसा खोलला. शब्द फुटले – ''ऑ-ऑ!''

घंटांचे आवाज आले. तिची ढोरं सवयीमुळं घरकुटाकडं आपोआप परतली होती. ती उठली. सगळ्या जनावरांना तिनं दावी घातली. गवताच्या पेंढ्या गवाणीत पसरून दिल्या. आणि... आणि कुणीतरी खेचल्यासारखी ती 'हंबीरच्या' जवळ आली. तिचा थरथरता हात 'हंबीरच्या' खुब्यावरून फिरत राहिला. कितीतरी मायेनं. कितीतरी वेळ.

''मुके, मुके, कुटं उलातली ही?'' तिची आई तिला खादीचा थाळा देण्यासाठी सादवू लागली. ते ऐकू येत होतं तरी तिनं हालचाल केली नाही. गोठ्यात अंधार होता. तिला वाटलं, एकदा तरी आईनं आपणाला जवळ घ्यायला पायजे होतं. आता आपण हंबीरला जवळ घेतलंय तसं. आईला नाही कळत. हिला तरी कळेल काय? तिनं त्या अंधारात आपला नेसू परकर मांड्यांपर्यंत उचलला. आपल्या हंबीरला आपली कोंडी दाखवण्यासाठी. हंबीरच्या गळ्यातील घाट वाजत होती. रवंथीची कुरकुर त्यात मिसळत होती. तिचे अश्रू हंबीरच्या खुब्यावर टेकलेल्या गालावरून ओघळू लागले.

तशीच उठून ती ओसरीवर गेली. खुंटाळीची घोंगडी खेचून तिनं ती अंथरली. दुसऱ्या एका खुंटाळीला पेटता मंद कंदील लटकलेला तिला दिसला. तिला वाटलं, आपणालाही कुणीतरी असंच कसल्यातरी खुंटाळीला टांगून टाकलंय. मंद, धुमसत जगण्यासाठी. धड विझणं नाही, धड उजळणं नाही. ग्लानीनं तिचे डोळे झापडू लागले.

''मुके, उट. खायच्या वक्ताला बी कुटं उलातलीस?'' आईनं भाकरी-कालवणाची थाळी तिच्यासमोर ठेवली.

''ऑ-ऑ!'' आईच्या चिडीनं तिनं थाळी उडवून लावली. भिताडाकडं तोंड करून ती पडलेली आपलीच सावली निरखू लागली. तिला वाटलं, त्या सावलीला

हाक मारावी "मुके, मुके" म्हणून. तिनं घसा खोलला. शब्द फुटले, "ऑ-ऑ!" ती तशीच पडून झोपी गेली.

दिवस उजाडला. काखेत लुगड्याचा पिळा मारून ती ढोरांबरोबर घरकुटाबाहेर पडली. गुरं चरणीला सोडून ती हिरण्यकेशीच्या स्फटिकसाफ पाण्यात उतरली. दगडी कपचीनं तिनं आपलं सारं अंग रगडून काढलं. मनसोक्त अंघोळ केली. बाहेर येऊन सुकं लुगडं अंगी घेतलं. तिला कितीतरी बरं वाटत होतं. ओलेतं वस्त्र तिनं एका दगडावर आपटून त्याचा पिळा काखेत धरला. उजव्या हातात काठी घेतली. तिला वाटलं, त्या काठीनं कासराभर वर आलेला सूर्य सरळ खाली पाडावा! आपल्या लुगड्याच्या पिळ्यासारखा हिरण्यकेशीत बुडवावा! दगडावर धपाधप दोन-चार वेळा आपटावा. झटकून कातळावर वाळवणाला टाकावा.

कुठून तरी आलेल्या विडीच्या धुरानं ती थांबली. हिरण्यकेशीवर बांधायचं चाललेल्या धरणाच्या कामावरचा तो बेगड्या मेस्त्री होता.

मघाशी ती उघड्या नदीत अंघोळ करताना या मेस्त्रीनं दुरून तिची देखरेख केली होती. त्याला वाटलं होतं, "नदी धरणात थोपली तर अशा बायकांची आंगुळीची पंच्यातच की!"

बडग्या मेस्त्रीला वाटलं, तिला बोलता येत असावं. त्याच्यातील वखवख खाकरण्याचं रूप घेऊन बाहेर फुटली. बिडीचं थोटूक त्यानं खाली टाकलं.

"ऑ-ऑ!" माझी ढोरं कुटं बघितलासा काय? मुकीनं गुरांची खूण देण्यासाठी अनेक हावभाव केले. थोड्याच वेळात मेस्त्रीला कळून चुकलं, ही कवळी पोर मुकी आहे!

धरण बांधण्यासाठी इंजिनीयरांच्या डोक्यात येणार नाही एवढे विचार मेस्त्रीच्या डोक्यात त्या पोरीला बघून आले. तिला पुढं ठेवून तो मागून चालू लागला. त्यानं मनसुब्याचं धरण बांधून टाकलं.

"या पोरीला धरणाच्या पायांत वाळू-सिमेंटच्या पाट्या टाकायला आणलं पायजे. हिला रोजगार मिळंल. आपलं धरण गच्च बांधून होईल."

त्यानं बाबूला गाठलं. जगापेक्षा धरणाच्या कामावरची रोजगारी किती किफायतीची आहे हे, बिड्यांची थोटकं सोप्यावरच्या खांबाखालच्या दगडाला चिरडून विझवीत पटवून दिलं.

"मुकी ढोरं कपारीला चरणीला सोडंल. दिवसभर धरणावर पाट्या टाकंल. येताना ढोरं वळवून आणंल!" बडग्यानं प्लॅन ऐकवला. बाबूनं संमती दिली. मुकी आखडल्या जिभेनं धरणाच्या पायांत पाट्या ओतण्याच्या कामावर दाखल झाली.

वाहती, खळाळ हिरण्यकेशी बघताना तिला वाटायचं, "कशाला रोखताय हिला? झपाझप उड्या घेतानाच ती ब्येस दिसतेय." बरोबरीच्या बायकांना, ओव्हरसियरला

ती हे आपला उजवा हात नागमोडी चालवून सांगायला बघायची. कुणाला काही कळायचं नाही. तिच्या ''ऑ-ऑ!'' ची सारे टिंगल करायचे. मग एका शेंगांनी लडबडलेल्या करंजीच्या सावलीत पाटी बुडाखाली घेऊन दोन्ही हातांच्या ओंजळीत गाल घेऊन ती हिरण्यकेशीकडं एकटक नुसती बघत बसायची.

'ह्ये धरण वर चढणार आणि तुझी बी माझ्यासारखी गत व्हणार! जीभ घशात अडकल्याली तू बी 'ऑ-ऑ' करणार!' असे काहीसे विचार तिच्या मनात नदीचा रूपेरी पट्टा बघताना फिरत राहायचे.

पाऊस तोंडावर आला. कामाची घाई वाढली. मजूर बायाही वाढल्या. सिमेंट-वाळूचा एकजीव करणारं भलं थोर टवळं धडधड आवाज करीत सतत गरगर फिरू लागलं. पाटी टाकून ती त्या धुडाकडं बघत थांबायची. तिला वाटायचं, या धुडासारखंच काहीतरी आपल्या घशात घरघरत फिरतंय! नुसतं फिरतच राहतंय!

एका मुक्या दिवशी दुपार टळल्यावर ती झाडाखालच्या सावलीतून उठली. डुईखाली घेतलेली पाटी तिनं उचलली. दुपारधरून तिचा छान डोळा लागला होता. धरणाच्या बांधकामावर, नदीच्या वळणदार पट्ट्यावर. भवतीच्या करंज, अंजन, खैराच्या झाडांवर पसरलेलं पिवळंधमक ऊन तिला जाणवलं. वाटलं- ''ह्या उन्हाला जीभ असती तर? केवढं बोललं असतं ते साऱ्यांशी!''

तिनं पाटी उचलली. सिमेंट-वाळूच्या मळल्या ढिगाजवळ ती आली. तो लगदा भरून द्यायला एक मुसलमानाचा तरणाबांड पोर होता. आदम. खोऱ्यानं पाट्या भरताना त्याचे दंड तटतटत होते. पाटी उचलून बाईच्या डोक्यावर ठेवताना ते दंड फुटतील. त्यातून भळकन रक्त उसळेल! सिमेंटच्या लगद्यात मिसळेल, असं तिला वाटलं. ते सांगायला म्हणून तिनं घसा खाकरला, ''ऑ-ऑ'' चमत्कारिक शब्द बाहेर आले.

पोऱ्याचं सरसर चालणारं खोरं थांबलं. मुकीच्या फुलल्या शरीराकडं बघत डोळा मिचकत तो म्हणाला, ''क्यों बे लौंडी, ल्हय कुटकुटताय क्या?''

त्याच्या डोळ्यानं तिच्या काळजात बाळू गावड्याच्या त्या माजोर खोंडाचं शिंग टोचल्यागत झालं.

''ऑ-ऑ'' करीत तिनं पायातली चप्पल हातात घेतली. ती थेट त्या सिमेंटच्या लगद्यात घुसली.

''मुके, मुके, अगं काय करतीस?'' म्हणत तिच्यावर डोळा ठेवून असलेला बडग्या मेस्त्रीही लगद्यात घुसला. दंडाला धरून त्यानं तिला बाहेर खेचलं.

तिचे पाय पोटऱ्यांपर्यंत बरबटले होते. ''चल, ह्ये साफ करून टाकू–'' बडग्यानं तिला आपल्या लाकडी फळ्यांच्या खोपटाकडं आणली.

हात-पाय धुवायला पाणी दिलं. कप-बशीची खूण करून तिला चहा देण्यासाठी

बडग्यानं खोपटीत बसवून घेतलं. बडग्याचा स्टो ठीकठाक होता. तरीही उगाच काकडे पेटवून तो पंप मारीत होता. भरली हवा पुन्हा सोडीत होता. स्टो नादुरुस्त झाल्यागत हालचाली करीत होता. त्याच्या वासनेचा स्टो भडकला होता.

धरणावरची पाळी संपली. सांजावलं. पाट्या नदीत खंगाळून बाया परतीला लागल्या.

चहा देण्यासाठी बडग्यानं तिला आत घेतलं. त्याचा चहा पिऊन झाला. बडग्याच्या केसाळ हातानं खोपटाचं दार लागलं. आडणा बसला. घरघरता स्टो पेटतच होता. पायाच्या मुटकुळ्या करून ओसरीवर बसलेल्या कुत्र्याच्या मागावरचा तरस टाकतो तशी बसल्या मुकीवर बडग्याची झेप पडली.

''ऑ-ऑ'' तिचा असहाय, मुका, कोंदला घरघराट. केविलवाणी धडपड. बडग्यानं तिला सिमेंट-वाळूच्या लगद्यातून बाहेर काढली आणि आपल्या रानवासनांच्या कर्दमात रुतवली. अगोदरच बलात्कार स्त्रीत्वाला थिजवणारा, त्यात ती मुकी. तिच्या तोंडातून बाहेर पडणारा 'ऑ-ऑ' सुद्धा थिजला. झाल्या प्रकारानं ती गप पडून राहिली. हिरण्यकेशीसारखी! तिनं पळसाखालून बघितलेला सूर्य बाळू गावड्याच्या खोंडाचं रूप घेऊन अंगावर धावून आल्यागत तिला वाटलं. तिच्या शरीराची पाटी करून तिच्यावर बसलेला बडग्या तिला तशीच टाकून विडी फुंकत बाहेर निघून गेला होता. धरणाच्या अस्ताव्यस्त पडलेल्या बेवारशी सामानावर नजर टाकायला.

स्टो घरघरत होता. तिला वाटलं, लुगड्याचा शेव त्या निळ्या, उसळत्या ज्वाळांवर धरावा. ती पुढं सरकली. धरणाला धरून गावाकडं सरकणाऱ्या उतरंडीच्या वाटेवरून परतणाऱ्या जनावरांच्या गळ्यातील घंटांचा किणकिणाट खोपटात घुसला.

''माजी ढोरं!'' तिचं जनावरांत गुंतलेलं मन डहुळलं. ''ऑ-ऑ'' करीत ती उठली. खोपटाबाहेरची काठी उचलून पायात चपला सरकवून धावू लागली. तिचं स्त्रीत्व लुटलं गेलं होतं. शरीराचं! तिचं स्त्रीत्व शाबूद होतं, मनाचं! काठी नाचवीत. ''ऑ-ऑ'' करीत ती जनावरांसाठी माणसांच्या जगात धावत होती. भ्रष्ट हिरण्यकेशी आणि तिच्यावर बलात्कार करणारा सूर्य दोघेही तिला धावताना बघून 'मुके' झाले होते!

तिनं कपारीला जनावरं बघितली. ती तर केव्हाच परतली होती. धावतच ती घरकुटाकडं आली.

''मुड्द्ये, ढोरं कवाच परतली. कामाच्या बाया दिकून आल्या. कुटं उलातलीतीस?'' आईनं तिचा झाडा घेतला.

''ऑ-ऑ!'' आईच्या गळ्यात पडून ती रडायलाच लागली. आता तिला कळलं, की मनाजोगं रडायलाही जीभ धड असायला लागते. धरणाच्या खोपटात काय झालं हे सांगणं जीभ धड असती तरी तिला जमलं नसतं. तिची तर जीभ

कुणीतरी घशातच टाका घालून शिवून टाकली होती.

पुन्हा पुन्हा ती आईच्या गळ्यात पडू बघत होती. काटवटीत भाकऱ्या थापणारी आई तिला संतापानं पुन:पुन्हा दूर लोटत होती. 'चर्ररऽ चर्ररऽ' एकामागून एक तव्यावर उठणाऱ्या भाकऱ्यांचे आवाज तिच्या काळजाला चिरत होते. तिला वाटत होतं, आईनं आपलाही एक पिठासारखा गोळा करावा. चांगला मळावा. काटवटीत थपाथप थापटावा. तळहातावर पालथा घेत तव्यावर टाकावा. त्या सूर्याच्या तव्यावर. वरून हिरण्यकेशीच्या पाण्याचा हात फिरवावा. 'चर्रर' करीत आपण करपूनच जावं.

तिला काय म्हणायचं होतं आईला कळलं नाही. कधीच कळणार नव्हतं. ती तशीच उठली. खुंटाळीवरच्या घोंगड्याची घडीसुद्धा ओढून घ्यावीशी तिला वाटली नाही. उघड्या भुईवर तिनं आपली कुडी टाकली. भिंतीकडं पुढा केला. खुंटाळीवरच्या कंदिलानं भिंतीवर पडलेली तिची सावली तिला दिसली. त्या सावलीशी कुणीतरी अंगझट्या घेत होतं. सावली हातपाय झाडून उरावर मणभर ओझ्याचा दगड ठेवल्यागत किंचाळत होती - "ऑ-ऑ!" तिनं गपकन डोळे मिटले. तिचे मिटले डोळे पाझरू लागले. नंग्या भुईवर तिची मूक आसवं ओघळू लागली.

दिवस उजाडला. तिनं घर सोडलं. गुरांमागून ती डोंगरकपारीपर्यंत आली. गुरं चरत, घंटा वाजवीत चालू लागली. त्यांना डोळाभर एकदा बघून तिनं हातातली काठी त्यांच्या रोखानं दूर फेकली. त्या काठीबरोबर घरकुटाशी असलेली नातीही फेकली.

दूरवर चरणाऱ्या बाळू गावड्याच्या खोंडाकडं रागानं बघत - "ऑ-ऑ" करीत तिनं एक धोंडा उचलून त्याच्या दिशेनं तिरीमिरीनं फेकला.

मुकी निघाली. घर सोडून! एकटी. जखडलेल्या जिभेनं, भरल्या, भ्रष्ट शरीरानं. मुकी जगाच्या बडबड्या माणुसकीला सामोरी जायला निघाली. तिला कल्पना नव्हती, धरणावरच्या माणसांच्या गलबलाटात एकच बडग्या होता! ती निघाली होती त्या दुनियेत पावला पावलाला बडग्याचे वंशज होते! इथून तिथवर सर्व दूर पसरलेले.

ती गावभर फिरली. तिच्या पोटात डोंब उसळला. भेटेल त्याला ती आपली भूक सांगत होती. मुक्या जबानीनं. तिला बघून बघणाऱ्याचीच भूक पेटत होती.

रात्र झाली. दुकानाच्या फळ्या बंद करून घेणाऱ्या शिवलिंगा भुसाऱ्याच्या दारात येऊन ती भुकेपोटी कलकलली, "ऑ-ऑ-ऑ!"

सुक्या खोबऱ्याची वाटी हातात धरून आतूनच शिवलिंगानं तिला खुणावलं. चतकोर दाखवून कुत्र्याला चुचकारावं तसं. तिडिकीनं ती फळीआड घुसली.

गल्ल्यावरच्या अर्धमिटल्या डोळ्यांच्या शंकराच्या फोटोला साक्षी ठेवून शिवलिंगानं

तिच्या स्त्रीत्वाचा हिमालय पालथा घातला! दुकानाच्या फळ्यांच्या फटीतून आतल्या दिव्याचा प्रकाश आणि तिचा कण्हणारा मुका 'ऑऽऑ' झिरपत राहिला.

तिला कळून चुकलं, जगातल्या साऱ्या पुरुषांना हेच पायजे. भुसाऱ्याच्या दुकानातून बाहेर पडून ती ग्रामपंचायतीच्या ओट्यावर आली. हाताची वळी डुईखाली घेऊन, मधेच विझून पुन्हा झकझकणाऱ्या दिव्याच्या नळीकडं बघत पडून राहिली. रात्रभर.

जन्मानंच ती दोरतुटल्या पतंगासारखी होती. आता तो पतंग शानदार कपड्यात दडलेल्या जगाच्या वासनेच्या वादळात खेचला गेला होता.

कुणी ना कुणी तिच्या भरलेल्या शरीराशी संधी मिळेल तेव्हा झट्या घेऊ लागलं. ती वेश्या नव्हती. अखंड बलात्कारित मुकी स्त्री होती. आपल्या ढोरांचा आठव येताच तिला वाटायचं, आपल्या 'हंबीर'सारखी एक शेपटी आपणालाही फुटती तर ब्येस होतं. लागलाच असता तर एखादा बाळू गावड्याचा खोंड पाठीशी लागला असता.

अशीच एक रात्र. सिनेमा बघून मित्रांसह मी गप्पा छाटीत परतत होतो. एका गच्च भरल्या ट्रकखालून शब्द आले. ''ऑ-ऑ!'' जशी धरतीच कण्हत होती. आपण जन्माला घातलेल्या माणसाचा सैतान झालेला बघून.

आम्ही पुढं झालो. कुणीतरी बॅटरीचा झोत टाकला. मुक्या धरतीची ती अनेकांनी अत्याचारित मुकी लेक असहाय पडली होती. बघणाऱ्याचं जिवंतपण थिजावं असं ते दृश्य होतं.

तशाही स्थितीत ती उठली. ''ऑ-ऑ'' करीत तिरपागड्या पावलांनी भेदरत अंधारात गेली. अंधार सच्चा होता. माणसासारख्या त्याला वासनांच्या नांग्या नव्हत्या. तिला आमच्यापेक्षा त्याचाच आधार वाटला.

मग गावात एक भूमका उठली - ''मुकी पोटुशी हाय!'' आपल्या बंदिस्त घरच्या उंबरठ्याआड राहून बायकांनी फिदीफिदी खुसखुसत तोंडांना पदर लावले.

चढत्या ओटीपोटाला घेऊन मुकी गावभर फिरू लागली. मग तिला माणसांचा कंटाळाच आला. गुरं चारायच्या रानात डोंगरकपारीला जाऊन ती हिरण्यकेशीच्या काठावर बसू लागली.

आपणाला काय होतंय तिला समजत नव्हतं. हे समजत नाही हे सांगायला जमत नव्हतं. अनेकांच्या पिसाट वासनांचा कोंभ कुशीत घेऊन मुकी मुक्या आभाळाखाली बसून मुक्या हिरण्यकेशीला साकडं घालू लागली – ''पुरात तू जडावत्यीस तसं मला वाटतंय. माझ्या पाठीवर हात फिरव.''

कवळी उन्हं अंगावर घेत ती नदीच्या घाटावरच्या बुरुजावर बसून राहायची. कुठं झोपायची, काय खायची, कुणालाच पत्ता नव्हता.

निसर्गानं फेर टाकला. नदीकाठच्या महादेवाच्या देवळात तिची कूस फुटली. गंध उगाळायचा दगड घेऊन तिने जन्मल्या पोराची नाळ तोडली. त्याचं रडणं ऐकून ती हरखून गेली. "ऑ-ऑ" करीत त्याला बघून नाचली. तिला वाटलं, त्याला छातीशी कवटाळावं. मग एकामागून एक करीत तिच्यावर चालून आलेले चेहरे तिच्या डोळ्यांसमोर गरगरले. शेजारच्या पिंडीला मिठी घालून ती रड रड रडली.

घाटावर माणसांची चाहूल सुरू झाली होती.

पिंडीसमोर पोर ठेवून ती देवळाबाहेर पडली. कुणीतरी त्या पोराला बघितलं. वर्गणी गोळा झाली. असंख्यांच्या वासनांचा तो गोळा पंढरपूरला रवाना झाला. तेच त्याचं ठिकाण होतं. पांडुरंगच त्याला जवळ करायला समर्थ होता.

आजही कधी मधी गावी गेलो तर कुठल्यातरी बोळकांडीतून, कुठल्यातरी दुकानाच्या फळीवरून 'ऑ-ऑ' असे शब्द कानावर पडले की माझी जाणीवच थिजून जाते. पायतळाच्या जमिनीला मी जखडून गेल्यासारखा होतो. आपल्या जिवंतपणाची शरम वाटायला लागते.

त्या 'ऑ-ऑ'तून कैक द्रौपदींचा, असंख्य अहिल्यांचा आक्रोश मला ऐकू यायला लागतो. आभाळाच्या निळ्या वस्त्राचा प्रचंड बोळा करून तो कुणीतरी माझ्याच घशात कोंबतं आहे या जाणिवेनं जीव गुदमरायला लागतो. माझ्याच तोंडून तो 'ऑ-ऑ' बाहेर पडल्याचा मला भास होतो.

तिला नाव नाही ते ठीक आहे. तिला बोलता येत नाही हेच ठीक आहे. तिला बोलता आले तर असंख्यांची वाचा बसेल. तिच्या 'ऑ-ऑ'त असंख्यांची प्रेतं कोंदटून गेल्याचा मला भास होतो आहे.

ती जगते आहे, तो कुठल्या जीवनाचा सूर आहे? मला तो आजही कळलेला नाही. माझ्या थिट्या अनुभवांना मात्र वाटतं, मुकी हिरण्यकेशी, मुकं आभाळ, मुका सूर्य, मुकी धरती यांच्या रांगेतच ती कुठंतरी वावरत असेल काय?

एक अनामिक मुकी.

■

■

मी आणि कविता

- **त**सं जीवन म्हणून जे जे जगतं ते उभं तमाम जगणं हे काव्यच आहे. प्रश्न ते काव्य बघण्याचं, अनुभवण्याचं जे एक अत्यंत तरल-संवेदनशील इंद्रिय आवश्यक लागतं ते लाभण्याचा आहे. आजकाल यात दिखाऊपणा फार आहे. सच्चेपण एकदम कमी.

सूक्ष्मपणे पाहिलं तर मानव काव्य केव्हा करू लागला याची ऐतिहासिक अचूक नोंद सापडणं कठीण आहे; पण आजचा उत्क्रांत वैज्ञानिक मानव जगभर जो साकारला, त्याची सुरुवात 'चांगलं ऐकण्यापासून' झाली हे निर्विवाद. आदिम काळात वस्त्रहीन अवस्थेत आणि गोठलेल्या दहीदाट जाणिवेचा असा जो मानवी मेंदू होता, त्याचा विकास निसर्ग-संगीतानं झाला. त्या मानवानं कळकीच्या काटेरी फांद्यांच्या गुंतवळीत अडकून एखाद्या गतप्राण झालेल्या माकडाच्या आतड्यांचा सुकल्यावर वाऱ्यावर उडताना झंकार ऐकला असेल. त्यातून त्याला एखाद्या तंतूवाद्याची कल्पना सुचली असेल. ते तंतूवाद्य छेडताना

सहजपणे त्याच्या तोंडून हर्षोत्फुल्ल गुणगुणाट बाहेर पडला असेल. काव्याचा प्रथम शोध मानवाला असाही लागला असेल. कधी काळी घनदाट अरण्यातून फिरताना त्यानं विमुक्त रानझऱ्यांचा प्रणवप्रेरक खळखळाट ऐकला असेल. नेमका तसा प्रतिध्वनी काढण्याचा त्याचा यत्न साध्य झाला असेल. तेव्हा ही सुद्धा त्याच्यातील कविमनाला जाग आणणारी प्रेरक घटना ठरली असेल. कानठळ्या बसविणारा-उत्क्रांतीच्या पहिल्या टप्प्यातील मुसळधार पाऊसकाळानंतर होणारा विजांचा चमचमाट व कडकडाट बघून, ऐकून प्रथम तो पाठकणाभर भयकातर झाला असेल. मग हळूच ढोल, नगारा, ताशा अशा वाद्यांवर त्या विजांचीही प्रतिकृती उठविताना त्याला अपार आनंद झाला असेल. यातूनच अडाणा, दरबारी कानडा या रागापर्यंत झेपावताना आवश्यक ते शल्यही त्यानं निर्माण केलं असेल. असं काव्य व निसर्गसंगीत हातात हात घालून वाटचाल करीत आलं आहे. काव्याबद्दल विचार करताना नेहमीच असे जगाआगळे विचार माझ्या मनात तरळून गेले आहेत.

तसं रोकड्या, परखड अर्थानं पाहिलं तर रोज न चुकता रसरसून उगवणारा दिवस हेच एक रमणीय व सर्वांत आशयपूर्ण असं काव्य नाही काय? तसं पाहिलं तरच हे जाणवू शकेल. रोज जीवनाचा शब्दश: कोट्यवधी लोकांना आगळावेगळा असा जीवनानुभव जीवनाधिकारी सूर्य देतो. प्रत्येक डबक्यातील, तळ्यातील, सरोवरातील त्याचं प्रतिबिंब आगळंवेगळं दर्शनसुख देतं. कवितेचंही तसंच. तुमची कवितेची कल्पना, अनुभूती वेगळी, माझी वेगळी. म्हणून - 'मी आणि कविता' हे मी (वा कुण्याही कवीनं) कितीही फोडून मांडलं तरी ती अनुभूती त्याची त्यालाच. तसं माझं हे लिखाण म्हणजे चक्क काव्यमय स्वगतच नाही काय?

माझ्या भेटीला बालपणीच एक जबरा संतकवी येऊन गेला. तोही आईच्या तोंडून, ती नेहमी समर्थांचे काव्यबोल गुणगुणायची. आजही ते आठवतात.

असंख्यात जे वीर होऊनी गेले ।
तिही साधनांचे बहु कष्ट केले ।
न ये कार्य करिता भुईभार झालो -
तुझा दास मी व्यर्थ जन्मासी आलो!

वयाबरोबरच समर्थांचे ठणठणीत अर्थमय बोल कोण झालं तरी कसे विसरणार की - 'बळे लागला काळ हा पाठीलागी!' याशिवाय ज्ञानेश्वर, तुकोबा यांचे गावच्या विठ्ठलाच्या रावळात कानी पडणारे भजनीबोल होते. ज्यात - 'आता कोठे धावे मन' पासून 'येरे घना'पर्यंत काव्यविचार कानी पडत गेले होते.

लोकजागरणासाठी म्हणून तयार झालेली मी जी काव्यं ऐकली, त्यांचे रचनाकार कोण होते हे जाणून घेण्याची खटपट आजतागायत मी कधी केली नाही.

त्यामुळं माझं काही बिघडलंही नाही. ती गीते ऐकली, भावली, पाठ झाली एवढे बरीक खरे. त्यातली काही अशी होती -

'गावबंधूंनो जपान गेला पुढे कसा इटली? उठा बंधूंनो, घोरत का पडला?'

एक तर डाव्या विचारसरणीची कास धरणारं कमालीचा ताव आणणारं काव्य आठवतंय, ते असं होतं -

बारीक बारीक मासं खावून सोकावलाय
याला चौकोनी घेरायचं हाय रं!
हाय की चौकोनी...
उचल कोयता, कुदळ, घण!

असे हे अजून कितीतरी सांगता येतील असे किशोरवयातील अनघड मनावरचे काव्यसंस्कार आहेत. त्यासाठी निवांतपणा मात्र हवा. अलीकडं नेमक्या शब्दांत काव्यमय शब्दचित्र उभं करण्याचं सामर्थ्य कवी प्रतिमेतून जवळजवळ समूळ नष्ट झालंय. एकेकाळी ते मराठीत केवढ्या सशक्त प्रत्ययकारकपणे नांदून गेलं आहे याचे नुसते धावते वानोळे बघितले तरी पुरे. कवी गोपीनाथ तळवळकरांनी लोणावळा स्टेशनवर हमखास दिसणाऱ्या - 'भिल्लाच्या पोराचं' काव्यमय वर्णन कसं नमुनेदार केलं होतं बघा -

उंच उंच डोंगर भवती-चढले नील नभात.
झुळ झुळ वारा व्यापुनिया-टाकी सारा प्रांत.
तोच कुणी चपळाईने डोंगर वेंघून थोर.
करवंदे विकण्यासाठी ये भिल्लाचा पोर!
एक करी घेऊनी परशु-दुसऱ्या हाती द्रोण.
'करवंदे घ्या, करवंदे' सांगतसे गर्जून.
स्वच्छ गोल डोळ्यांत नसे भीतीचा लवलेश.
शाळीग्रामासम नागागत दिसे कोवळा जीव!!

आमच्या तात्यासाहेबांची-कुसुमाग्रजांची असे काव्यविषयांचे घुसखोर चित्र हुबेहूब खडे करण्याची ताकद तर केवळ अजोड आहे. त्यांनी आपल्या 'अहिनकुल' या कवितेत साप व मुंगुस यांच्या अनाकलनीय जन्मजात वैराचे कसे प्रत्ययकारी शब्दचित्रण केले आहे ते बघण्यासारखे आहे. कुसुमाग्रज समरसून लिहितात -

थबकलाच जागी सर्प घालुनी वळसा,
रिपु समोर येता सोडुनि अन अडोसा,
भूमीस मारुनी मागे तीव्र तडाखा,
घे फणा उभारून मरणाचा कानोसा!

याला संपन्न काव्य म्हणावं! लेखणीच्या चारच फटक्यांत मोजक्याच शब्दांत, संघर्षाच्या अटळ परिणामासह इथं सर्प म्हणजे दहा अंकी फण्याचा नागच व तोही 'मरणासाठी' कानोसा घेत उभा आहे. असे हुबेहूब प्रत्ययकारी काव्यचित्र डोळ्यांसमोर टक्क खडेच ठाकते. सूक्ष्मपणे अभ्यासणाऱ्यालाच (व तात्यासाहेबांची मनोबैठक ज्याला पूर्ण माहीत आहे त्यालाच कळेल) की कवीनं या काव्यात जिताचं म्हणजे सापाचं चित्रण अधिक उठावदार केलं आहे. जेत्याचं म्हणजे मुंगसाचं तुलनेत हेतुत: डावं ठेवलं आहे. (तात्पर्य, काव्य बांधणं जेवढं अवघड आहे, तेवढंच ते कवीमनाशी समरसून अनुभवणं, आस्वादणं आवश्यक आहे.)

कुसुमाग्रजांचा 'विशाखा' हा त्यांच्या ऐन नव्हाळीतला काव्यसंग्रह (मराठी काव्यात काही करायची खरोखरच इच्छा असेल तर) प्रत्येक नवकवीनं 'प्रोबेशनचा अभ्यासक्रम' म्हणून किमान एकदा तरी मन लावून अवश्यमेव हा विशाखा वाचावाच?

कुठल्याही विश्वकवीला लाजवील अशी काव्यप्रतिभेची गगनगामी झेप कुसुमाग्रज आपल्या 'पृथ्वीचे प्रेमगीत' या कवितेत घेतात तेव्हा आपण मराठी भाषेच्या समृद्ध कुळात जन्मलो याचा सार्थ अभिमान वाटतो. ते लिहितात -

युगामागुनी चालली रे युगे ही -
करावी किती भास्करा वंचना?
किती काळ कक्षेत धावू तुझ्या मी -
कितीदा करू प्रितीची याचना?

भवती सदैव लालचावत फिरणारे चंद्र-ताऱ्यासारखे क्षुद्र प्रियकर कसे स्वीकारू अशी पृथ्वी या चिरविरहिणीची 'सूर्या'साठीची अमर विरह वेदना मराठीत अमरपणे शब्दबद्ध करताना कुसुमाग्रज केवढा पल्ला मारून कुठेच्या कुठे गेले आहेत. 'पृथ्वीचे प्रेमगीत' या कवितेत त्यासाठीच विश्वव्यापक इंग्रजी भाषेतसुद्धा अचूक 'रसाळ' भाषांतर करणे कर्मदुर्लभ नाही का? ते हा भाव साकारताना केव्हाच म्हणून गेले आहेत -

परी भव्य ते तेज पाहून पूजून
घेऊ गळ्याशी कसे काजवे?
नको क्षुद्र शृंगार तो दुर्बलांचा
तुझी दूरता त्याहुनी साहवे!

स्वातंत्र्यानंतर तर मराठी काव्यप्रांताचा ताटवा कसा विविध ढंगांच्या काव्यप्रतिभापुष्पांनी डवरून गेला आहे. यात कुसुमाग्रजांचे जसे सूर्यविकसी कमळ आहे, तसे मोगरा, चंपक, गुलाब यांची सम देणारेही प्रतिभावंत आहेत.

अलीकडच्या काळात -

या नभाने या भुईला दान द्यावे!
आणि जोंधळ्याला चांदणे लखडून जावे!

असा आशयश्रीमंत निसर्गवेध घेणारे रानकवी ना. धों. आहेत.

पाऊस कधीचा पडतो - झाडांची हालती पाने

असे कित्येक तरल जीवनानुभव काव्यबद्ध करणारे ग्रेस आहेत.

एक-एक नक्षत्राचा-दिवा लागताना -
आणि फुले होण्यासाठी कळ्या जागताना

असा निसर्गाच्या सृजनाचा पकडायला अवघड निर्माणक्षण काव्यात चपखल पकडणारे मंगेश पाडगावकर आहेत.

काळ हा 'अखंड' आहे हे आइनस्टाइनचे वैज्ञानिक सत्य त्याला अचूक कोपरखळी देत विनोदगर्भ पद्धतीने काव्यात पकडताना - 'पुन्हा तेच' लिहिणारे विं. दा. करंदीकर आहेत. 'आई' या 'जीव'लग अशा सर्वदूर हृदयस्पर्शी विषयावर लिहिताना तर आजचे नारायण सुर्वे, फ. मुं. शिंदे यांसारखे कवी पूर्वीच्या पोथीबद्ध 'आई' या संकल्पनेच्या कितीतरी पुढे गेले आहेत. फ. मुं. लिहितात –

'आई म्हणजे एक नाव असतं –
घरातल्या घरात गजबजलेलं गाव असतं!'

मला 'मृत्युंजय'चा रसास्वाद घेणारे कितीतरी तरुण कवी असे भेटले आहेत, की त्यांच्या भेटीत ते पुन्हा पुन्हा व आवर्जून म्हणून गेले, की 'मृत्युंजय हे एक दीर्घ गद्य-काव्यच आहे.'

तसं ते आहे की नाही मला माहीत नाही; पण त्या आणि छावा या कथांचे बांधणीचे दिवस नि:संशय काव्यमय व मंतरलेलेच होते, हे मात्र खरं.

नुकत्याच सुवर्णा प्रकाशनाद्वारे प्रकाशित झालेल्या - 'अशी मने - असे नमुने' या शीर्षकाच्या व्यक्तिरेखांकनाच्या अखेरीला जी एक काव्यमय व्यक्तिरेखा मी दिली आहे ती देऊन 'कवितेच्या प्रदेशातील' हा फेरफटका आता आवरतो.

■

आभाळातून फुटल्या पहिल्या-
वहिल्याच-किरणाच्या कपाळीची रेखा
असलीच तर असेल माहीत-फक्त
आभाळाला!
त्या 'आभाळासारखी' तू
ओंकाराचे सत्त्वसूरसुद्धा केव्हातरी
असतीलच
राहिले कोंदून एखाद्या स्वप्नशील
गर्भात!
त्या 'समर्थ गर्भाची अधिकारी' तू
असतात उद्याची रंगरधमय फुले -
ज्या कळकळीतून पाकळ्या अवगुंठून-
त्या अफुट कळ्यांना-तरल स्पर्शानं
जगविणाऱ्या
शरदाच्या दहिवरल्या 'पहाटवाऱ्याची'
झुळूक तू जे इथे 'जगते' त्या साऱ्याचीच-
पायधूळ मस्तकी झेलताना
धूळीचेच 'भूषण' मानणाऱ्या
सर्वोदार 'धरित्रीसारखी' तू
जिच्या पायठशांवर उमटत जातात-
साहित्य, संगीत, नृत्य- नाट्य अशा
जीवनदायी ललितकलांची पावन राऊळं-

'**तू नसतीस तर...!**'

त्या 'मयूरस्पर्शी' 'शारदेची लाडकी लेकच' तू!
वाहत्या गंगेला 'वाहण्यातला'
अर्थवाही अर्थ सांगणारी
हिमालयाला उंचीसुद्धा पचवायला
कानात पटविणारी,
जळतानाही जगाला उजळण्याचा
तेजोमंत्र सूर्याला देणारी, केवळ तूच!
तू नसतीस तर?

या प्रश्नातच आहे तू असण्याचे निर्विवाद उत्तर!
कारण माझ्यासाठीच नव्हे - सर्वांसाठी -
तू कधीच नव्हतीस-नाहीस आणि असणारही नाहीस.
केवळ एक व्यक्ती वा एक जीव
– तर ...
तू आहेस एक अतितापासून ते अनागतपर्यंतचे-
'एक जीवनतत्त्व, एक जीवनसत्य'
ज्याचे एकमेवच नाव आहे व असू शकते-
'आई!!'